இல்லாத ஒன்று

இல்லாத ஒன்று
சுந்தர ராமசாமி (1931 - 2005)

தமிழின் முன்னோடி எழுத்தாளர்களில் ஒருவரான சுந்தர ராமசாமி நாகர்கோவிலில் பிறந்தார். பள்ளியில் மலையாளமும் ஆங்கிலமும் சமஸ்கிருதமும் கற்றார். 1951இல் 'தோட்டியின் மக'னைத் தமிழில் மொழிபெயர்த்ததே முதல் இலக்கியப் பணி. 1951இல் புதுமைப்பித்தன் நினைவு மலரை வெளியிட்டார். இவரது முதல் கதையான 'முதலும் முடிவும்' அதில் இடம்பெற்றது. மூன்று நாவல்களும் பல கட்டுரைகளும் சுமார் 60 சிறுகதைகளும், பசுவய்யா என்ற பெயரில் கவிதைகளும் எழுதினார். 1988இல் காலச்சுவடு இதழை நிறுவினார்.

சுந்தர ராமசாமிக்கு டொரொன்டோ (கனடா) பல்கலைக்கழகம் வாழ்நாள் இலக்கியச் சாதனைக்கான 'இயல்' விருதை (2001) வழங்கியது.

வாழ்நாள் இலக்கியப் பணிக்காகக் 'கதா சூடாமணி' விருதையும் (2003) பெற்றார்.

சுந்தர ராமசாமி 14.10.2005 அன்று அமெரிக்காவில் காலமானார்.

மனைவி: கமலா. குழந்தைகள்: தைலா, கண்ணன், தங்கு. (மூத்த மகள் சௌந்தரா 1996இல் காலமானார்.)

சுந்தர ராமசாமியின் பிற நூல்கள்

சிறுகதைகள்

சுந்தர ராமசாமி சிறுகதைகள் (2006) (முழுத் தொகுப்பு)
அக்கரைச் சீமையில் (2007) (முதல் சிறுகதை வரிசை)
அழைப்பு (2003), பள்ளியில் ஒரு நாய்க்குட்டி (2008)
பல்லக்குத்தூக்கிகள் (2010) பள்ளம் (2012)

நாவல்கள்

ஒரு புளியமரத்தின் கதை (1966)
ஜே.ஜே: சில குறிப்புகள் (1981)
குழந்தைகள் பெண்கள் ஆண்கள் (1998)

குறுநாவல்கள்

திரைகள் ஆயிரம் (2008)

கவிதை

நடுநிசி நாய்கள் (2008)
சுந்தர ராமசாமி கவிதைகள் (முழுத்தொகுப்பு) (2005)

விமர்சனம்/கட்டுரைகள்

அந்தரத்தில் பறக்கும் கொடி (2014) (தமிழ் கிளாசிக்)
ந. பிச்சமூர்த்தியின் கலை: மரபும் மனிதநேயமும் (1991)
இவை என் உரைகள் (2003)
வானகமே இளவெயிலே மரச்செறிவே (2004)
மனக்குகை ஓவியங்கள் (2011) (கட்டுரைகள் உரைகள் விவாதங்கள்)
வாழ்க சந்தேகங்கள் (2004) (கேள்வி – பதில்)
புதுமைப்பித்தன் கதைகள்: சு.ரா குறிப்பேடு (2005)
வாழும் கணங்கள்(2005) (படைப்புகளின் தொகுப்பு)
புதுமைப்பித்தன்: மரபை மீறும் ஆவேசம் (2006)
ஒரு கலை நோக்கு (ஆளுமைகள் தோழமைகள்) (2019)

நேர்காணல்கள்

சுந்தர ராமசாமி நேர்காணல்கள் (2011)

பிற நூல்கள்

மூன்று நாடகங்கள் (2006)
தமிழகத்தில் கல்வி (2000) (கே. வசந்தி தேவியுடன் உரையாடல்)
இதம் தந்த வரிகள் (2002) (கு. அழகிரிசாமி – சுந்தர ராமசாமி கடிதங்கள்)
ஒரு தடா கைதிக்கு எழுதிய கடிதங்கள் (2006)

நினைவுக் குறிப்புகள்

ஜீவா (2003), கிருஷ்ணன் நம்பி (2003), க.நா.சு. (2003),
சி.சு. செல்லப்பா (2003), பிரமிள் (2005), ஜி. நாகராஜன் (2006),
தி. ஜானகிராமன் (2007), கு. அழகிரிசாமி (2011), தொ.மு.சி. ரகுநாதன் (2014),
ந. பிச்சமூர்த்தி (2016), நா. பார்த்தசாரதி (2016) கவிமணி (2019)
மௌனி வெ. சாமிநா சர்மா என்.எஸ். கிருஷ்ணன் (2019)

மொழிபெயர்ப்புகள்

செம்மீன் (1962) (தகழி சிவசங்கரப்பிள்ளையின் சாகித்திய
அகாதெமி பரிசுபெற்ற மலையாள நாவல்)
தோட்டியின் மகன் (2000) (தகழி சிவசங்கரப்பிள்ளை)
தொலைவிலிருக்கும் கவிதைகள் (2004)

சுந்தர ராமசாமி

இல்லாத ஒன்று

காலச்சுவடு பதிப்பகம்

அன்பார்ந்த வாசகருக்கு,

வணக்கம்.

காலச்சுவடு நூலை வாங்கியமைக்கு நன்றி.

நூலின் உள்ளடக்கம், உருவாக்கம், அட்டைப்படம் இன்ன பிற அம்சங்கள் பற்றிய உங்கள் கருத்துகளையும் ஆலோசனைகளையும் காலச்சுவடு வரவேற்கிறது. தகவல், எழுத்து, வாக்கியப் பிழைகள் தென்பட்டால் கட்டாயம் தெரிவித்து உதவுங்கள். நூல் தயாரிப்பில் கடும் குறைபாடு இருப்பின் மாற்றுப் பிரதி உங்களுக்குக் கிடைக்கக் காலச்சுவடு ஏற்பாடு செய்யும்.

மின்னஞ்சல்: publisher@kalachuvadu.com

காலச்சுவடு நாகர்கோவில் அலுவலகத்துக்குக் கடிதம் அனுப்பலாம்.

தங்கள்
எஸ்.ஆர். சுந்தரம் (கண்ணன்)
பதிப்பாளர் – நிர்வாக இயக்குநர்

இல்லாத ஒன்று ♦ சிறுகதைகள் ♦ ஆசிரியர்: சுந்தர ராமசாமி ♦ © கமலா ராமசாமி ♦ முதல் பதிப்பு: ஆகஸ்ட் 2002, நான்காம் பதிப்பு: ஆகஸ்ட் 2023 ♦ வெளியீடு: காலச்சுவடு பப்ளிகேஷன்ஸ் (பி) லிட்., 669, கே.பி. சாலை, நாகர்கோவில் 629001

Illatha Ontru ♦ Short Stories ♦ Sundara Ramaswamy ♦ © Kamala Ramaswamy ♦ Language: Tamil ♦ First Edition: August 2002, Fourth Edition: August 2023 ♦ Size: Demy 1x8 ♦ Paper: 18.6 kg maplitho ♦ Pages: 216

Published by Kalachuvadu Publications Pvt. Ltd., 669 K.P. Road, Nagercoil 629001, India ♦ Phone: 91-4652-278525 ♦ e-mail: publications@ kalachuvadu.com ♦ Printed at Clicto Print, Jaleel Towers, 42 KB Dasan Road, Teynampet Chennai 600018

ISBN: 978-81-87477-22-8

08/2023/S.No.93, kcp 4651, 18.6 (4) uss

பொருளடக்கம்

முன்னுரை: எளிமையின் சிறப்பு	9
கோவில் காளையும் உழவு மாடும்	13
செங்கமலமும் ஒரு சோப்பும்	28
பிரசாதம்	35
சன்னல்	53
லவ்வு	60
ஸ்டாம்பு ஆல்பம்	74
கிடாரி	83
சீதைமார்க் சீயக்காய்த்தூள்	106
வாழ்வும் வசந்தமும்	117
எங்கள் டீச்சர்	131
தயக்கம்	144
தற்கொலை	172
முட்டைக்காரி	183
இல்லாத ஒன்று	199

முன்னுரை

எளிமையின் சிறப்பு

ஜெ.ஜெ: சில குறிப்புகள் நாவல் வாயிலாகத்தான் சுந்தர ராமசாமியின் எழுத்துக்களோடு எனக்கு முதலில் பரிச்சயம் ஏற்பட்டது. அதைப் படித்து முடித்த கையோடு சுந்தர ராமசாமியின் கட்டுரைகள் (க்ரியா வெளியீடு) என்ற நூலைப் படித்தேன். இரண்டுமே எனக்கு மிகவும் பிடித்திருந்தன. இரண்டு நூல்களுக்கும் பொதுவான சில அம்சங்கள் என்னை மிகவும் கவர்ந்தன. தீவிரமான அணுகுமுறை, அதைப் பிரதிபலிக்கும் இறுக்கமும் கூர்மையும் கொண்ட மொழி, சமரசமற்ற போக்கு, ஆழம் ஆகியவையாக அந்த அம்சங்களை வகைப்படுத்தலாம். அதன் பிறகு அவரது பல்லக்குத் தூக்கிகள் என்ற சிறுகதைத் தொகுப்பைப் படித்தேன். அந்தத் தொகுப்பும் எனக்குப் பிடித்திருந்தது. குறிப்பாக அக்கதைகளின் மொழி, தீவிரம், நுட்பம் ஆகிய அம்சங்கள். பிரசாதம் என்ற தொகுப்பு அதன் பிறகுதான் எனக்குப் படிக்கக் கிடைத்தது. இந்த மூன்று நூல்களாலும் கவரப்பட்ட எனக்கு அந்தத் தொகுப்பு ஏமாற்றத்தைத் தந்தது. அதிலிருந்த பல கதைகள் நன்றாக இருந்தாலும் எளிமையான கதைகளாக இருந்ததாலேயே என்னை அதிகம் கவரவில்லை. அந்தத் தொகுதி எனக்குத் தந்த அதிருப்தியைத் தெரிவித்து சு.ராவுக்கு உடனடியாக ஒரு கடிதமும் எழுதினேன். ஒரு வாசகனாக என் பழைய கதைகளைப் படித்தால் நானும் அப்படித்தான் உணர்வேன் என்று அவர் எனக்கு எழுதியிருந்த பதில் எனக்கு மிகுந்த சந்தோஷத்தைக் கொடுத்தது இப்போதும் நினைவிருக்கிறது.

1951 முதல் எழுதிக்கொண்டிருக்கும் சு.ரா., 1966 முதல் 1973 வரை எதுவும் எழுதாமல் இருந்தார். இந்தக் காலகட்டத்தை மௌனத் தவம் என்றெல்லாம் சிலர் சொல்வதை சு.ரா. அங்கீகரிக்கவில்லை. ஆனால் இந்த இடைவெளிக்குப் பிறகு அவர் எழுதிய கதைகளுக்கும் அதற்கு முன் எழுதிய கதைகளுக்கும் சொல்லப்படும் விஷயம் சார்ந்தும் விதம் சார்ந்தும் வெளிப்படையான வித்தியாசங்கள் அழுத்தமாக இருக்கின்றன. என்னைப் பொருத்தவரையில் இடைவெளிக்குப் பிறகு எழுதிய கதைகளே என்னை அதிகம் கவர்ந்தவை. ஆனால் சில ஆண்டுகள் கழித்து அவரது 'எளிமையான' கதைகள் பற்றிய என் எண்ணத்தை மாற்றிக்கொள்ள வேண்டிய அவசியம் ஏற்பட்டது. சு.ராவின் சிறுகதைகள் 1991இல் மொத்தத் தொகுப்பாக (க்ரியா வெளியீடு) வெளியானதும் எல்லாக் கதைகளையும் படித்தேன். அப்போதும் அவரது பிற்காலக் கதைகள் என்னை மிகவும் கவர்ந்தாலும் ஆரம்பகாலக் கதைகளில் நான் முன்பு உணராத நுட்பங்களையும் ஆழங்களையும் உணர முடிந்தது. என்றாலும் தீவிரமும் இறுக்கமும் கவித்துவமும் ஓரளவேனும் இருண்மையும் (அல்லது பூடகத்தன்மையும்) கொண்ட பிற்காலக் கதைகளே என் மனதிற்கு மிகவும் நெருக்கமாக இருந்தன. நேரடியாகப் பேசும் தன்மை கொண்ட எளிய கதைகளின்பால் அன்றைய சிறு பத்திரிகைச் சூழலில் ஏற்படுத்தப்பட்டிருந்த அலட்சிய பாவம் என் மேல் செலுத்தியிருந்த தாக்கமும் அதற்கு ஒரு காரணமாக இருந்திருக்க வேண்டும் என்று இப்போது தோன்றுகிறது. 'எளிமையான கதைகள் அவ்வளவு நல்ல கதைகள் அல்ல என்று நீங்கள் நினைப்பதாகத் தெரிகிறது. அது சரியல்ல' என்று நண்பர் ஜெயமோகன் ஒரு உரையாடலின்போது என்னிடம் கூறினார். அந்த வார்த்தைகள் என்னை மிகவும் யோசிக்க வைத்தன.

அதன் பிறகு திறந்த மனத்துடன் சு.ராவின் ஆரம்பகாலக் கதைகள் உள்பட பல எழுத்தாளர்களின் எளிய கதைகள் பலவற்றை மிகுந்த கவனத்துடன் வாசிக்க ஆரம்பித்தேன். எளிமையான கதைகளில் பல, எளிமையான தோற்றம் கொண்டவையே தவிர உண்மையில் எளிமையான கதைகள் அல்ல என்பது மெதுவாகப் புரிய ஆரம்பித்தது. மகாபாரதக் கதைகளிலிருந்து டால்ஸ்டாய் கதைகள் வரை பல உன்னதமான, ஆழமான கதைகள் எளிய தோற்றத்துடன் எழுதப்பட்டிருப்பதை நினைவுகூர்ந்து எளிமையான கதைகளை மறுவாசிப்புக்கு உட்படுத்த முடிந்தது. பார்க்கப்போனால் எளிமை என்பதும் சிக்கல் என்பதும் ஒப்பீட்டளவிலேயே அவ்வாறு தோற்றம் கொள்கின்றன என்றும் இவை மிகுதியும் உருவம் சார்ந்த பாகுபாடு என்றும் தோன்றுகிறது. வாசிப்பில் அதிகத் தேர்ச்சி இல்லாத ஒருவருக்குச் சிக்கலாகத் தோன்றும் ஒரு கதை, தேர்ச்சி

உள்ள ஒரு வாசகருக்கு எளிய தோற்றம் தரலாம். உண்மையில் ஒரு நல்ல கதை இந்தப் பாகுபாடுகளைக் கடந்து நிற்கும் என்றே தோன்றுகிறது. டால்ஸ்டாயின் அன்னா கரேனினா எளிதாக வாசித்துவிடக்கூடிய கதைதான். ஆனால் அதே சமயத்தில் அது பன்முகப் பரிமாணங்களும் ஆழமும் தீவிரமும் இல்லாத கதையல்ல. இந்தப் பார்வையின் பின்னணியில் தான் 1951 முதல் 1966 வரையிலுமான கு.ரா. கதைகளிலிருந்து என் ரசனை சார்ந்து சில கதைகளைத் தேர்ந்தெடுத்துத் தருமாறு நண்பர் கண்ணன் கேட்டுக்கொண்டபோது மகிழ்ச்சியுடன் அந்தப் பொறுப்பை ஏற்றுக்கொண்டேன்.

இந்தத் தொகுப்பிலுள்ள கதைகள் வாசிக்க எளிமையானவை. அதே சமயம் கூர்மையும் நுட்பமும் கொண்டவை. தீவிரத்தன்மையை இழக்காமலேயே சுவாரஸ்யமான வாசிப்பு அனுபவத்தை சாத்தியமாக்கக் கூடியவை. ஆரம்ப நிலையில் உள்ள வாசகர் முதல் தேர்ந்த வாசகர்கள்வரை அனைவரையும் கவரக்கூடிய கதைகள். புதிதாகக் கதைகள் படிக்க ஆரம்பிக்கும் ஒரு இளம் வாசகருக்கு நான் புதுமைப்பித்தனின் ஒரு நாள் கழிந்தது, அசோகமித்திரனின் புலிக்கலைஞன், கு.ராவின் பிரசாதம், ஆதவனின் ஓட்டம் போன்ற கதைகளைக் கொடுப்பதுண்டு. இந்தத் தொகுப்பு முழுவதிலும் அது போன்ற – சிறந்த, அதே சமயம் எளிமையான – கதைகள் உள்ளன என்று நான் துணிந்து கூற முடியும். சொல்லப்பட்ட வரிகளுக்குள் ஒளிந்திருக்கும் சொல்லப்படாத வரிகள், அந்த வரிகளை சாத்தியமாக்கும் நுட்பமான எழுத்து, படைப்புக்குள் உள்ளார்ந்து நிற்கும் தீர்க்கமும் தீவிரமும் கொண்ட பார்வை, வாழ்வு குறித்த விசாரணை, தேடலின் தீவிரத்தில் தன்னைக் கரைத்துக்கொள்ளும் தன்மை போன்ற அம்சங்கள் ஒரு நல்ல படைப்புக்கு இருக்க வேண்டிய முக்கிய அம்சங்கள் என்று அனுமானித்துக்கொண்டோமென்றால் எளிய தோற்றம் கொண்ட கதைகளும் சிறந்த கதைகளாக இருக்க முடியும் என்ற முடிவுக்கு நாம் வர முடியும். இந்தப் பார்வையின் அடிப்படையில்தான் இந்தத் தொகுப்பிலுள்ள கதைகள் தேர்வு செய்யப்பட்டிருக்கின்றன.

எளிமையான தோற்றம் கொண்ட நல்ல கதைகள் என்பதுதான் இந்தக் கதைகளின் தேர்வுக்குப் பொதுவான அடிப்படை என்றாலும் வாசிப்பின் பல தரப்பட்ட அனுபவ சாத்தியங்களை மனத்தில் கொண்டு சில கதைகள் விஷயத்தில் இந்த அளவுகோல் சற்றே நெகிழ்த்தப்பட்டிருக்கிறது. உதாரணமாக செங்கமலமும் ஒரு சோப்பும் என்ற கதை என் பார்வையில் அவ்வளவு சிறப்பான கதை அல்ல என்றாலும் அதில் இழையோடும் நகைச்சுவைக்காக அதைச் சேர்த்திருக்கிறேன். லவ்வு, கிடாரி போன்றவையும்

இதுபோலவே 'சிறந்த' என்பதற்கான என் அளவுகோலுக்கு அப்பாற்பட்டவையாக இருந்தாலும் வித்தியாசமான வாசிப்பு அனுபவம் சார்ந்த காரணங்களுக்காக, சேர்க்கப்பட்டிருக்கின்றன.

தோற்றம் சார்ந்து இதிலுள்ள கதைகளை ஒரே விதமானவை என்று பொதுவாக வகைப்படுத்தலாம் என்றாலும் பொதுவான போக்கிலிருந்து வேறுபடும் கதைகளும் இதில் உள்ளன. 'மௌனத்திற்குப்' பிறகு அவரது கதைகளின் களமும் மொழியும் பெருமளவில் மாறியிருப்பதைத் தெளிவாகவே உணர முடிகிறது. ஆனால் அதற்கு முன்பே இந்த மாற்றத்திற்கான கூறுகள் தெரிய ஆரம்பித்துவிட்டன. இந்தத் தொகுப்பிலுள்ள தயக்கம், முட்டைக்காரி, இல்லாத ஒன்று ஆகிய கதைகள் பின்னால் அவரிடத்தில் ஏற்பட்ட மாற்றத்திற்கான ஆரம்பகட்ட அடையாளங் களைக் கொண்டிருக்கின்றன. அது போலவே, 'மௌனத்திற்கு' முந்தைய காலகட்டத்துக் கதைகளின் சாயல்கொண்ட விகாசம், நாடார் சார், பக்கத்தில் வந்த அப்பா போன்ற சில கதைகள் 'மௌனத்திற்குப்' பின்னால் எழுதப்பட்டவை. சு.ரா. எந்தப் போக்கினோடும் ஆணி அடித்ததுபோல ஒட்டிக்கொள்பவர் அல்ல என்பதையே இந்தக் கதைகள் காட்டுகின்றன. சிறந்த கதை என்பது தோற்றத்தில் காணப்படும் எளிமை அல்லது சிக்கல் ஆகியவற்றைச் சார்ந்ததல்ல என்பதையும் உணர்த்துகின்றன.

சித்திரிப்பின் துல்லியம், பூவின் இதழ் விரிவது போல் கதை இயல்பாக வெளிப்படும் போக்கு, நுட்பமான அவதானிப்புகள், குரலை உயர்த்தாத தொனி, கூர்மையும் ரசனையும் கொண்ட மொழி, சொல்லி உணர்த்துவதைக் காட்டிலும் சொல்லாமலேயே உணர்த்துவதற்கான பார்வையும் திறமையும், வாழ்வு மற்றும் வாழ்தல் குறித்த அடிப்படையான கேள்விகள் சார்ந்த விசாரணையைத் தூண்டிவிடும் தன்மை, சிறுகதை இலக்கணத்திற்கு உதாரணமாகக் கூறத்தக்க உருவ அமைதி, எல்லாவற்றுக்கும் மேலாக, சுவையான வாசிப்பை சாத்தியமாக்கும் கூறல் முறை ஆகிய அம்சங்கள் இந்தக் கதைகளில் இருப்பதாக நான் நம்புகிறேன். இந்த அம்சங்கள்தான் தொடர்ந்து கதைகள் எழுதப்படவும் வாசிக்கப்படவும் முக்கியக் காரணங்களாக அமைகின்றன என்றும் நம்புகிறேன்.

இந்த நம்பிக்கைதான் இந்தக் கதைகளின் தேர்வுக்கு அடிப்படை.

25.02.02 **அரவிந்தன்**
சென்னை

கோவில் காளையும் உழவு மாடும்

அன்னக் காவடியிலுள்ள மணி இன்ப ஓசையை எழுப்பிக்கொண்டிருந்தது. அந்தச் சமயத்தில் மணியோசை கேட்டால், வைரவன் பண்டாரம் அன்றைய அலுவல் முடிந்து மாடன் கோயிலுக்குத் திரும்பிக்கொண்டிருக்கிறான் என்று அர்த்தம். ஒற்றையடிப் பாதை வழியே பண்டாரம் வேகமாக நடந்துகொண்டிருந்தான். இருள்தான் என்றாலும் அவன் கால்களுக்கு மேடு பள்ளம் தெரியும். பழக்கப்பட்ட பாதை. வில்லுப்பாட்டி லுள்ள சில அடிகள் சிதைந்து குற்றுயிராய் வாயிலிருந்து தப்பியோடிக்கொண்டிருந்தன.

அந்த ஒற்றையடிப் பாதை வழியே போனால் மாடன் கோயில் வாசலில் கொண்டுபோய் விடும். பழைய கோவில்தான். மாடனுக்கு மாஜிப் பெருமைகள் நிறைய உண்டு. வைரவன் பண்டாரத்தின் தியாக புத்தியில் ஏதோ விளக்கு மட்டும் எரிகிறது. சுவர்கள் இடிந்து கரைந்து, பழையபடி குரங்காக எண்ணும் மனிதனைப் போல் மண்ணில் கலந்து ஐக்கியமாகிக் கொண்டிருந்தது. வலது பக்கத்தில் காலம் காலமாக நின்றுகொண்டிருந்த கல்தூண் இப்பொழுது படுத்து இளைப்பாறுகிறது. கோவிலைச் சுற்றி எங்கே பார்த்தாலும் வெள்ளெருக்கும் புல்பூண்டும் காடாய் வளர்ந்து கிடக்கிறது. தரையில் கால் வைத்தால் நெருஞ்சிமுள் அப்பிவிடும். இப்பொழுதும் சகல சக்திகளும் கொண்ட மாடனுக்கு வெயில் அடித்தால்

காய வேண்டாம்; மழை பெய்தால் நனைய வேண்டாம். இந்தக் குறைந்தபட்ச சௌகரியத்தில் ஆசை வைத்துத்தான் வைரவன் பண்டாரமும் மாடன் கழுத்தைக் கட்டிக்கொண்டான்.

இப்பொழுது இரண்டு பேருமே அனாதைகள். இரண்டு பேருமே சக்தி வாய்ந்தவர்கள்.

மாடன் சன்னிதானத்துக்கு முன்னால் இரண்டடி உயரமுள்ள குச்சியில் ஒரு பெட்டி உட்கார்ந்திருக்கிறது. அதற்குள்ளே மாடனுக்குச் சொந்தமானதும் வைரவன் பண்டாரத்திற்கு அனுபவ பாத்தியதையும் கொண்ட 'சேமிப்பு நிதி' அடக்கம். கோவில் கற்படியில் பெண் நாயொன்று மயங்கியபடி கனவு கண்டுகொண்டிருந்தது.

திடீரென்று நாய் எழுந்து நின்று குரைத்தது. வாசலில் வைரவன் பண்டாரம் நிற்பது நட்சத்திர ஒளியில் நிழல்படம் மாதிரித் தெரிகிறது. என்ன கம்பீரமான தோற்றம்! ராஜ களை. நல்ல மேனி வளப்பம். மகான்களுக்கே உரித்தான தாடி. நெற்றி, மார்பு, புஜங்களில் விபூதிப் பட்டை. சந்தனப் பொட்டு. அதற்கு மேல் குங்குமம். வேஷ்டியின் மேல் ஒரு காவித்துண்டை வரிந்து கட்டியிருக்கிறான். தோள்மேல் சம நிறையிலுள்ள தராசுக் கம்பி மாதிரி அன்னக்காவடி லேசாக ஆடிக்கொண்டிருக்கிறது.

பண்டாரம் வாசற் கதவை அலாக்காகத் தூக்கி, உள்ளே நுழைந்து மீண்டும் கதவைச் சாய்த்து வைத்தான். சுறுசுறுப்பாக வேலையை ஆரம்பித்தான். தினசரி நடைபெறுகிற வேலை. எனவே, முடுக்கிவிட்ட யந்திரம்தான். கைவைத்த இடத்தில் சாமான் இருக்கிறது. அடுப்பை மூட்டினான். சமையல் மும்முரமாக நடந்தது.

சோற்றை வடித்து வைத்தான். குழம்பு அடுப்பில் தாளம் தப்பாமல் கொதித்துக்கொண்டிருந்தது. நாய் எழுந்து உடம்பை விகாரமாக நீட்டி முதுகை வளைத்துச் சோம்பல் முறித்தது. 'ஹிஸ் மாஸ்டர்ஸ்' நாய் மாதிரி உட்கார்ந்து குழம்பின் வாசனையை ரசித்துக்கொண்டிருந்தது. பண்டாரம் சிரட்டை அகப்பையில் எடுத்து ஊதி ஒரு சொட்டு நாக்கில் விட்டுப் பார்த்தான். கண்ணை மூடிக்கொண்டு ருசியை மூளைக்கு அனுப்பினான். இரண்டு உப்புக்கல்லை எடுத்துக் குழம்பில் போட்டு மீண்டும் கிளறினான்.

நாய் திரும்பி நின்று வாசலைப் பார்த்துக் குரைத்தது. பண்டாரம் திரும்பிப் பார்த்தான். வாசலில் யாரோ நிற்பது தெரிந்தது. "யாரு?" என்றான்.

வந்த மனிதனுக்கு வாசலின் விசேடச் சூத்திரம் தெரியாது. அவன் கதவைத் தள்ளினான். கதவு படீரென்று கீழே விழுந்தது.

ஒரு கிழ உருவம் மண்வெட்டியும் கையுமாக உள்ளே வந்தது. பண்டாரம் கிழவனைக் கூர்ந்து கவனித்தான்.

கருவாடு மாதிரி உடம்பு. லாபத் தேவதைக்கு சத்தைக் காணிக்கை கொடுத்து மிஞ்சிய சக்கை. முழங்காலில் நரம்பு முடிச்சுமுடிச்சாய்ப் புடைத்துக்கொண்டிருந்தது. சிகை காடாய் வளர்ந்து கிடந்தது. அரையில் அழுக்குத் துண்டு. காது கொஞ்சம் மந்தம்தான். அந்தக் 'களை' முகத்தில் தெரிந்தது.

"தொலை தூரத்திலிருந்து நடையிலேயே வாறேன். ராத்திரி தலை சாய்க்கணும்."

"எழவு இங்கே வந்து ஏறிடுத்தே" என்று பண்டாரம் முணுமுணுத்தான். கிழவன் அடுப்பு எரிவதைப் பார்த்துக் கொண்டிருந்தான். முகத்தில் செம்மை படர்ந்தது.

"எந்தூரு?"

"பனைவிளை."

"எங்கே போறே?"

"பேரா . . .?"

"எங்கே போறேன்னு . . ."

"நானா? நான் எங்கே போறேன்னு யாருக்குத் தெரியும்? போக்கத்துப் போறேன்." மேலே கையைக் காட்டியபடி, "எல்லாம் அவனுக்குத்தான் வெளிச்சம்" என்று சொல்லிவிட்டுச் சிரித்தான். கண்ணீருக்குப் பதில் வருமே, அந்தச் சிரிப்பு.

அன்று சமையல் முடிந்ததும், பண்டாரம் கிழவனுக்கும் சோறு போட்டான்.

நாய் ஏமாற்றத்தில் பிரலாபித்துக்கொண்டிருந்தது.

"கிழவன் ஒரு பருக்கையில்லாம வளிச்சிட்டான். சீ, போ!" நாயின் வயிற்றில் எட்டி மிதித்தான் பண்டாரம். நாய் வேதனை தாங்காமல் அழுதது.

"வயத்திலே மிதிக்காதே. அது கொளந்தெ உண்டாயிருக்கு" என்றான் கிழவன்.

"பொல்லாத கிழவன்!" என்றான் பண்டாரம்.

பண்டாரம் மாடக்குழியிலிருந்து சுருட்டை எடுத்து பற்றவைத்தான். வாயிலிருந்து மேகம் மேகமாகப் புகை வெளியேறிக்கொண்டிருந்தது.

கிழவன் தரையைத் தட்டிவிட்டுப் படுத்தான். மறுகணம் தூங்கி விட்டான்.

பண்டாரம் விடியற்காலையில் எழுந்தபொழுது கிழவன் எழுந்திருக்கவில்லை. "கட்டைக்கு நல்ல அலுப்பு" என்று சொல்லிக் கொண்டான்.

என்றுமே காலையில் பண்டாரம் ரொம்ப மும்முரமாகத்தான் இருப்பான். இருட்டு நீங்குவதற்கு முன்னால் பக்கத்துக் குளத்தில் போய் விழுந்துவிட்டு வருவான். சிகையைச் சிக்கெடுத்து மேலே கோதிவிடுவான். சந்தனம் அரைப்பான். மேக்கப் முடியக் குறைந்தது ஒருமணி நேரமாகும். அன்னக்காவடிச் செம்பையும் மணிகளையும் பளபளவென்று துடைத்துவிட்டு வெளியே கிளம்புகிறபொழுது சூரியோதயமாகிவிடும். சந்துத் திருப்பத்தி லுள்ள முஸ்லீம் ஹோட்டலில் ஸ்ட்ராங் டீ வாங்கிக் குடித்துவிட்டு நடையைக் கட்டுவான்.

அதோடு அன்றைய அலுவல் ஆரம்பமாகிவிடும்!

அன்று பொழுதோடு பண்டாரம் திரும்பிவிட்டான். அவனுக்கு அன்று நல்ல வசூல். கோவிலுக்குள் நுழைந்ததும் ஆச்சரியத்தில் ஸ்தம்பித்துப் போனான். கோவிலைச் சுற்றிப் புல்பூண்டு இல்லை. துப்புரவாக இருந்தது.

கிழவன் ஈர்க்குச்சியால் பல்லைக் குத்தியபடி ஒன்றுமே அறியாதவன் போல் உட்கார்ந்துகொண்டிருந்தான். வாயைத் திறக்கவில்லை. பண்டாரமும் தானாக விசாரிக்கக்கூடாதென்று எண்ணினான். ஆனால் வாயை அடக்க முடியவில்லை.

"என்ன கிழவனாரே, கையும் காலும் எதைச் செய்வோம்னு துருதுருன்னு வருதோ?"

கிழவன் சிரித்தான்.

"சும்மா எவ்வளவு நேரம்தான் சோம்பிக்கிட்டு இருக்க முடியும் சொல்லு. சூம்படைஞ்சு போச்சு. கொஞ்சம் அங்னே இங்னே லாந்திக்கிட்டிருந்தேன். பெறவு, வேலையை ஆரம்பிச்சேன் பாரு. என் மம்மட்டி பளசு, கௌடு தட்டிப் போச்சு. இல்லை யின்னா இன்னும் துப்புரவா வேலை செய்யலாம்."

பண்டாரம் எண்ணெய் ஸ்நானம் செய்கிற நாளை சனிக்கிழமை என்று எல்லோரும் சொல்வார்கள். அன்று அவன் வெளியே செல்லவில்லை. கௌபீனத்தை மட்டும் கட்டியபடி எண்ணெய் தேய்த்துக்கொண்டிருந்தான். திரும்பத்திரும்ப உடம்பை உருவி உருவித் தேய்த்தான். பிடரியை எண்ணெய் போட்டுப் புரட்டினான். தொடையைத் தட்டிவிட்டுக்கொண்டான். முழங்கால் குதிரைச் சதையைப் பிசைந்துவிட்டான்.

கிழவன் சிறிது மண்ணை அள்ளி அதை ஊதி, பொடி மணலைக் கற்படியில் போட்டு, கத்தி தீட்ட ஆரம்பித்தான். பண்டாரத்தின் முகத்தைப் பாராமலே பேசிக்கொண்டிருந்தான்.

“நாங்க, எங்கப்பன், பாட்டன், பூட்டன் காலத்திலிருந்தே பனையேறிக. கையைப் பாரு, குத்தினா கத்தி எறங்காது. நம்ப வட்டாரத்திலே ஐயா பேரு சொல்லிக் கேட்டாத் தெரியும். பனை எங்கிட்ட பேசும். விடிய விடிய சளைக்காமே ஏறி இறங்குவேன். ஆனா பாரு, போனவருஷம் அநியாயமா சூலைலெ படுக்கையிலெ உளுந்திட்டேன். மண்டைக்காடுக் கொடை நடக்கிற சமயமெல்லாம் ஐயா படுக்கேலெ கெடக்காரு. இப்போ வாசியாயிடுத்து. இருந்தாலும் இப்பம் பனை ஏறக் களியலெ. தெம்பு இத்துப் போச்சு. ஆனா இண்ணைக்கும் ஐயா மண்லெ சொகமா வேலை செய்வாரு. ஆனா யாரு வேலைக்குக் கூப்பிடுதா?”

கத்தி முனையில் லேசாக விரலையோட்டிக் கூர்மை பார்த்தான் கிழவன். பண்டாரம் கொப்பூழில் எண்ணெயை விட்டுக் குடைந்துகொண்டிருந்தான்.

கிழவன் தொடர்ந்து பேசினான் :

“நான் கொளந்த குட்டிக பெத்து சமுசாரியா வளர்ந்தவன். சவுகரியமா, ராஜா கணக்கா இருந்தேன். எப்பமும் எட்டணா சில்லறை முந்தியிலே குலுங்கிக்கிட்டுக் கெடக்கும். அண்ணண்ணாடம் வடிச்சுச் சாப்பிடுவேன். ஆமா, என் பொஞ்சாதி, மாராசி. அவ தங்கம். பத்தரை மாத்துத் தங்கம். சும்மா சொல்லப்படாது. பாக்கியவாட்டியெ நெனச்சாலே சோறு கிடைக்கும். மொகம் சுளிக்கமாட்டா. நான் சூலை வந்து உளுந்ததும் கைப்புள்ளே கணக்கா என்னைப் பாத்தா. அவளுக்குச் சாக்கோட்டி வந்தா நான் பொறுக்க மாட்டேன். திடீர்னு ஒருநா மண்டையைப் போட்டுட்டா.”

சிறிதுநேரம் கிழவன் மௌனம் சாதித்தான். திடீரென்று உரத்த குரலில் உணர்ச்சி பொங்க, “சண்டாளி! நான் திண்டாடணும்னு தானே தன்னந் தனியாத் தவிக்க விட்டுப் போட்டுப் போயிட்டே! என்ன பாடு படுதேன்னு ஒனக்குத் தெரியுமா? கடவுளுக்குத்தான் பொறுக்குமா?” என்றான்.

கண்களில் நீர் துளிர்த்துவிட்டது.

பண்டாரம் பாதி வாயைத் திறந்தபடி தன்னை மறந்து, தொலைவில் நடந்துகொண்டிருந்த கோழிகளின் கூட்டுக்களியைப் பார்த்துக்கொண்டிருந்தான்.

கிழவன் உதட்டைக் குவித்து, கத்தியை லேசாக உதட்டில் அழுத்திக் கூர்மை பார்த்தான்.

"நமக்குப் புள்ளைக ஒண்ணும் கூறில்லை. நமனா வந்து பொறந்திருக்கு. ஒரு பய பனையிலேருந்து வுளுந்து செத்தேபோனான். இன்னொரு பய பெரிய சம்புலிங்கம். பய ஒரு அவிசாரியைக் கூட்டி வச்சுக்கிட்டிருக்கான். அவனெ நெனச்சா எரியுது. தாய்க்காரி செத்ததும், பய எங்கிருந்தோ வந்து சாடிட்டான். அவ காதிலே ஒரு பாம்படம் கெடந்தது பாத்துக்க. அதெக் களத்த முடியலெ. எக்கச்சக்கமா சிக்கிக்கிட்டது. இந்தத் துரோகிப் பய, சண்டாளப் பயலுக்குப் பொறந்த பய, நாய்க்கு . . . நான் சொல்லலெ . . . சாமிக்கு முன்னாலெ சொல்லப்படாது . . . காதெ அறுத்து அதை எடுக்கணும்னு 'ப்ளான்' போட்டுட்டான். இது தெரிஞ்சுது எனக்கு. அந்தாலெ எனக்கு மூதேவி வந்துடுத்து. அரிவாளை வீசிக்கிட்டுப் போனேன். லேய், அவகாதெத் தொட்டியோ, என் ஐயாவாணெ, துண்டு துண்டாக் கொத்திப் போட்டுடுவேன். வெம்பா செத்துப் போகாதே அப்பிடீன்னேன். பய பயந்து, மறுநா நைஸா பம்மிட்டான்."

பண்டாரம் சூள்கொட்டிவிட்டு, குளிக்கப் புறப்பட்டான்.

"பாரு, எனக்கு நாதியில்லெ. வேறெ யெல்ப்புக்கு ஆளில்லை. இருபது வருஷம் பனைவிளை பெரிய நாடார் பனைகளிலெ ஏறிஏறி எறங்கினேன். இண்ணைக்குச் சீவனில்லேனு தெரிஞ்சுதும் திரும்பிக்கூடப் பாக்கமாட்டேங்காரு. நானும் அவரிட்டெ அளாத வண்ணம் அளுதாச்சு. காலணாத் தர முடியாதுன்னு கண்டிஸனா சொல்லிப் போட்டாரு."

பண்டாரம் குளிக்கப் போனான். கிழவன் மண்வெட்டியை எடுத்துக்கொண்டு புறப்பட்டான்.

"கொஞ்சம் வெளியிலெ லாந்திட்டு வாறேன்" என்றான்.

பண்டாரம் கடைத்தெருவில் ஒரு நோட்டு வாங்கி, பள்ளி மாணவனொருவனைக்கொண்டு ஒரு விண்ணப்பம் எழுதச் சொன்னான். "மாடன் கோவில் கொடை வருது. எல்லா வருஷம்போல் இந்த வருஷமும் சிறப்பாகக் கொண்டாட வேணும். பெரிய மனுசாள் உதவி பண்ண வேணும்."

இரவு ஒரு மூட்டைச் சாமானோடு பண்டாரம் கோவிலுக்குத் திரும்பினான். பலசரக்கு, அலங்கார சாமான்கள், வேஷ்டி, துண்டு. . .

அன்று சமையல் வெகு விசேஷம். பிரியாணி வைத்தான். மீன் சாப்பிட்டு ரொம்ப நாட்கள் ஓடிவிட்டது. அன்று அருமையான

சாளைமீன் வாங்கிக்கொண்டு வந்திருந்தான். ஒரு அடுப்பில் இறைச்சி வெந்துகொண்டிருந்தது. மசாலையின் வாசனை கமகமவென்று வீசிக்கொண்டிருந்தது.

கிழவன் அன்று வெகுநேரம் பிந்தி வந்தான்.

“என்ன இண்ணைக்கு இவ்வளவு நாளி ?”

“வெசயம் இருக்கு.”

பண்டாரம் திரும்பிப் பார்த்தான். கிழவன் ஈரத்துண்டைப் பிழிந்துகொண்டிருந்தான்.

“என்ன, இப்பொத்தான் முளுகினயோ ? பாதி ராத்திரி!”

“எனக்கு இப்பொத்தான் சவுகரியம் பாத்துக்க. உடுமாத்துக்கு வேட்டியில்லெ. இருட்டில குளிச்சா, படித்துறையிலே ஒக்காந்து சொகமா வேட்டியே காயவச்சுக் கட்டிக்கிட்டு வரலாம்.”

இருவரும் சாப்பிட அமர்ந்தனர்.

“மீன்குழம்பு ரொம்ப பிரமாதம். ஆஹா, ரொம்ப ஜோர்.” என்று சொல்லியவாறே பண்டாரம் சமத்காரமாகச் சாப்பிட்டான். கிழவனும் பசியைத் தணித்துக்கொண்டான்.

அன்றும் நாய் ஏமாந்தது.

“ஆமா, இண்ணைக்கு எங்கே போயிருந்தே, மம்மட்டியையும் தூக்கிக்கிட்டு ?”

“இண்ணைக்கு நெடுக வடக்கே பாத்து வண்டியை வுட்டேன். நம்ம மாந்தோப்பிலிருந்து தெக்கே மலையைப் பாத்து ஒரு பாதை போகுது பாரு, அங்னெ ஒரு எடத்திலே ஐயா வேலை ஆரம்பிச்சிருக்காரு.”

“ஐயா என்ன வேலை ஆரம்பிச்சிருக்காரோ ?”

“பாரு, அந்தப் பாதையிலே வண்டித்தடம் கெடக்கு. குடிசனங்க நடமாட்டமுள்ள எடமாத் தெரியுது. அடிக்கடி பார வண்டியும் போகுது. வில் வண்டியும் போகுது, சைக்கிளு வண்டியும் போகுது. பக்கத்து மலையிலே ஆணும் பெண்ணும் குஞ்சும் குளுவானுமா கல் ஒடைக்குது. என்ன, கேக்கியா ?”

“ம் . . .”

“நானும் சுத்திப் பார்த்தேன். ரோசிச்சு ரோசிச்சுப் பார்த்தேன். சரி அப்டினு வேலையைத் தோக்கிட்டேன். ரெண்டாவது மைல் கல்லுக்கிட்டே ஒரு ஆலமரம் கிளை வீசி நிக்குது பாரு, அங்கேயே தான் . . .”

“என்ன வேலைன்னு சொல்லு, கதை அளக்காமெ.”

“சரியாப் போச்சு. கதையா அளக்கேன்? சம்சாரமில்லா பேசுதேன். பாரு, அந்தச் சுத்து வட்டாரத்திலெ ரெண்டு மைலுக்கு ஒரு கிணறு இல்லை. தண்ணியில்லாக் காடு. மலையிலெ வேலை செய்யுற பொம்புளைங்களெல்லாம் ரெண்டு மைல் தொலையிலேருந்து தண்ணி கொண்டாருதெப் பாத்தா பாவமாயிருக்கு. இண்ணைக்கு ஒரு பொம்புளை தண்ணியெப் பூராவும் குடிச்சிட்டியே, பாவிப் பயலே அப்படீன்னு வைதுகிட்டுக் கொளந்தயெப் போட்டு அடி அடீன்னு அடிச்சா பாரு, எனக்கு மனசு நொடிஞ்சுபோயிட்டு. நீதான் சொல்லு, தண்ணியில்லாம ஒரு நாளி களியுமா?”

பண்டாரம் சுருட்டை எடுத்துப் புகைத்தான்.

கிழவன் மண்ணிலிருந்து ஒரு சிப்பியை எடுத்து, காலைச் சொறிந்துகொண்டான். காலில் வெள்ளைக் கோடுகள் விழுந்தன.

“எப்படியும் அங்னெ ஒரு கிணறு தோண்டணும் . . . ஆமா.”

“ஓஹோ” என்றான் பண்டாரம் கேலியாக.

மறுநாள் காலையில் தான் புதிதாக வாங்கிக்கொண்டு வந்திருந்த வேஷ்டியைப் பண்டாரம் கட்டிக்கொண்டான். பண்டாரத்தின் பழைய வேஷ்டியைக் கிழவன் எடுத்துக் கொண்டான். பண்டாரத்திடம் தயங்கித் தயங்கி இரண்டணா வாங்கிக்கொண்டு போய் சவரம் பண்ணிக்கொண்டு வந்தான்.

“ஏய் கிழவா, துட்டுக்கு மாச்சப்பட்டுத் தலையை மழுங்கச் செரச்சிட்டியே.”

“இனிமே ரெண்டு மாசத்துக்குக் கவலை இல்லை.” கிழவன் மண்டையைத் தடவிவிட்டுக்கொண்டான்.

“மம்மதக் கொரங்காட்டாம் இருக்கு!” என்றான் பண்டாரம்.

ஒவ்வொரு நாளும் கிழவன் தவறாமல் வேலைக்குச் சென்றான். பகல் முழுவதும் வெயிலில் கடினமான உழைப்பு. இரவு மட்டும் ஒருவேளைச் சாப்பாடு.

கிழவனுக்கு இப்பொழுது எந்த நேரமும் ஒரே சிந்தனை. எப்படியும் கிணற்றைத் தோண்டிவிட வேண்டும்.

அதே சிந்தனை. அதே பேச்சு. அதே வேலை.

“இண்ணைக்குக் கிட்டத்தட்ட ஓரடி தோண்டிப் போட்டேன், ஆமா!”

“மேலாக மண்ணு புலுபுலுனு இருக்கும். போகப்போக, குறுக்கு அத்துப்போகும். கரிசல் காடாக்கும். இருந்தாலும் கிழவன்

தோண்டிப் புடுவான். உயிர் கெடந்ததுன்னா தண்ணியைப் பாத்துடுவான்."

"ஒனக்கு வேறே சோலியில்லே? வயசு காலத்துலே சும்மா கெடந்து களியாமே ... ஒன்னாலே கிணறு தோண்டக் களியுமா? அட பயித்தியாரக் கெளவா!"

"பொறு பொறு, போகப் போகத் தெரியும்."

நாட்கள் யாருக்காக நிற்கும்?

ஒவ்வொரு நாளும் கிழவன் தன்னுடைய கிழட்டு மண் வெட்டியைப் பழுதுபார்த்தவாறே சுயவேலையைப் பற்றிப் பேசிக்கொண்டிருந்தான்.

"இப்பம் பாரு, மம்மட்டி மண்லே லேசா புடிக்க மாட்டேங்குது. ஒரு மாதிரி செவப்பு மண் வருது. மம்மட்டியே அலாக்காகத் தூக்கித் தள்ளுது, பாத்துக்க."

"தள்ளும் தள்ளும், கையிலே வலுவில்லேன்னா தூக்கித் தள்ளத் தானே செய்யும்."

"பண்டாரம், இன்னா பாரு. ஒரு மாதிரி எடக்குப் பேச்செல்லாம் எங்கிட்டே வச்சுக்கிடாதே. பொடி வச்சுப் பேசுறதெல்லாம் எனக்கு வள்ளிசாப் புடிக்காது. இந்த உடம்பு வைரம்டா, வைரம். பழைய மண்ணாக்கும்." கிழவன் வலது கையால் இடது தோள்பட்டையில் தட்டிக்கொண்டான்.

பண்டாரத்திற்குக் கிழவனுடைய பேச்சு அலுத்து விட்டது. கிழவன் வாய் ஓயாமல் கிணற்று வேலையைப் பற்றியே பேசிக்கொண்டிருந்தான்.

அன்று காலை நல்ல மழை.

பண்டாரம் வேஷ்டியை அவிழ்த்து முகத்தையும் மூடிப்போர்த்தியபடி தூங்கிக்கொண்டிருந்தான்.

கிழவன் வழக்கம்போல் எழுந்திருந்து செங்கற்பொடியால் பல்லை விளக்கினான்.

மழை விடாது பெய்துகொண்டிருந்தது.

"குழியிலே தண்ணி தேங்கிட்டா வேலை முடங்கிப் போயிடுமே" என்று முணுமுணுத்தான் கிழவன். நிலை கொள்ளாமல் குமைந்தான். தலையை நீட்டி, வானத்தைப் பார்த்தான். ஏதோ தனக்குத்தானே சொல்லிக்கொண்டான்.

மழை சற்று ஓய்ந்தது.

பண்டாரம் லேசாகக் கண்ணைத் திறந்து பார்த்தான். கிழவனைக் காணவில்லை. 'கிழடுக்குப் பயித்தியம் புடிச்சிட்டுது.

கிணறு தோண்டுதானாம்! மழை பெய்யுது. சொகமா இழுத்துப் போத்திக்கிட்டுத் தூங்காமே மம்மட்டியையும் தூக்கிட்டு ஓடியிருக்கு. இதுகள்ளாம் உலகத்திலே சொகத்துக்குப் பொறக்கலே. எப்படியும் நாசமாப் போகட்டும், நமக்கென்ன" என்று முணுமுணுத்தான்.

இரவு கிழவன் உற்சாகத்தோடு விஷயத்தைச் சொல்ல ஆரம்பித்தான்.

"எங்கண்ணாணெ, எனக்குப் பயம் புடிச்சுட்டு. போய்ப் பாக்கேன், தண்ணி துளும்பி நிக்கு. மளையானதாலே கல் ஒடச்சிட்டிருந்த பொம்புளைங்களெல்லாம் திரும்பிச்சு. அதுக வந்து வேடிக்கை பாத்துட்டு நின்னுது. பெறவு அதுகளும்கூட பட்டையாலே தண்ணியெ எடுத்து ஊத்த ஆரம்பிச்சுதுங்க. ஒரு நொடியிலே வேலை முடிஞ்சு போச்சு."

"ம் . . . "

"பாரு, என்னைக் கேலி பண்ணுது, குட்டிக. இன்னும் அஞ்சாறு அடி தோண்டாமே தண்ணியைப் பார்க்க முடியாதே, நீ என்னமா இந்த வேலையை இளுத்துப் போட்டுக்கிட்டே அப்டீனு கேக்குது. சிரிக்குது குட்டிக."

"ஓஹோ."

"தன்னந்தனியா ஒரு கௌவன் கிணறு தோண்டினான்னு அவ கேள்விப்பட்டதேல்லையாம். ஒரு வயசான பொம்புளை சொல்லுதா. நீ இதைத் தோண்டிப்புட்டயோ! ஒரு சரியான ஆம்புளெதான் அப்டீங்கா."

"நானும் அதைத்தான் சொல்லுதேன். ஒனக்கு வயசு காலத்திலே சிவனேன்னு இருக்கப்படாதா?"

"இன்னாப்பாரு, திரும்பத் திரும்ப அந்தப் பேச்சையே பேசுதியே. நான் நாப்பது வருஷம் சளைக்காமெ வேலை செய்தவன். ஒரு நா குந்தியிருந்து தின்னவனுல்லை. இண்ணைக்கு மட்டும் அப்படி இருக்கணும்னா முடியுமா சொல்லு. எனக்கு அது பளக்கமில்லை."

கிழவன் ஒரு நாள் இரவு வெகுநேரம் வரவில்லை. எப்பொழுது வந்து படுத்துக்கொண்டான் என்பதும் பண்டாரத்திற்குத் தெரியாது.

"நேத்து நல்ல நிலா, பாரு. என்னையே மறந்து வேலை செஞ்சிட்டிருந்தேன். போகப் போக ரொம்பக் கயிஷ்டமாகத்தான் இருக்குது பாத்துக்க. ஒவ்வொரு கூடையா மண்ணை அள்ளி வெளியே ஏறிவந்து தட்டணும். திரும்பவும் உள்ளே எறங்கணும்.

திரும்பவும் மண்ணை வாரிக்கிட்டு மேலே ஏறணும் ... எத்தனை மட்டம் ஏறி எறங்க வேண்டியிருக்கு ... கூட ஏந்தலுக்கு ஒரு ஆள் இருந்தா சுளுவா இருக்கும். இல்லாட்டாலும் கௌவன் விடமாட்டான். ஐயா கடேசிவரை ஒரு கை பார்க்கத்தான் போறாரு."

சில நாட்களுக்குப் பின்னால் ஒரு நாள் கிழவன் ஒரு நீளமான கயிற்றைக் கால் கட்டைவிரலில் இடுக்கியவாறு முறுக்கிக் கொண்டிருந்தான்.

"இது எதுக்கு?"

கிழவன் லேசாக சிரித்துக்கொண்டான்.

"இப்பம் கயிறு போட்டுத்தான் கீழே எறங்கணும்."

"அப்படியா? நாலடி தோண்டியிருப்பயா?"

"நாலடியா? நான் இப்பம் குளிலே நின்னா என் தலை வெளியிலே நடமாடறவங்களுக்குத் தெரியாது வேய், தெரியாது!"

"சபாசு!"

கிழவனுக்கு தாடி வளர்ந்துவிட்டது.

கோயிலைச் சுற்றிப் பழையபடி புல் பூண்டு, எருக்கு ... ஒரே குப்பை.

சற்றுத் தொலைவில் நாய் மூன்று குட்டி போட்டு, பால் கொடுத்துக்கொண்டிருந்தது.

ஒற்றையடிப் பாதை வழியாகக் கிழவன் வந்துகொண்டிருந்தான். பழைய உடம்பில் பாதி இல்லை. நடையில் ஆட்டம் கண்டுவிட்டது.

கோவில் உள்ளே சென்றதும், தன் தோள்மேல் போட்டிருந்த மூட்டையைப் பண்டாரத்தின் முன்னால் வைத்தான்.

"என்னது?"

கிழவன் சிரித்தான்.

"அட என்னது? சமயலுக்கு எதனாச்சும் வாங்கிக்கிட்டு வந்திருக்கியா?"

பண்டாரம் மூட்டையைத் தொட்டுப் பார்த்தான்.

"என்னது? அவலா? நனஞ்சுப்போய்க் கெடக்கே."

கிழவன் இடிஇடியென்று சிரித்தான்.

பண்டாரம் மூட்டையை அவிழ்த்து விளக்கடியில் கொண்டுபோய் பார்த்தான்.

“அட கிழவா, மண்ணைப்போய் அள்ளிக்கிட்டு வந்திருக்கியே! வெயில் அடிக்க அடிக்க ஒரு மாதிரியா வருதோ?”

“ஒரு மாதிரியும் வல்லே தம்பி. கொஞ்சம் கையிலே எடுத்துப் பாரும். ஈரமா இருக்குதான்னு பாரும்.”

பண்டாரம் புரிந்துகொண்டான்.

“ஈரமா இருக்கில்லே? ஊத்து கண்டுடுத்து. அருமையான ஊத்து. கன்னுபோட்ட கறாச்சி மாட்டுக்குச் சொரப்பு வந்தாலே வருது. இன்னும் ரெண்டு நாளிலே தண்ணி சுர்னு மேலே ஏறிடும். கொஞ்சம் ஆழமாத்தான் தோண்டணும். இந்த வட்டாரத்திலே வேறே எந்தக் கிணத்திலே தண்ணி வத்தினாலும் அய்யா தோண்டின கிணத்திலே தண்ணி வத்தப்படாது. வைரவன் பண்டாரம் குடத்தைத் தூக்கிக்கிட்டு ஓடணும். அண்ணைக்குக் கேலி செஞ்ச பொம்புளைங்கெல்லாம் தண்ணியெ அள்ளி அள்ளிக் குடிக்கணும் . . . ஆமா.”

ஒவ்வொரு நாளும் கிழவன் தெம்பாக நனைந்து வந்தான்.

ஒருநாள் இரவு.

“நான் இண்ணைக்கு உன் வேலையை வந்து பாக்கலான்னு இருக்கேன்.”

கிழவனுக்கு ரொம்ப சந்தோஷம்.

“வாய்யா வா! ரெண்டு பேரும் சேர்ந்து போகலாம். நீ வந்து பாக்கணும் அய்யா அங்கே செஞ்சிருக்க வேலையெ!”

பண்டாரம் கிணற்றுப் பக்கம் போனதும் ஸ்தம்பித்துப் போனான். வண்டி வண்டியாய்ப் பல நிறங்களில் மண் அம்பாரமாகக் குவிந்து கிடந்தது. இவ்வளவு மண்ணையும் கிழவனே வெட்டி, கிழவனே கூடையில் வாரி, கிழவனே வெளியே ஏறித் தட்டியிருக்கிறான் என்பதை அவனால் நம்ப முடியவில்லை. கற்பனை செய்தும் பார்க்க முடியவில்லை.

“அட பாவி மனுசா! இந்தத் தள்ளாத வயசுலே ராட்சச வேலையில்லா செய்திருக்கே! மனுச காரியமா? அம்மாடி!”

இருட்டு பரவிக்கொண்டிருந்தது.

“இன்னா பாரு” என்று சொல்லியவாறே கிழவன் ஒரு கல்லைத் தூக்கி கிணற்றில் போட்டான்.

‘களுக்.’

“சத்தம் கேட்டுதா? கேட்டுதா?”

“கேட்டுது. நிறைய தண்ணி கெடக்கு!”

மறுநாள் கிழவனுக்கு நல்ல இருமல். சாப்பிடாமல் படுத்துக்கொண்டான்.

பண்டாரம் வெளியே செல்கிறபொழுது, "இண்ணைக்கு நீ வெளியே போக வேண்டாம். பேசாமக் கெட. நல்ல இருமல் புடிச்சிருக்கு" என்றான்.

ஆனால் இரவு அவன் வருகிறபொழுது கிழவனைக் காணவில்லை. அவனால் போகாமல் இருக்க முடியாது என்று பண்டாரம் சொல்லிக்கொண்டான்.

மறுநாள் கிழவனுக்கு நல்ல காய்ச்சல். எழுந்து நிற்கக்கூடச் சீவனில்லை. பண்டாரம் நெற்றியில் கை வைத்துப் பார்த்தான். அனல்!

பண்டாரம் உள்ளூரப் பயந்தான்.

"டாக்டரெ கூட்டிக்கிட்டு வரட்டுமா?"

"வேண்டாம். டாக்டர் மருந்தெ நாங்க தலைமுறை தலைமுறையாக் குடிச்சதில்லெ. என் பெஞ்சாதி உசிரு போனாலும் தொட மாட்டேன்னா. எனக்கு மட்டும் எதுக்கு?"

அன்று இரவு முழுவதும் கிழவன் புலம்பிக்கொண்டிருந்தான்.

"இன்னும் கொஞ்சம் ஆளமாத் தோண்டியிருக்கலாம் . . . இப்போ ஒண்ணும் குத்தமில்லே . . . தண்ணி லேசுலெ வத்தாது . . . ஆனா. . . "

"பொலம்பாமக் கெட."

மறுநாளும் காய்ச்சல் தணியவில்லை. அன்று பண்டாரம் வெளியே போகாமல் கிழவன் பக்கத்திலேயே உட்கார்ந்து கொண்டிருந்தான்.

வெயில் ஏறஏற காய்ச்சல் ஏறிக்கொண்டிருந்தது.

பகல் இரண்டு மணிக்குக் கிழவன் கண் விழித்தான் "வைரவன் பண்டாரம்" என்று தெளிவாகக் கூப்பிட்டான். பண்டாரம் பக்கத்தில் வந்து உட்கார்ந்துகொண்டான்.

"பண்டாரம், நீ ரொம்ப நல்ல மனுசன்தாய்யா. இவ்வளவு நாளும் எனக்கு தண்டச்சோறு போட்டே பாரு, என் மனசுக்கு ரொம்ப ஆறுதலு. கடேசிக் காலத்திலே நான் ஆரம்பிச்ச வேலையும் அளகா முடிஞ்சுபோச்சு. நீ எனக்கு ரொம்ப ஏந்தலா இருந்தே. நான் ஒண்ணு சொல்லுவேன், செய்வியா?"

"செய்யறேன்."

"அந்தக் கிணத்திலிருந்து ஒரு குடம் தண்ணி எடுத்துக்கிட்டு வருவியா?"

பண்டாரம் கோயில் குடத்தையும் கயிற்றையும் எடுத்துக் கொண்டு ஓடினான். மாலையில் தண்ணீரோடு திரும்பினான்.

“கொஞ்சம் தண்ணி கொடு” என்றான் கிழவன்.

“காய்ச்சலில்லா?”

“காய்ச்சலுக்கு அதுதான் மருந்து.”

பண்டாரம் தண்ணீரைக் கிழவன் வாயில் ஊற்றினான்.

“தண்ணி நல்லாயிருக்கு. கடுப்பு ஒண்ணுமில்லே. இன்னும் கொஞ்சம் ஊத்து. நீயும் குடிச்சுப் பாரு.”

பண்டாரம் தண்ணீரைப் பருகினான்.

“எப்படியிருக்கு?”

“அமிர்தமா இருக்கு” என்றான் பண்டாரம்.

பண்டாரம் கிழவன் நெற்றியில் விபூதியைப் பூசியவாறே சொன்னான்.

“நான் தண்ணி எடுக்கப் போயிருந்தேனில்லே? அப்ப ஒரு கல்யாணக் கோஷ்டி ஆலமரத்தடியிலே வண்டியெ அவுத்துப் போட்டுக் கட்டுச்சாதம் சாப்பிட்டுக்கிட்டிருந்தது. நான் தண்ணி எடுத்ததும் ஆணும், பெண்ணும், கொளந்தகளும் என்னை வந்து சுத்திட்டுது. எல்லாம் தாகமெடுத்துத் தவியாத் தவிச்சுக் கெடந்திருக்கு. ஒரு சின்னக்குட்டி ஓடியாந்து தண்ணியெ ஆசையோடே குடிச்சுப் போட்டு, தண்ணி நல்லாருக்கு நல்லாருக்குன்னு சொல்லிச்சு!”

“அப்படியா?”

“பெறவு அந்த வூட்டுக்கார அய்யாவே வந்தாரு. ரெண்டு வருஷம் முன்னாடி அவங்க அந்தப் பாதைவளியா போனாங்களாம். அப்பம் கிணறு இல்லியே, இப்பம் எப்படி வந்ததூன்னு கேட்டாரு. நான் கதையைச் சொன்னேன். ரொம்ப சந்தோஷப்பட்டாரு. ஒரு கெளவன் தன்னந்தனியாகத் தோண்டிப்புட்டானா! அப்படீனு எல்லோருக்கும் ஒரே ஆச்சரியம். அவரு தன் சொந்தச் செலவிலே கல்லும் சுவரும் கட்டி, கயிறும் பட்டையும் போட்டுத் தாறேன்னு சொல்லியிருக்காரு.”

“அப்படியா!”

“ஆமா.”

“நெசம்தானா? அப்படீன்னா ரொம்ப நல்லாப் போச்சு. பெரியவங்க பல நெனப்பிலே இருப்பாங்க. நீதான் போய் முடுக்கி எதமா விஷயத்தை முடிச்சுப்போடணும். செய்வியா?”

“செய்யறேன்.”

“அரைச் சுவரைக் கொஞ்சம் ஒசரமாக் கெட்டச் சொல்லு. குஞ்சும் குளுவானுமா மலைக்கு வேலைக்குப் போற பாதை.”

“சரி.”

அன்று இரவு கிழவன் கண்ணை மூடினான்.

மறுநாள் இரவு வழக்கம்போல் பண்டாரம் சோறு பொங்கிக்கொண்டிருந்தான். ஆனால் அவனால் சாப்பிட முடிய வில்லை. ஏதோ ஒரு மகத்தான சம்பத்தை இழந்தது போன்ற நினைவுகள் மனத்தைப் பிழிந்தெடுத்தன. திடீரென்று அவனுக்கு உணர்ச்சி பொங்கிற்று. கல்தூணில் தலையைச் சாய்த்துக்கொண்டு அழுதான்.

நாய்க்கு மட்டும் அன்று ஏமாற்றமில்லை.

சாந்தி, 1955

செங்கமலமும் ஒரு சோப்பும்

உலகமெங்கும் வியாதிக் கிருமிகள் மயம். இலேசாகச் சொல்லி விடலாம். நாலைந்து ஆண்டுகள் இதைப் பற்றி ஆராய்ச்சி செய்து பட்டம் பெற்ற செங்கமலத்திற்கு அல்லவா அதன் பயங்கர விளையாட்டுகள் தெரியும். வியாதிக் கிருமிகளைப் பூதக்கண்ணாடி வழி சோதனை செய்து, எண்ணிக் கணக்கிடுவது அவள் வேலை.

ரோகாணுக்களின் சம்ஹாரத் திருவிளையாடல் களைப் பற்றி எத்தனை தடவை கௌரிக்குட்டியிடம் சொன்னாலும் அலுக்காது செங்கமலத்திற்கு. அரைமணி நேரம் மூச்சு விடாமல் சொற்பொழிவு ஆற்றிவிட்டுக் கேள்விகள் தொடுப்பாள்.

"இன்று துடைப்பக்கட்டையை லோஷன் விட்டுக் கழுவினாயோ?"

"ம்."

"கொல்லையில் மாமரத்தடியில் பத்து அவுன்ஸ் தண்ணீர் தேங்கி நிற்கிறது. இந்த உலகம் அழிய அதுவே அதிகம்."

"கவனிக்கிறேன்."

"இன்று காலையில் குளித்தாயோ?"

"ஆமாம்."

"மருந்து சோப்புத் தேய்த்துத்தானே?"

"ஆமாம்."

வாசலில் கார் வந்து நின்றது. செங்கமலம் கிளம்பி விட்டாள், பூதக்கண்ணாடி வழி அணுவை எண்ணிக் கணக்கிட.

கௌரிக்குட்டி வேலைக்கு வந்து ஐந்தாறு மாதங்கள் தானாகிறது. வேலைக்காரி என்று வந்தவள். இப்பொழுது தோழி என்ற பதவி உயர்வு பெற்று விட்டாள்.

வேலைக்கு வந்த முதல்நாள் நடந்த கூத்தையெல்லாம் தனிமையில் உட்கார்ந்திருக்கிறபொழுது எண்ணிப் பார்த்துச் சிரிப்பாள் கௌரிக் குட்டி.

முதல்நாள் வந்து நின்றதும் இன்டர்வியூ ஆரம்பமாகி விட்டது.

செங்கமலம்: உலகமெங்கும் வியாதி அணுக்கள் நிறைந்திருக் கிறது என்பது தெரியுமா?

கௌரிக்குட்டி: தெரியாது.

செங்கமலம்: தெரிந்து கொள். உலகமெங்கும் ரோகாணுக்கள் மயம். நீ எந்த நிமிஷமும் இறந்து போகலாம். நானும் அப்படியே.

கௌரிக்குட்டி கண்ணை உருட்டி உருட்டி விழித்தாள். பேட்டி தொடர்ந்து நடைபெற்றது.

செங்கமலம்: தேவலோகத்தில் முப்பத்திமூன்று கோடி தேவர்கள் இருக்கிறார்களாம். பூலோகத்தில் அதே அளவு அணுக்கள் உனது உள்ளங்கையில் இருக்கின்றன. மிகவும் கவனமாக இருக்க வேண்டும்.

தொடர்ந்து, கௌரிக்குட்டியின் அன்றாட அலுவல்கள் பற்றியும் சில சொன்னாள் செங்கமலம்:

சுடு தண்ணீரில் மருந்து சோப்புத் தேய்த்துக் குளிக்க வேண்டும். சாப்பாட்டு இலைகளை மூன்றரை வினாடி கிருமிநாசினியில் ஊற வைக்க வேண்டும். ஐந்து தடவை பல் விளக்க வேண்டும். வாய்க்குள்ளிருக்கும் கிருமிகள் இரண்டு லட்சம் யானைகளை விழத் தட்டுவதற்குப் போதுமானதாகும்.

மறுநாள் இரவு அன்றைய அலுவல் மிகுதியால் கண்ணெரிச்சலோடு வீட்டுக்கு வந்த செங்கமலம் கௌரிக்குட்டியை அழைத்தாள். அவள் வந்தாள்.

"குனிந்து நின்று கொள்."

நின்றாள்.

முதுகில் கிடந்த பின்னலைக் கீழே தள்ளி, தலைமயிரை அளைந்து பார்த்தாள் செங்கமலம்.

இல்லாத ஒன்று

செங்கமலம்: இன்றோடு நின்றுகொள். கணக்குத் தீர்த்துச் சம்பளம் தந்துவிடுகிறேன்.

கௌரிக்குட்டி: என்ன விஷயம்?

செங்கமலம்: தலையில் பேன் இருக்கிறது.

கௌரிக்குட்டியின் கண்களில் நீர் நிறைந்து விட்டது. இதைப் பார்த்ததும் மனமிரங்கி விட்டது செங்கமலத்திற்கு.

செங்கமலம்: சரி, இரண்டு நாள் அவகாசம் தருகிறேன். ஒழித்துக் கட்டி விட வேண்டும்.

கௌரிக்குட்டி: ஒழித்துக்கட்டுவேன். உறுதி.

இதெல்லாம் பழைய கதை. பின்னால் கௌரிக்குட்டியும் எவ்வளவோ மாறிப்போய் விட்டாள். பூதக்கண்ணாடி இல்லாமலே எங்கும் அணுக்கள் நிறைந்திருப்பது அவள் கண்களுக்கும் தெரிந்தது.

சென்னையும் செங்கமலமும் சேர்ந்து ரொம்பவும் மாற்றி விட்டார்கள் கௌரிக்குட்டியை. பழைய பட்டிக்காட்டுப் பெண்ணா அவள்!

மாமூல் உடையைக் கழற்றி எறிந்து விட்டு வாயில் ஸாரி கட்டிக்கொண்டாள். வெளியே கிளம்பினால் கையில் பை சுழலும். குடையைச் சுழற்றிக்கொண்டே ஒயிலாய் நடந்தாள். இருமுகிறபொழுது விரல்களைச் சுருட்டி வாய் அருகே வைத்துக் கொள்ளும் அழகு அற்புதமாக இருக்கும். இங்கிலிஷ் கூடத் தெரிந்துகொண்டாள். யாராவது அழைப்பிதழ்கள் கொண்டு கொடுத்தால் ‘எக்ஸ்க்யூஸ்மீ’ என்பாள். பஸ்ஸில் பிரயாணிகள் காலை மிதித்துவிட்டால் ‘தாங்க்யூ’ என்பாள். தோள் குலுங்க வாய்விட்டுச் சிரிப்பாள். செங்கமலத்தோடு வைத்தியர்கள் சங்க விருந்துக்குச் சென்றால் சகல பண்டங்களையும் எச்சில் ஆக்கி விட்டு அப்படி அப்படியே வைத்துவிட்டு வரவும் தெரிந்து கொண்டாள். நவநாகரிக யுவதி ஆனாள் கௌரிக்குட்டி. செங்கமலம் அவளைத் தோழியாக ஏற்றுக்கொண்டுவிட்டாள்.

கௌரிக்குட்டியும் செங்கமலமும் ஒரே உயிர் என்றாகி விட்டார்கள். இரவில் இருவரும் சிரித்துச் சிரித்துக் கும்மாளம் போடுவார்கள். முதல் நாள் பார்த்த சினிமாவில் வந்த ஹாஸ்ய நடிகர் போல் நடித்துக் காட்டி, தமிழ் வசனங்களை மலையாளக் கொச்சையுடன் பேசிக் காட்டுவாள் கௌரிக்குட்டி. செங்கமலம் சிரிப்பாய்ச் சிரித்து, வயிற்றைப் பிடித்துக் கொண்டே ‘போதும்டீ போதும்’ என்று குழறியடித்துக்கொண்டு கௌரிக்குட்டியின் வாயைப் பொத்துவாள்.

எனினும், நீண்ட நாட்களாகவே செங்கமலத்திற்கு ஒரு சந்தேகம். கௌரிக்குட்டி தினமும் மருந்து சோப்புத் தேய்த்துக் குளிக்கிறாளோ? அல்லது கள்ளப் பாடம் போடுகிறாளோ? இந்தச் சந்தேகத்தை எப்படித் தீர்ப்பது? யோசித்துப் பார்க்க வேண்டியதுதான்.

ஆனால் ஒரு சிக்கல். காலையில் எட்டு மணிக்குத்தான் கண் விழிப்பாள் செங்கமலம். இருபத்தேழு ஆண்டுகளாக இந்தப் பழக்கம். அதிகாலையில் கௌரிக்குட்டி மருந்து சோப்புத் தேய்த்துக் குளிக்கிறாளா என்பதை எப்படித்தான் தெரிந்துகொள்வது?

செங்கமலம் நல்ல மூளைக்காரி. யோசித்தாள். வழி பிறந்தது. சொடக்கு விட்டு, தனக்கே 'சபாஷ்' போட்டுக்கொண்டாள்.

வீட்டில் கௌரிக்குட்டிக்குத் தனி அறை. அதில் சுவர் அலமாரி. சுவர் அலமாரிக்குள் மருந்து சோப், மருந்து எண்ணெய், கிருமி நாசினி முதலியன.

அன்று இரவு நடுநிசிவரை கண் விழித்திருந்தாள் செங்கமலம். மணி ஒன்றடித்தது. அறை விளக்கை அணைத்தாள். டார்ச் விளக்கை எடுத்துக்கொண்டு கால் அரவமின்றி கௌரிக்குட்டியின் அறைக்குள் வந்தாள். நெஞ்சு படபடவென்றடித்தது. அன்னிய வீட்டில் திருடச் செல்வதுபோல் பீதி.

கௌரிக்குட்டி ஆனந்த நித்திரையில் லயித்திருந்தாள். அவள் அருகே குனிந்து டார்ச் ஒளியைத் தரையை நோக்கி அடித்தாள். கழுத்து மாலையில் சாவி தெரிந்தது. மெதுவாகச் சாவியைக் கழற்றினாள். பதட்டத்தில் கை ஆடி மோவாயில் இடித்தது. கௌரிக் குட்டி உடம்பை உசுப்பினாள். சமயோஜித புத்தி கைலாகு கொடுத்தது. அருகிலிருந்த விசிறியால் வீசினாள் செங்கமலம்.

கௌரிக்குட்டியின் அலமாரியைத் திறந்து ஒரே நிமிஷத்தில் சிவப்பு மருந்து சோப்பை மடியில் கட்டிக்கொண்டாள். அடுத்த நிமிஷத்திற்குள் பழையபடி சாவி கௌரிக்குட்டியின் மாலையில் தொங்கிற்று.

இப்பொழுது தைரியம் பிறந்தது. குறும்பும் கூடவே பிறந்தது.

அறைக்கதவை திறந்து வைத்துக்கொண்டு, வாசலைப் பார்த்தபடியே கையை நீட்டி கௌரிக்குட்டியின் பாதத்தில் ஒரு குத்து விட்டுவிட்டு ஒரே ஓட்டமாய்த் தன் அறைக்குள் வந்தாள். மருந்து சோப்பைத் தனது அலமாரியில் வைத்துப் பூட்டினாள். படுக்கையில் விழுந்து கண் அயர்ந்தாள்.

காலை எழுந்ததும் முதல்நாள் இரவு நடந்த நாடகம்தான் ஞாபகத்திற்கு வந்தது. சிரித்துக்கொண்டாள். 'கௌரிக்குட்டி பரட்டைத் தலையோடு பாத்ரூம் வாசலில் உட்கார்ந்து கொண்டிருக்கும். பார்ப்போமே?'

பின்கட்டுக்கு வந்தபொழுது, தலையில் உளுந்து வடைக்கட்டுப் போட்டுக்கொண்டு திவ்ய அலங்காரத்தோடு அமர்ந்து சினிமாப் பத்திரிகையைப் புரட்டிக்கொண்டிருந்தாள் கௌரிக்குட்டி.

கோபம் பீறிட்டுக்கொண்டு வந்தது செங்கமலத்துக்கு.

"கௌரிக்குட்டி, இன்று நீ குளித்தாயா?"

"ஓ, குளித்தேனே!"

"சோப்புத் தேய்த்தா?"

"ஆமாம்."

என்ன நெஞ்சழுத்தம்! அடிப்பாவி, பச்சைப் புளுகு புளுகுறாயே! நாக்கு அழுகிப் போகாதா?

சட்டென்று ஒரு குயுக்தி பிறந்தது செங்கமலத்திற்கு. மௌனம் சாதிப்போம். இப்படியே எத்தனை நாட்கள்தான் மருந்து சோப் தேய்த்துக் குளிப்பாளாம்?

மறுநாள் காலை எட்டு மணி.

செங்கமலம் கண் விழித்ததும் முதல் கேள்வி:

"கௌரிக்குட்டி, இன்றும் குளித்தாய் அல்லவா?"

"ஆஹா, குளித்தேன்."

"சோப்புத் தேய்த்தா?"

"ஆமாம். ஆமாம்."

"பேஷ். அருமையான திமிர்! இரு, இரு. உன்னை ஒரு கை பார்க்கிறேன்.

மறுநாளும் அதே கேள்வி. அதே பதில்.

செங்கமலத்தின் கண்கள் கோவைப் பழங்களாயின.

"ஏ, கழுதை! இங்கே வா. இன்று நீ சோப்புத் தேய்த்துக் குளித்தாயா?"

"குளித்தேன்."

"சரி, சோப்பைக் காட்டு பார்க்கலாம்" என்று சவால் விட்டாள் செங்கமலம்.

கௌரிக்குட்டி தனது அறையை நோக்கி விரைந்தாள். அவள் முதுகிற்குப் பின்னால் அழகு காட்டிச் சென்றாள் செங்கமலம். 'பேஸ்து' அடிக்கப்போகிறது கழுதைக்கு!.

கௌரிக்குட்டி பட்டென்று அலமாரியைத் திறந்து, 'லபக்'கென்று சிவப்பு சோப்பை எடுத்துக் காட்டினாள். செங்கமலத்தின் முகம் வெளிரிற்று.

"என்னம்மா இது? என்ன விஷயம்?"

"என் அலமாரியில் நான் எடுத்து வைத்திருந்த சோப் பழையபடி உன் அலமாரிக்குள் எப்படி வந்தது?"

"நான்தான் எடுத்தேன். திடீரென்று சோப்பைக் காணவில்லை. கைதவறி வைத்துவிட்டோமோ என்று தேடிப் பார்த்தேன்; காணோம். கடைசியில் உங்கள் அலமாரியில் கண்டெடுத்தேன்."

"என் அலமாரியை நான் பூட்டியல்லவா வைத்திருந்தேன்?"

"விடியற்காலை வேளையில் எழுப்ப வேண்டாமென்று உங்களுக்குத் தெரியாமலே, மாலையிலிருந்து சாவியை கழற்றி எடுத்துக்கொண்டேன்."

செங்கமலம் 'கொல்'லென்று சிரித்தாள். கௌரிக்குட்டியும் சேர்ந்து சிரித்துவைத்தாள்.

"உன்னை வீணாகச் சந்தேகப்பட்டு எரிந்து விழுந்து விட்டேன். மனதில் போட்டுக்கொள்ளாதே. வா கேரம் விளையாடுவோம்."

கௌரிக்குட்டியின் இரு கரங்களையும் பற்றி இழுத்துக் கொண்டு போனாள் செங்கமலம்.

இருவரும் கேரம் ஆட உட்கார்ந்தனர். அப்பொழுது கௌரிக்குட்டி மெதுவாகக் கேட்டாள்:

"நான் ஒன்று கேட்டால் கோபித்துக்கொள்ளக் கூடாது. நீங்கள் இரண்டு மூன்று நாட்களாகவே குளிப்பதில்லையோ?"

சட்டென்று பதில் சொன்னாள் செங்கமலம் :

"குளிக்கிறேனே. நானா குளிக்காமலிருப்பேன்?"

"சோப்புத் தேய்த்தா?"

"அதில் என்ன சந்தேகம்?"

"சோப்பைக் காட்டுங்கள் பார்க்கலாம்."

இல்லாத ஒன்று

செங்கமலம் தனது அறையை நோக்கி ஓடினாள். சிரித்துக் கொண்டே பின்னால் சென்றாள் குட்டி.

செங்கமலம் அலமாரியைத் திறந்து மேலும் கீழும் பார்த்தாள். அவளுடைய சோப்பைக் காணவில்லை!

"சோப்பைக் காணவில்லையே!"

"என் கையில் அல்லவா இருக்கிறது. அன்று என் சோப்பைத் தேட உங்கள் அலமாரியைத் திறந்தேன் அல்லவா? அப்பொழுது உங்கள் சோப்பை எடுத்து முகர்ந்து பார்த்தேன். பிரமாதமாக இருந்தது. சரி, இதைத் தேய்த்துதான் குளித்துப் பார்ப்போமே என்று எடுத்து வைத்துக்கொண்டேன். உங்கள் சோப்புத் தேய்த்துதான் இரண்டு நாட்களாகக் குளித்துக் கொண்டிருக்கிறேன். ஆஹா, என்ன மணம்!"

தனது உள்ளங்கையை முகர்ந்து பார்த்துக்கொண்டாள் கௌரிக் குட்டி.

செங்கமலம் மெதுவாக அறையைவிட்டு நழுவினாள். அவள் பின்னாலேயே வந்து பிடித்துக்கொண்டாள் கௌரிக்குட்டி.

"ஆமாம்,இரண்டு நாட்களாக நீங்கள் எப்படி குளித்தீர்களாம்?"

முகம் சிவந்தது செங்கமலத்திற்கு. தொண்டை இடறிற்று. கூரையைப் பார்த்துக்கொண்டே சொன்னாள் அவள் :

"நீ குளிக்கிறாயோ என்று சோதித்துப் பார்த்துக் கொண்டிருந்ததில் நான் குளிக்க மறந்துபோய்விட்டேன்."

சொல்லி முடித்ததும் கண்களில் ஈரம் கசிந்துவிட்டது.

கௌரிக்குட்டி செங்கமலத்தின் வலதுகையைத் தனது கரங்களாய் பிடித்துக்கொண்டு சொன்னாள் :

"என்னம்மா இது! இதெல்லாம் பெரிய விஷயமா? இரண்டு நாட்கள் குளிக்காமல் இருப்பதற்குக்கூட நமக்கு சுதந்திரம் கிடையாதா? அணுக்கள் அண்டாமலே எத்தனையோ வியாதிகள் உண்டு நமக்கு. வாருங்கள், சந்தோஷமாகக் கேரம் விளையாடுவோம்."

அடுத்த சில வினாடிகளில் இரண்டு பேர்களும் காய்களைக் குழிக்குள் தள்ளிக்கொண்டிருந்தனர்.

சரஸ்வதி, 1958

பிரசாதம்

எழுபத்திமூன்று நாற்பத்தியேழு சுற்றிச் சுற்றி வந்தான். அன்றிரவுக்குள் அவன் ஐந்து ரூபாய் சம்பாதித்தாக வேண்டும். அப்பொழுதுதான் தலைநிமிர்ந்து வீட்டை நோக்கிச் செல்ல முடியும். பொன்னம்மையின் முகத்தை ஏறிட்டுப் பார்க்க முடியும். அவள் சிரிப்பதைப் பார்க்க முடியும். எல்லாவற்றிற்கும் மேலாகக் குழந்தையின் பிறந்தநாளைக் கொண்டாட முடியும்.

ஜங்ஷனுக்கு வந்தான். ஜங்ஷனிலிருந்து புறப்பட்டு வளைய வளையச் சுற்றிவிட்டு வந்தான். அதே ஜங்ஷன்தான்.

மெயின் ரஸ்தா ஓரத்தில் ஒரு புருஷனும் மனைவியும் ரஸ்தாவைத் தாண்டுவதற்குப் பத்து நிமிஷமாக இரண்டு பக்கமும் மாறிமாறிப் பார்த்துக்கொண்டு நின்றார்கள். அவள் ஒக்கலில் ஒரு குழந்தை. கோயிலுக்குப் போய்விட்டு வருகிறார்கள் என்பது தெளிவாகத் தெரிந்தது.

'இப்படித்தான் நானும் அவளும் நாளை கோயிலுக்குப் போய் வரவேண்டுமென்று நினைக்கிறாள் அவள்' என்று எண்ணினான் அவன். குழந்தையின் பிறந்தநாளை எவ்வளவு கோலாகலமாகக் கொண்டாட ஆசைப்படுகிறாள் அவள்! அன்று மாலை பொன்னம்மை சொன்ன ஒவ்வொரு சொல்லும் அவன் ஞாபகத்திற்கு வந்தது. அவளுடைய ஆசையே விசித்திரமானதுதான். தெருவழியாகக் குழந்தையைத் தூக்கிக்கொண்டு நடந்து போகிற காட்சியை அவள் வியாக்கியானம் செய்ததை அவன் எண்ணிப் பார்த்துக்கொண்டான்.

‘நாளை விடியக் கருக்கலில் எழுந்திருக்க வேண்டும். சுடு தண்ணீரில் குழந்தையைக் குளிப்பாட்ட வேண்டும். பட்டுச்சட்டை போட்டு, கலர்நூல் வைத்துப் பின்ன வேண்டும். அந்தப் பின்னலில் ஒரு ரோஜா – ஒன்றே ஒன்று – அதற்குத் தனி அழகு. நாம் இருவரும் குழந்தையைக் கோயிலுக்கு எடுத்துச் செல்கிற பொழுது தெருவில் சாணி தெளிக்கும் பெண்கள், கோலம் இழைக்கும் பெண்கள் எல்லோரும் தலைதூக்கித் தலைத்தூக்கிப் பார்க்க வேண்டும். அவர்கள் தலைதூக்கிப் பார்ப்பதை நான் பார்க்க வேண்டும். நான் பார்த்து, உங்களைப் பார்க்க வேண்டும். நீங்கள் எல்லோரும் பார்ப்பதைப் பார்க்க வேண்டும். பார்த்துவிட்டு என்னைப் பார்க்க வேண்டும்.’

எழுபத்திமூன்று நாற்பத்தியேழு ஒரு நிமிஷம் தான் நிற்கும் இடத்தை மறந்து சிரித்தான். சட்டென்று வாயை மூடிக்கொண்டான். தம்பதிகள் ரஸ்தாவைத் தாண்டிப் போய் விட்டார்கள்.

ஆனால் பொன்னம்மை போட்ட திட்டமெல்லாம் நிறைவேறுவதற்கு இன்னும் ஐந்து ரூபாய் வேண்டும். ஐம்பது ரூபாய் செலவாகும். ஆனால் பொன்னம்மை அவனிடம் ஐந்து ரூபாய்தான் கேட்டாள். துணிமணி கடனாக வாங்கிக் கொண்டு வந்து விட்டாள். அதை இரவோடு இரவாகத் தைக்கவும் கொடுத்து விட்டாள். சீட்டுப் பணம் பிடித்து குழந்தைக்கு மாலை வாங்கி விட்டாள். பால் விற்று அதையும் அடைத்து விடுவாள். பிறந்தநாளை ஒட்டிய சில்லறைச் செலவுக்காகத்தான் அவள் பணம் கேட்டாள். ஐந்து ரூபாய்க் காசு. வீட்டில் காலணா கிடையாது. காலணா என்றால் காலணா கிடையாது. அன்று தேதி இருபத்தைந்து.

கைத்தடியைப் பூட்சில் தட்டிக்கொண்டே நின்றான் எழுபத்தி மூன்று நாற்பத்தியேழு. அவனைப் பார்ப்பதற்கு வேடிக்கையாக இருந்தது. ஒரு தடவை பார்த்தவர்கள் அவன் முகத்தை மறக்க முடியாது. முகத்தில் ஆறாத அம்மைத் தழும்பு. அடர்த்தியான புருவம். மண்டி வளர்ந்து இரு புருவமும் ஒன்றாக இணைந்து விட்டது. காது விளிம்பில் ரோமம். மூக்கிற்குக் கீழ் கருவண்டு உட்கார்ந்திருப்பதைபோல் பொடி மீசை.

அவன் பார்வை தாழ்ந்து பறக்கும் பருந்தின் நிழல் மாதிரி ஓடிற்று. நீளமாக ஓடிற்று. வட்டம் போட்டது. குறுக்கும் மறுக்கும் பாய்ந்தது.

‘ஒன்றும்’ அகப்படவில்லை.

கழுத்தில் வேர்வை வழிந்தது. முகத்தில் சோர்வு. அங்கமெல்லாம் அசதி.

சர்வீஸில் புகுந்த பின்பு இன்றுபோல ஒருநாளும் விடிந்ததில்லை. யார் முகத்தில் விழித்தோமென்று யோசித்தான். கண் விழித்ததும் எதிரே சுவர்க் கண்ணாடியில் தன் முகம் தெரிந்தது ஞாபகத்திற்கு வந்தது. சிரித்துக்கொண்டான்.

பகற்காட்சி சினிமா முடிந்து மனித வெள்ளம் தெருவெங்கும் வழிந்தது. நெரிசலிலிருந்து விலகி நின்றுகொண்டான். கூட்டம் குறைந்ததும் மீண்டும் நடந்தான்.

நாலு மணிக்கு ஆரம்பித்த அலைச்சல். மணி ஏழு அடித்துவிட்டது. இன்னும் சில நிமிஷங்களில் எட்டு அடித்துவிடும்.

பொழுது போய்கொண்டே இருந்தது. 'ஒன்றும்' அகப்படாமலேயே பொழுது போய்க்கொண்டிருந்தது.

அன்று சைக்கிளில் விளக்கில்லாமல் போவாரில்லை. சிறு நீர் கழிப்பதற்குப் பிரசித்தமான சந்துகள் ஒன்று பாக்கியில்லாமல் தாண்டி வந்தாகி விட்டது. சந்துக்குள் நுழைபவர்களின் கண்களுக்குத் தென்படாமல், நின்று நின்று பார்த்தாகி விட்டது. கால்வலி எடுத்தது தான் மிச்சம். ஒரு குழந்தைகூட ஒன்றுக்குப் போகவில்லை.

முன்பெல்லாம் நம்மவர்கள் சாதாரண மனிதர்களாக இருந்தார்கள். இப்பொழுது பிரஜைகளாகி விட்டார்கள். பொறுப்பு உணர்ச்சி கொண்ட பிரஜைகள் நீடூழி வாழ்க!

எழுபத்திமூன்று நாற்பத்தியேழு முகத்தைச் சுளித்துக் கொண்டான்.

மீண்டும் ஜங்ஷனிலிருந்து கிளம்பி, வடதிசை நோக்கி நடந்தான். நின்று நின்று நடந்தான். சிறிது நடந்துவிட்டு நின்றான். நடந்தான். நின்றான்.

கோபம் கோபமாக வந்தது.

எதிரே வந்த டாக்சி கார்களை எல்லாம் பட்பட்டென்று கை காட்டி நிறுத்தினான். எல்லோரும் ஒழுங்காக லைசன்ஸ் வைத்திருக்கிறார்கள். ஐந்துபேர் போக வேண்டிய வண்டியில் மூன்றுபேர் போகிறார்கள். நாலுபேர் போக வேண்டிய வண்டியில் டிரைவர் மட்டும் போகிறான்.

பேஷ்! இனிமேல் இந்த தேசத்தில் போலீஸ்காரர்கள் தேவையில்லை.

கூலிகள் யாரையாவது அதட்டிப் பார்க்கலாம். ஒருவரையும் காணோம். புது சினிமா ஆரம்பமாகிற நாள். ஒருவரையும் காணோம்.

எல்லாக் கழுதைகளும் சினிமாவில் காசைக் கரியாக்குகிறார்கள்.

அந்தி மயங்குகிற சமயம் 'கூல்டிரிங்' கடையில் 'ஸ்பிரிட்' வியாபாரம் ஆரம்பமாகும். மதுவிலக்கு அமுலிலிருக்கும் பிராந்தியம் இது. கடையின் வாசலில் போய் நின்றுவிட்டால் போதும். மாதாந்திரப் படி கையில் விழுந்துவிடும். பிறந்தநாளை ஜமாய்த்து விடலாம்.

ஆனால் கடை பூட்டியிருக்கிறது!

அவன் பாட்டிக்குக் குழந்தை பிறந்திருக்கும்! வியாபாரத்தைக் கண்ணுக்குக் கண்ணாகக் கவனிக்க வேண்டாமோ?

சந்திலிருந்து ஒரு குதிரை வண்டி திரும்பி மெயின் ரஸ்தாவில் ஏறிற்று. சாரதி சிறுபயல். மீசை முளைக்காத பயல். அவனும் விளக்கேற்றி வைத்திருக்கிறான்!

வண்டி அருகே வந்தது.

"லேய், நிறுத்து."

குதிரை நின்றது.

"ஒங்கப்பன் எங்கலே?"

"வரலே."

"ஏனாம்?"

"படுத்திருக்காரு."

"என்ன கொள்ளே?"

"வவுத்தெ வலி."

"எட்டணா எடு."

"என்னாது?"

"எட்டணா எடுலெ."

"ஒம்மாண இல்லை."

"ஒங்கம்மெ தாலி. எடுலே எட்டணா."

"இன்னா பாரும்" என்று சொல்லிக்கொண்டே பயல் நுகக்காலில் நின்றுகொண்டு வேஷ்டியை நன்றாக உதறிக் கட்டிக்கொண்டான்.

"மோறையெப் பாரு. ஓடுலெ ஓடு. குதிரை வண்டி வச்சிருக்கான் குதிரை வண்டி. மனுசனாப் பொறந்தவன் இதிலே ஏறுவானாலே."

குதிரை நகர்ந்தது.

தபால் ஆபீஸ் பக்கம் வந்தான் எழுபத்திமூன்று நாற்பத்தியேழு. எதிர்சாரி வெற்றிலைப் பாக்குக் கடை பெஞ்சில் அமர்ந்தான். தொப்பியை எடுத்து மடியில் வைத்துக்கொண்டான். தலையைத் தடவிவிட்டுக்கொண்டான். கையெல்லாம் ஈரமாகி விட்டது. எரிச்சல் தாங்க முடியவில்லை. தொடை நோவும்படி நிக்கரில் பிசைந்து பிசைந்து துடைத்துக் கொண்டான். மேற்கும் கிழக்கும் பார்த்தான்.

அப்பொழுது தபால் நிலையத்தை நோக்கி ஒரு கனமான உருவம் வருவது தெரிந்தது. எங்கோ பார்த்த முகம் போலிருந்தது. கிருஷ்ணன் கோவில் அர்ச்சகரோ?

கிருஷ்ணன் கோவில் அர்ச்சகர் தபால் ஆபீசில் நுழைந்தார். கூர்ந்து கவனித்தான் எழுபத்திமூன்று நாற்பத்தியேழு.

அர்ச்சகர் கையில் ஒரு நீள உறை. எழுந்து பின்னால் சென்றான். அர்ச்சகர் தபால் பெட்டியருகே சென்று விட்டார்.

"வேய்!"

சட்டென்று திரும்பினார்.

"இங்கே வாரும்."

"இதெ போட்டுட்டு வந்துடறேன்."

"போடாமெ வாரும்."

அர்ச்சகர் ஸ்தம்பித்து நின்றார்.

"வாரும் இங்கே." – ஒரு அதட்டல்.

அர்ச்சகர் தயங்கித் தயங்கி வந்தார்.

நல்ல கனமான சரீரம். மொழுமொழுவென்று உடம்பு. உடம்பு பூராவும் எண்ணெய் தடவியதுபோல் மினுமினுப்பு. வளைகாப்புக்குக் காணும்படி வயிறு.

அர்ச்சகர் முன்னால் வந்து நின்றார்.

"அதென்னது கையிலே?"

"கவர்."

"என்ன கவரு?"

"ஒண்ணுமில்லை. சாதாக் கவர்தான். தபால்லே சேர்க்கப் போறேன்."

"கொண்டாரும் பாப்பம்."

வாங்கிப் பார்த்தான். உறையோடு ஒரு கார்டுமிருந்தது. கார்டு, யாரோ யாருக்கோ எழுதியது. நீள உறை உள்ளூர் டி. எஸ். பி. அலுவலகத்திற்குப் போக வேண்டியது.

எழுபத்திமூன்று நாற்பத்தியேழு அர்ச்சகர் முகத்தை வெறிக்கப் பார்த்தான்.

அர்ச்சகர் முகம் சிவந்தது.

இமைக்காமல் பார்த்துக்கொண்டே இருந்தான். அர்ச்சகர் முகம் மேலும் சிவந்தது.

எழுபத்திமூன்று நாற்பத்தியேழுக்கு ஒரே சந்தேகம். ஒரே சந்தோஷம்.

அவனுடைய மகள் அதிருஷ்டசாலிதான்!

"இந்தக் கவர் உம்ம கையிலே எப்படி சிக்கிச்சு?"

குரலில் அதிகார மிடுக்கேறி விட்டது.

அர்ச்சகர் உதட்டைப் பூட்டிக்கொண்டு நின்றார். முகம் தொங்கிப் போய் விட்டது.

"வாயிலே கொளுக்கட்டையோ?"

அதற்கும் பதிலில்லை.

"மயிலே மயிலே எறகு போடுன்னா போடாது. நடவும் ஸ்டேஷனுக்கு."

'ஸ்டேஷனுக்கு' என்ற வார்த்தை காதில் விழுந்ததும் உடம்பை ஒரு உலுக்கு உலுக்கியது அர்ச்சகருக்கு.

அர்ச்சகர் முதுகைப்பிடித்து இலேசாகத் தள்ளினான் எழுபத்திமூன்று நாற்பத்தியேழு.

அர்ச்சகர் தட்டுத்தடுமாறிப் பேச ஆரம்பித்தார்.

"நான் சொல்றதெ கொஞ்சம் பெரிய மனஸு பண்ணி தயவாக் கேக்கணும். எனக்குப் போராத காலம். இல்லைன்னா . . ."

"இழுக்காமெ விசயத்துக்கு வாரும்."

"எனக்குப் போராத காலம். இல்லென்னா இந்த ஸந்தி வேளையிலே, நட்ட நடுக்க ஏதோ திருடன் மாதிரி, ஏதோ கொள்ளைக்காரன் மாதிரி, ரவுடி மாதிரி, ஜேப்படிக்காரன் மாதிரி . . ."

"அட சட்! விசயத்தை கக்கித் தொலையுமே. இளு இளுன்னு இளுக்கான் மனிசன்."

"இதோ இந்த கார்டெ சேக்கப்போனேன். கோவிலுக்குப் பக்கத்திலெ தபால் பெட்டி தொங்கறது. தொங்கற தபால் பெட்டியிலெ இந்தக் கார்டெ சேக்கப்போனேன்."

"போற வளியில இந்தக் கவர் ரோட்டிலே படுத்துக்கிட்டு, அர்ச்சகரே வாரும் வாரும்னு கூவி அளச்சுதாக்கும்!"

“நான் சொல்றத கொஞ்சம் பெரிய மனஸு பண்ணி தயவாக் கேக்கணும். தொங்கற தபால் பெட்டியிலெ இந்தக் கார்டெ போடப் போனேன். போட முடியலெ.”

“கை சுளிக்கிடிச்சோவ்?”

“இல்லெ. இந்த நீளக்கவர் தொங்கற தபால் பெட்டியிலெ வாயெ மறிச்சுண்டிருந்தது.”

“ஆமாய்யா! அப்படி கொண்டாரும் கதெய.”

“கதை இல்லை. நெஜத்தெ அப்படியே சொல்றேன். தொங்கற தபால் பெட்டியிலெ இந்த நீளக்கவர் வாயெ மறிச்சுண்டு வளஞ்சு கெடந்தது.”

“அட . . . டா . . . டா!”

“இந்தக் கார்டெ ஆனமட்டும் உள்ளே தள்ளிப் பார்த்தேன். தள்ளித் தள்ளிப் பார்த்தேன். உள்ளே போக மாட்டேன்னு சொல்லிடுத்து.”

“சொல்லும் சொல்லும்.”

“தொங்கற தபால் பெட்டி வாய் நுனியிலே அப்படியே ரெண்டு விரலெ மட்டும் உள்ளே விட்டு நீளக்கவரெ வெளியிலே எடுத்தேன்.”

“அபார மூளெ!”

“சொல்றதெ கொஞ்சம் கேளுங்களேன். நான் ஒரு தப்பும் பண்ணலெ. தப்புத் தண்டாவுக்குப் போறவனில்லே நான். ஊருக்குள்ளெ வந்து விசாரிச்சா தெரியும். நாலு தலமொறயா நதீக்கிருஷ்ணன் கோவில் பூசை எங்களுக்கு. இன்னித் தேதி வரையிலும் . . . .”

“அட விசயத்தை சுருக்கச் சொல்லித் தொலையுமே அய்யா. செக்குமாடு கணக்கா சுத்திச் சுத்தி வாறான் மனுசன்.”

“தொங்கற தபால் பெட்டி வாயிலெ ரெண்டு விரல் மட்டும் விட்டுக் கவரை வெளியிலெ எடுத்து, கார்டையும் கவரையும் சேத்துப் போடப் பாத்தேன். முடியலெ.”

“முடியாது முடியாது.”

“தள்ளித் தள்ளிப் பார்த்தேன். கவர் மடிஞ்சு மடிஞ்சு வாயெ அடச்சுது. என்ன சேறதுனு தெரியலெ. திருதிருன்னு விழிக்கிறேன். மேலையும் கீழையும் பாக்கறேன். முன்னும் பின்னும் போகலெ எனக்கு. என்னடா சேறதுன்னு யோசிச்சேன். சரி, அந்த நதீக்கிருஷ்ணன் விட்டது வழின்னு மனசெ தேத்திண்டு,

பெரிய தபாலாபீஸிலெ கொண்டு வந்து சேத்துப்புடறதுனு தீர்மானம் பண்ணிண்டு வறேன்."

"அவ்வளவும் கப்ஸா, அண்டப் புளுகு!" என்றான் எழுபத்திமூன்று நாற்பத்திதேழு.

"ஒரே அடியா அப்படிச் சொல்லிடப்படாது. நான் சொன்னதெல்லாம் நெஜம். கூட்டிக் கொறச்சுக் சொல்லத் தெரியாது எனக்கு. மந்திரம் சொல்ற நாக்கு இது. பொய் வராது."

"சரி சரி. ஸ்டேசனுக்குப் போவோம்."

அர்ச்சகர் எழுபத்திமூன்று நாற்பத்தியேழின் கைகளைப் பிடித்துக்கொண்டு கெஞ்சினார். அவர் அடைந்த கலவரம் பேச்சில் தெரிந்தது. ஸ்பரிசத்தில் தெரிந்தது. முகத்தில் பிரேதக்களை தட்டிவிட்டது.

"நான் பொய் சொல்லலெ; நான் ஒரு தப்பும் பண்ணலெ. நான் சொல்றது சத்தியம். நதீக்கிருஷ்ணன் கோவில் மூலவிக்கிரகம் சாட்சியாச் சொல்றேன். நான் சொல்றது பொய்யானா, சுவாமி சும்மாவிடாது. கண்ணெப் புடுங்கிப்புடும். கையெயும் காலையும் முடக்கிப்புடும்."

"உடம்பெ அலட்டிக்கிடாதெயும். ஸ்டேஷனுக்கு வாரும்."

அர்ச்சகர் கையைப் பிடித்துக்கொண்டு நடக்க ஆரம்பித்தான் அவன்.

அர்ச்சகர் மெதுவாகக் கையை இழுத்துக்கொண்டு பின் தொடர்ந்தார். அவருக்கு உடம்பெல்லாம் கூசியது. அவமானத்தால் உள்வாங்கி நடந்தார். அவருக்குத் தெரிந்த ஆயிரமாயிரம் பேர்கள் சுற்றிச் சூழ நின்றுகொண்டு வேடிக்கைப் பார்ப்பது போலிருந்தது. எல்லோரும் அதிசயத்தோடு பார்த்துக்கொண்டு நின்றார்கள்.

பஜாரைத் தாண்டித்தான் ஸ்டேஷனுக்குப் போக வேண்டும். எல்லா வியாபாரிகளையும் அவருக்குத் தெரியும். வியாபாரிகளின் ஜென்ம நட்சத்திரத்தன்று கோவிலில் பூசை செய்து பிரசாதம் கொண்டுபோய் கொடுப்பார். எல்லோருக்கும் அவரிடத்தில் மதிப்பு. அவர்கள் முன்னால் நடந்துபோகவேண்டும். எல்லோரும் கடை வாசலில் நின்று பார்ப்பார்கள்.

அர்ச்சகருக்குத் தான் ஜெயில் கம்பிகளைப் பிடித்துக் கொண்டு நிற்பது மாதிரித் தோன்றிற்று. மனைவியும் குழந்தைகளும் முன்னால் நின்று நெஞ்சிலடித்துக்கொண்டு அழுகிறார்கள். போலீஸ் சேவகன் வந்து தடியால் அவர்களை வெளியே தள்ளுகிறான்.

எழுபத்திமூன்று நாற்பத்தியேழின் காலில் சாஷ்டாங்கமாக விழுந்து விடுவோமா என்று எண்ணினார் அர்ச்சகர். குய்யோ முறையோ என்று கத்தி கூட்டத்தைக் கூட்டுவோமா என்றும் எண்ணினார். நூறுபேர் கூடத்தானே செய்வார்கள். நூறுபேர் கூடினால் தெரிந்தவர்கள் பத்துபேர் இருக்கத்தானே செய்வார்கள். 'இது என்ன அநியாயம்' என்று முன்வந்து சொல்ல மாட்டார்களா ?

ஆனால் வாயைத் திறந்தாலே முதுகில் அறை விழுமோ என்று பயந்தார். மேலும் அவருக்குத் தொண்டையை அடைத்தது. நிமிஷத்திற்கு நிமிஷம் வயிற்றிலிருந்து கனமான ஏதோ ஒன்று மேலெழும்பி நெஞ்சைக் கடைந்தது. துக்கத்தை விழுங்கி விழுங்கிப் பார்த்தார். ரோட்டிலேயே அழுதுவிடுவோமோவென்று பயந்தார்.

மெயின் ரஸ்தா இன்னும் வரவில்லை. இருமருங்கிலும் ஓங்கி வளர்ந்திருந்த வேப்ப மரங்கள் இருளைப் பெய்துகொண்டிருந்தன. அர்ச்சகர் துண்டால் முகத்தைத் துடைத்துக்கொண்டார்.

சிறிது தூரம் சென்றதும் நின்றார் அர்ச்சகர். தெரு விளக்கின் ஒளி அவர் முகத்தில் விழுந்தது. எழுபத்திமூன்று நாற்பத்தியேழு அவர் முகத்தைப் பார்த்தான். கண்கள் சிவந்திருந்தன. அர்ச்சகர் துண்டால் மூக்கைத் துடைத்துக்கொண்டு சொன்னார்:

"நான் ஒரு தப்பும் பண்ணலெ. ஒரு தப்பும் பண்ணலெ." இதைச் சொல்லும்போது அழுதுவிட்டார் அவர்.

"நான் என்ன வேய் செய்ய முடியும் ? நான் என் ட்யூட்டியெ கரெக்டா பாக்கிற மனுஷன்."

"நான் சொல்றது நம்பிக்கையில்லையா ?"

"நம்பிக்கையெப் பொறுத்த விஷயமில்லே வேய் இது. ஸ்டேஷனுக்கு வாரும். இன்ஸ்பெக்டருக்கிட்டே விஷயத்தைச் சொல்லும். இன்ஸ்பெக்டரு விட்டா நானா பிடிச்சுக் கட்டப் போறேன் ?"

"இன்ஸ்பெக்டர் விட்டுடுவாரோ ?"

"எனக்கு என்ன ஜோஸ்யமா தெரியும் ?"

"இன்ஸ்பெக்டர் வெறொண்ணும் செய்ய மாட்டாரே ?"

"என்னது ?"

"இல்லே . . . வந்து . . . அடிகிடி இந்த மாதிரி . . ." அதைச் சொல்வதற்கே வெட்கமாயிருந்தது அவருக்கு.

இத்தனை பெரிய சரீரத்தில் அதைவிடவும் பெரிய கோழைத்தனம் குடிபுகுந்திருப்பதை எண்ணி மனதுள் சிரித்துக் கொண்டான் எழுபத்தி மூன்று நாற்பத்தியேழு.

"அடிகிடியெல்லாம் கேஸைப் பொறுத்தது. அடிக்கப் படாதுன்னு சட்டமா? சந்தேகம் வந்திடுச்சின்னா எலும்பெ உருவி எடுத்துடுவாங்க. அதிலேயும் இப்ப வந்திருக்கிற இன்ஸ்பெக்டரு எமகாதகன். நச்சுப்புடுவான் நச்சு."

"ஐயோ, எனக்கு என்ன செய்யணும் தெரியலையே" என்று அர்ச்சகர் பிரலாபித்தார். அந்தக் குரல் எழுபத்திமூன்று நாற்பத்தியேழின் மனதைத் தாக்கிற்று.

"உம்மைப் பார்த்தா எனக்கு எரக்கமாகத்தான் இருக்குது."

"அப்படீன்னா என்னெ விட்டுடுமே. உமக்குக் கோடிப்புண்ணியம் உண்டு."

"அது முடியுமா? கேஸிலே புடிச்சா விட முடியுமா? வெளெயாட்டுக் காரியமா? உத்தியோகம் பணயமாயுடுமே."

அர்ச்சகர் சிலைபோல் நின்றார்.

மீண்டும் எழுபத்திமூன்று நாற்பத்தியேழுதான் பேச்சை ஆரம்பித்தான்.

"ஒண்ணு வேணாச் செய்யலாம்; அதும் பாவமேணு பாத்துச் செய்யணும்."

"என்னது?"

"எச். ஸீட்டெச் சொல்லிக் கேஸை ஒரு மாதிரியா வெளிக்கித் தெரியாமெ ஓச்சுடலாம்."

"அதாரு எச். ஸி?"

"ஹெட் கான்ஸ்டபிள்."

"அப்படின்னாச் சொல்லும். நீர் நன்னா இருப்பேள். நதீக்கிருஷ்ணன் ஒம்மைக் கண் திறந்து பாப்பன்."

"எச். ஸி. முன்னாலெ போய் இளிக்கணும். அதிலேயும் பெரிய சீண்ட்றம் புடிச்ச மனிசன் அவன். உடனே கொம்புலெ ஏறிடுவான். கால் மேலே காலெப் போட்டுக்கிடுவான்."

"நீர் எனக்காகச் சொல்லணும். இல்லைன்னா நான் அவமானப்பட்டு அழிஞ்சி போயுடுவேன். இது பணத்தாலெ காசாலெ நடத்தற ஜீவனமில்லெ. கேஸுகீஸுன்னு வந்துடுத்தா உத்தியோகம் போயுடும். நான் சம்சாரி. அன்னத்துக்கு லாட்டரியடிக்கும்படி ஆயுடும். ஒரு மனுஷன் முகத்திலே முழிக்க முடியாது. நீர் எச். ஸிட்டெ சொல்லும். இந்த ஆயுஸு பூராவும் நதீக்கிருஷ்ணனோடெ சேத்து உம்மையும் நெனச்சுப்பேன்."

"அது சரிதான் வேய். உம்ம வயித்திலே மண்ணடிக்கணும்ங்கற ஐடியா கெடயாது எனக்கு. எச். ஸி. ஒரு மாதிரி ஆளு. ஈவு

இரக்கம் அவன் போன வளியிலே கிடையாது. மேலும் பெரிய துட்டுப்பிடுங்கி.”

“என்னது?”

“துட்டுப்பிடுங்கி. காணிக்கை வச்சாத்தான் சாமி வரம் தரும். இந்த எளவுக்காகச் சுட்டித்தான் அந்த மனுசங்கிட்டே வள்ளிசா சிபாரிசுக்குப் போறதில்லை நான்.”

“என்ன கொடுக்கணும்?”

“அஞ்சு பத்து கேப்பான்.”

“அஞ்சா? பத்தா?”

“பத்து ரூபாய்க் காசில்லாமெ ஒரு கேஸெ ஓய்ப்பானா?”

“பத்து ரூபாயா!”

“ஏன் வேய்?”

“பத்து ரூபாய்க்கு இப்போ நான் எங்கே போறது?”

“வேணும்னா செய்யும். இல்லைன்னா வருது போலே பாத்துக்கிடணும்.”

அர்ச்சகர் வாய் திறவாமல் நடந்தார். மீண்டும் எழுபத்திமூன்று நாற்பத்தியேழுதான் பேச்சை ஆரம்பித்தான்.

“என்ன? என்ன சொல்லுதீரு?”

“ஊஹூம். நான் எங்கே போவேன் பத்து ரூபாய்க்கு?” கணீரென்ற குரலில் சொன்னார் அர்ச்சகர். எழுபத்திமூன்று நாற்பத்தியேழுக்குக் கோபம்தான் வந்தது.

“இப்போ யாரு வேய் தரணும்னு களுத்தெப்புடிக்கா? யாரோ லஞ்சம் புடுங்குதாப்லெ படுதீரெ. துரிசமா நடவும். இன்ஸ்பெக்டர் வீட்டுக்குப் போகுதுக்கு முன்னாடி போயுடணும். கொஞ்சம் கஷாயம் குடிச்சாத்தான் உடம்புக்கு சரிப்பட்டு வரும் உமக்கு.”

“ஒடனெ கத்தரிச்சுப் பேசறேரே.”

“கத்தரியுமில்லெ இடுக்கியுமில்லெ. வாய் பேசாமெ நடவும்.”

சிறிது தூரம் சென்றதும் மீண்டும் பேச்சை ஆரம்பித்தான் எழுபத்தி மூன்று நாற்பத்தியேழு.

“இப்பம்தான் ஞாபகம் வருது. அன்னைக்கு டி.எஸ்.பி., ஆபிஸிலேருந்து ஒரு கடிதாசி வந்துச்சு. டி.எஸ்.பி. ஆபிஸிலேருந்து காயிதமெல்லாம் மாயமா மறஞ்சு போகுதாம். காக்கிச் சட்டைக்காரங்க நாந்துக்கிட்டு சாகப்படாதாங்கற தோரணை யிலே எழுதியிருந்தாங்க. இப்பம்தாலா விஷயம் தெரியுது?”

"என்ன தெரியுது?"

"சட், வாயெ மூடிட்டு வாரும். வாயைத் தொறந்தீர்னா பொடதிலே வச்சிடுவேன். ஸ்டேஷனுக்கு உள்ளே ஏத்தினம் பெறவுல்லா இருக்கு."

"பகவான் விட்டது வழி."

இருவரும் ஸ்டேஷன் பக்கம் வந்துவிட்டார்கள். எழுபத்திமூன்று நாற்பத்தியேழுதான் மீண்டும் பேச்சை ஆரம்பித்தான்.

"நல்ல மனுசங்களுக்கு இது காலமில்லே. எத்துவாளி பயகளுக்குத் தான் காலம். ஈவு இரக்கம் இருக்கப்படாது."

"ஏனாம்?"

"பாருமே, மலைமாதிரி குத்தம் பண்ணிப்புட்டு நிக்கேரு. நீரு உடற கதெயெல்லாம் ஒரு பயவுளும் நம்பப்போவதில்லை. கோவில் குளிக்கிற மனுசன் தெரியாத்தனமா ஆம்பிட்டுக்கிட்டு முளிக்காரு. அடியும் உதையும் பட்டு, அவமானமும் பட்டு அலக்களிஞ்சிப் போகப் போறார்னு ஐடியா சொன்னா, காதிலெ ஏறமாட்டேங்குது. உம்ம கூட்டாளிக்கெல்லாம் பட்டாத்தான் தெரியும். உம்மெச் சொல்லிக் குத்தமில்லெ, காலம் அப்படி."

அர்ச்சகருக்குச் சிரிப்பு வந்தது.

"உம்மெ நைஸா கை தூக்கிவிட்டுப் போடணும்னு நெனச்சேன் பாரும். அந்தப் புத்தியெ செருப்பாலே அடிக்கணும்" என்றான் எழுபத்திமூன்று நாற்பத்தியேழு.

"நீர் சொல்றது சரி. என்னெக் காப்பாத்தணுங்கற நெனப்பு ரொம்ப இருக்கு உமக்கு. அந்த எச். ஸி. தான் பெரிய பேராசைக்காரனா இருக்கான். அவன் பேராசைக்காரனா இருக்கட்டும், நான் அஷ்டதரித்திரமா இருக்கணுமோ?"

"ஆசாமியெ ஸ்டேஷனுக்கு உள்ளே விட்டுப் பூட்டாத் திருகித்திருகி எடுத்தால்ல தெரியும் அஷ்டதரித்திரம் படறபாடு."

"பகவான் விட்டது வழி. பதனஞ்சு வருஷமா தினம் தினம் அவனெக் குளுப்பாட்டறேன். விதவிதமா அலங்காரம் பண்ணிப் பாக்கறேன். சாஷ்டாங்க நமஸ்காரம் பண்ணிப்பண்ணி நெத்தியிலே தழும்பு விழுந்துடுத்து. அந்த நன்னிகெட்ட பயல் அடி வாங்கித்தறதுன்னா தரட்டும். கம்பி எண்ண வச்சான்னா வைக்கட்டும்."

அர்ச்சகர் அமைதியாகப் பேசினார்.

எழுபத்திமூன்று நாற்பத்தியேழு அர்ச்சகர் முகத்தைத் திரும்பிப் பார்த்தான். அவர் முகத்தில் பயத்தின் சாயலே

இல்லை. அவர் இப்பொழுது வேகமாக நடந்தார். கைகளை ஆட்டிக்கொண்டு நடந்தார்.

"அப்பம் ஒரு காரியம் செய்வமா?" என்று கேட்டான் எழுபத்தி மூன்று நாற்பத்தியேழு.

"என்ன?"

"நீரும் அப்படியொண்ணும் டாட்டாவுமில்லே பிர்லாவுமில்லே. ஏதோ ஒரு மாதிரியா காலத்தைத் தள்ளிட்டிருக்கீரு. உமக்காகச்சுட்டி ஒண்ணு வேணாச் செய்யலாம்."

"விஷயத்தைத் தெளிவாகச் சொல்லலாமே. ஏன் சுத்திச்சுத்தி வளைக்கணும்?" என்று கேட்டார் அர்ச்சகர்.

எழுபத்திமூன்று நாற்பத்தியேழுக்கு பிடாரியைத் தாக்கிற்று. "எச். ஸீட்டெ ஓம்ம நெலமெயெ எடுத்துச் சொல்லி சுளுவா முடிக்கப் பாக்கறேன். அஞ்சு ரூபா எடும். சட்னு எடும். எனக்கு வேற வேல இருக்கு."

அர்ச்சகர் முன்பின் யோசிக்கவிடாமல் பணத்தை வாங்கி விட எண்ணினான் அவன்.

அர்ச்சகர் முன்னைவிடவும் அமைதியாகச் சொன்னார்:

"இதென்ன பேச்சு இது! அஞ்சு ரூபாய் தரலாம்னா பத்தாத் தந்துடப்படாதா? அம்புட்டுக்கெல்லாம் இருந்தா நான் ஏன் நதீக்கிருஷ்ணனெ குளுப்பாட்டப் போறேன். மேலும் இப்போ நான் என்ன திருடினேனா, கொள்ளையடிச்சேனா, இல்லெ ரோட்டிலெ போறவ கையைப் புடிச்சு இழுத்தேனா என்ன தப்புப் பண்ணிப் பிட்டேன்னு சொல்லட்டுமே, உம்ம எச். ஸி. தலையெ சீவறதுன்னா சீவட்டுமே."

எழுபத்திமூன்று நாற்பத்தியேழுக்கு அந்த இடத்திலேயே அர்ச்சகரைக் கண்டதுண்டமாக வெட்டிப்போட்டுவிடலாம் போலிருந்தது.

"மகா பிசுநாறி ஆசாமியா இருக்கீரே!" என்றான்.

"என்ன சேறது? அப்படித்தான் என்னெ வச்சிருக்கான் அவன்."

"அவன் யாரு அவன்?"

"மேலே இருக்கான் பாரும், அவன்."

இருவரும் ஸ்டேஷன் முன்னால் வந்துவிட்டார்கள். ஸ்டேஷனுக்கு முன்னாலிருந்த வெற்றிலைப் பாக்குக் கடையில், கடைக்காரரிடம் பேசிக்கொண்டிருந்தவரை, 'அண்ணாச்சி' என்று கூப்பிட்டுக் கொண்டே அவரிடம் வலியப் பேச ஆரம்பித்தான் எழுபத்திமூன்று நாற்பத்தியேழு.

அர்ச்சகர் பின்னால் நின்றுகொண்டிருந்தார். அண்ணாச்சி யிடம் சளசளவென்று பேச்சை வளர்த்திக்கொண்டிருந்தான் அவன். அர்ச்சகர் நின்றுகொண்டிருந்த இடத்தை அவன் அசைப்பிலும் திரும்பிப் பார்க்கவில்லை. அவர் போவதானால் போகட்டும் என்ற தோரணையில் நிற்பது போலிருந்தது. ஆனால் அவர் கற்சிலை மாதிரி அங்கேயே நின்றார்.

அண்ணாச்சிக்குப் பேச்சு சலித்து விட்டது.

எழுபத்திமூன்று நாற்பத்தியேழு அர்ச்சகர் பக்கம் திரும்பி, "சாமி, நீங்க போறதுன்னாப் போங்க, பின்னாலெ பார்த்துக்கிடலாம்" என்றான்.

"கையோட காரியத்தை முடிச்சுடலாமே" என்றார் அர்ச்சகர்.

"அட போங்க சாமி, நான்தான் சொல்லுதேனே பின்னாலெ பாத்துக்கிடலாம்னு. உடாமெ பிடிக்கீரே."

"என்னப்பா விஷயம்?" என்று கேட்டார் அண்ணாச்சி.

"ஒண்ணுமில்லெ. என் கொளந்தெக்குப் பொறந்த நாளு நாளைக்கு. பூசை கீசை பண்ணி கொண்டாடணும்னு சொல்லுது அது. அதுதான் இவரிட்டே கேட்டுக்கிட்டே வாறேன். சாமான் கீமான் வாங்கணுங்காரு. ஆனா பணத்துக்கு எங்கே போகுது?"

'அடி சக்கே' என்று மனதில் சொல்லிக்கொண்டார் அர்ச்சகர்.

பணம் சம்பந்தமான பேச்சு வந்ததாலோ என்னமோ அண்ணாச்சி சட்டென்று விடைபெற்றுக்கொண்டு சென்றுவிட்டார்.

எழுபத்திமூன்று நாற்பத்தியேழும் அர்ச்சகர் நின்ற திசைக்கு நேர் எதிர்த்திசை நோக்கி மடமடவென்று நடக்க ஆரம்பித்தான்.

அர்ச்சகர் பின்னால் ஓடிஓடிச் சென்றார்.

"இந்தாரும் ஓய், கொஞ்சம் நில்லும். என்ன இது? நடுரோட்டிலெ நிக்கவச்சுட்டு நீர் பாட்டுக்குக் கம்பியெ நீட்டறேரே?"

"அட சரிதான், போமய்யா."

"என்னய்யா இது, எனக்கு ஒண்ணும் புரியலையே."

"வீட்டெப் பாத்துப் போமய்யா. போட்டுப் பிராணனெ வாங்குதீரே."

"என்னன்னமோ சொன்னேர். ஆ ஊ ஆனை அறுபத்தி ரெண்டுன்னு சொன்னீர். இப்போ போ போன்னு விரட்டறேரே."

எழுபத்திமூன்று நாற்பத்தியேழுக்கு அசாத்தியக் கோபம் வந்து விட்டது. கண்கள் சிவந்தன. நெற்றிப் பொட்டில் நரம்புகள் புடைத்தன. அர்ச்சகர் முகத்தையே இமைக்காமல் வெறிக்கப் பார்த்தான். அர்ச்சகரும் இமைக்காமல் பார்த்தார். அவருக்குச் சற்று பயமாகத்தான் இருந்தது. ஆனால் அதே சமயத்தில் அடக்க முடியாத சிரிப்பும் வந்தது. இலேசான புன்னகை உதட்டில் நெளிந்தது. அர்ச்சகர் சிரிப்பை அடக்குவதையும் அவர் உதட்டில் சிரிப்பு பீறிட்டு வழிவதையும் கவனித்தான் எழுபத்திமூன்று நாற்பத்தியேழு. சிரிப்புப் பொத்துக்கொண்டு வந்தது அவனுக்கு.

எழுபத்திமூன்று நாற்பத்தியேழு கடகடவென்று சிரித்தான். சப்தம் போட்டு சிரித்தான். வாய்விட்டுச் சிரித்தான். குழந்தைபோல் சிரித்தான்.

அர்ச்சகரும் அவனுடன் சேர்ந்து அட்டகாசமாகச் சிரித்தார்.

எழுபத்திமூன்று நாற்பத்தியேழு அர்ச்சகரிடம் மிக நெருங்கி நின்றுகொண்டு, அவர் முகத்தைப் பார்த்துச் சிரித்தபடி சொன்னான்:

"வீட்டுக்குப் போம். நானும் வீட்டுக்குத்தான் போறேன்." குரல் மிக அமைதியாக இருந்தது. அர்ச்சகர் அவன் முகத்தைப் பார்த்தார். சற்று முன்னால், அவர் முன் நின்ற ஆள் மாதிரியே இல்லை.

"நானும் அந்தப் பக்கம்தானே போகணும், சேர்ந்தே போறது" என்று கூட நடந்தார் அர்ச்சகர்.

"ஆமாம், அந்த ஆசாமீட்டே ஏதோ ஜென்ம நட்சத்திரம்னு சொன்னீரே, வாஸ்தவம் தானா? இல்லெ எங்கிட்டெக் காட்டின டிராமாவுக்கு மிச்சமோ?" என்று கேட்டார் அர்ச்சகர்.

"உண்மைதான் வேய், நாளைக்குப் பொறந்த நாள்."

"என்ன கொழந்தே?"

"பொம்புளெப் புள்ளே."

"தலைச்செனா?"

"ஆமா. கலியாணம் முடிஞ்சு பதினொண்ணு வருசமாவுது."

"ஓஹோ, பேரென்ன?"

"கண்ணம்மா."

"நம்ம ஸ்வாமிக்கு ரொம்ப வேண்டிய பெயர்" என்றார் அர்ச்சகர். எழுபத்திமூன்று நாற்பத்தியேழு சிரித்துக்கொண்டான்.

"ஆமாம், அதுக்கு என்ன பண்ணப்போறீர்?"

"வீட்டுக்காரி எதை எதையோ செய்யணும்னு சொல்லுதா. நான்தான் இளுத்துக்கிட்டிருக்கேன்."

"ஏன் இளுக்கணும்? தலைச்சன் கொழந்தே. ரொம்ப நாளைக்கப்பறம் ஸ்வாமி கண் திறந்து கையிலெ தந்திருக்கார். அதுக்கு ஒரு குறைவும் வைக்கப்படாது; வைக்க உமக்கு அதிகாரம் கிடையாது" என்று அடித்துப் பேசினார் அர்ச்சகர்.

"அது சரிதாய்யா. யாரு இல்லைன்னு சொல்லுதா? ஆனா கைச்செலவுக்கில்லா திண்டாட்டம் போடுது."

"போயும் போயும் ராப்பட்னிக்காரன், ஸ்வாமி குளுப்பாட்டறவனைப் பிடிச்சா என்ன கெடைக்கும்? பிரசாதம் தருவன். கொழச்சுக் கொழச்சு நெத்தியிலெ இட்டுக்கலாம். ஜரிகைத் துப்பட்டா, மயில்கண் வேஷ்டி, தங்கச்செயின் இந்த மாதிரி வகையாப் பிடிச்சா போட் போட்னு போடலாம். என்ன ஆளய்யா நீர், இதுகூட தெரிஞ்சுக்காமெ இருக்கேரே" என்றார் அர்ச்சகர்.

எழுபத்திமூன்று நாற்பத்தியேழு வாய்விட்டுச் சிரித்தான். "ஒரு பயலும் கையிலெ சிக்கலெ. நாயா அலஞ்சு பார்த்தேன். பிறந்தநாள் அயிட்டம் வேறே மனசிலெ உறுத்திக்கிட்டு இருந்தது. அர்ச்சகரானா அர்ச்சகர்னு பாத்தேன். கையெ விரிச்சுட்டீரே! பொல்லாத கட்டை தாய்யா நீரு."

"நானும் விடிஞ்சு அஸ்தமிச்சா பத்து மனுஷாளிடம் பழகறவன் தானே? எழுபத்திமூன்று நாற்பத்தியேழு என்ன துள்ளுத்தான் துள்ளிருவான்னு தெரியாதாக்கும்."

"அடி சக்கையின்னானாம்! கொஞ்ச முன்னாலே யாரோ அழுதாளே, அதுயாரு? யாருக்கோ பல்லு தந்தி அடிச்சுதே, யாருக்கு? யாருக்குக் கையும் காலும் கிடுகிடான்னு வெறச்சுதாம்?"

"மொதல்ல கொஞ்சம் பயந்துதான் போனேன். ஏன் பொய் சொல்லணும். இருந்தாலும் என்ன உருட்டு உருட்டிப் புட்டீர்!"

"என்ன செய்யுது சாமீ? இந்த சாண் வயத்துக்காகத் தானே இந்த எளவெல்லாம். இல்லாட்டி மூக்கெப் பிடிச்சுக்கிட்டு உக்காந்திரலாமே."

"சந்தேகமா? நான் என்ன பாடுபடறேன் கோவில்லே? கோவிலுக்குள்ளே ஏறி வந்தாலே புண்ணியாசனம் பண்ணணும். ஸ்வாமி எழுந்திருந்து பின்புறம் வழியா ஓடியே போயுடுவர். அந்தமாதிரி பக்த சிகாமணிகள்ளாம் வருவா. அவாளிடம் போய் ஈ ஈன்னு இளிச்சுட்டு நிக்கறேன். உங்களெ விட்டா உண்டா என்கிறேன். ஆழ்வார் நாயன்மார்கள் கெட்டது கேடு என்கிறேன். கடைசியா, போறத்தே ரெண்டணா வைக்கிறானா,

நாலணா வைக்கிறானான்னும் கவனிச்சுக்கறேன். அணாவெ தீர்த்தத்திலே அலம்பி இடுப்பிலெ சொருகிக்கறேன்" என்றார் அர்ச்சகர்.

இருவரும் சேர்ந்து சிரித்தார்கள்.

இரண்டு பேரும் நடந்து நடந்து போஸ்டாபீஸ் ஜங்ஷனுக்கு வந்துவிட்டார்கள்.

"இந்த லெட்டரே போட்டுட்டு வந்துடறேன்" என்றான் எழுபத்தி மூன்று நாற்பத்தியேழு.

"பாத்துப் போடும். யாராவது காக்கிச் சட்டைக்காரன் வந்து புடிச்சுக்கப் போறான். யார் வீட்டிலெ நோவு எடுத்திருக்கோ?" என்றார் அர்ச்சகர்.

கடிதங்களைத் தபாலில் சேர்த்துவிட்டு எதிர் சாரியிலிருந்த வெற்றிலை பாக்குக் கடைக்கு வந்தான் எழுபத்திமூன்று நாற்பத்தியேழு. மட்டிப்பழக் குலையிலிருந்து நாலைந்து பழங்களைப் பிய்த்தான். "இந்தாரும், சாப்பிடும்" என்று அர்ச்சகரை நோக்கி நீட்டினான்.

அர்ச்சகர் இரண்டு கைகளையும் நீட்டி வாங்கிக் கொண்டார். இரண்டுபேரும் வெற்றிலை போட்டுக்கொண்டார்கள்.

"கணக்கிலே எளுதிக்கிடுங்க" என்றான் எழுபத்திமூன்று நாற்பத்தியேழு, கடைக்காரரை நோக்கி.

"எழுதிக்கிட்டே இருக்கேன்" என்றார் கடைக்காரர்.

"சும்மா எழுதுங்க. ரெண்டுநாள் களியட்டும். செக்கு கிளிச்சுத் தாறேன்."

நடந்து, இரண்டு பேர்களும் பரஸ்பரம் பிரிய வேண்டிய இடத்திற்கு வந்துவிட்டார்கள்.

"சாமி, அப்பொ எனக்கு விடைகொடுங்க. ஒண்ணும் மனசிலே வச்சுக்கிடாதீங்க" என்றான் எழுபத்திமூன்று நாற்பத்தியேழு.

"என்ன நெனக்கிறது. காக்கி ஜாதியே இப்படித்தான்" என்றார் அர்ச்சகர்.

"எல்லாம் ஒரே ஜாதிதான்" என்றான் எழுபத்திமூன்று நாற்பத்தியேழு.

"அதுசரி, நாளைக்கு என்ன செய்யப்போறேர்?"

"என்ன செய்யுதுனு விளங்கெலெ. அதுக்கு முகத்திலே போய் முளிக்கவே வெக்கமாயிருக்கு. ஆயிரம் நெனப்பு நெனச்சுக்கிட்டு இருக்கும். சரி, நான் வாறேன்" என்று சொல்லிவிட்டு நடந்தான் எழுபத்திமூன்று நாற்பத்தியேழு.

“ஓய், இங்கே வாரும்” என்றார் அர்ச்சகர்.

வந்தான்.

அர்ச்சகர் அரை வேஷ்டியை இலேசாக அவிழ்த்துவிட்டுக் கொண்டார். இப்பொழுது வயிற்றில் ஒரு துணி பெல்ட் தெரிந்தது. துணி பெல்ட்டில் ஒவ்வொரு இடமாகத் தடவிக் கொண்டே முதுகுப்புறம் வந்ததும் சட்டென்று கையை வெளியில் எடுத்தார்.

ஐந்து ரூபாய் நோட்டு!

“இந்தாரும், கையெ நீட்டும்” என்றார் அர்ச்சகர். எழுபத்திமூன்று நாற்பத்தியேழு ஒரு நிமிஷம் தயங்கிவிட்டு கையை நீட்டி வாங்கிக் கொண்டான்.

“கொழந்தை பிறந்தநாளுக்கு குறை ஏற்படப்படாதுன்னு தறேன்” என்றார் அர்ச்சகர்.

“சாமி, ரொம்ப உபகாரம், ரொம்ப உபகாரம்” என்றான் எழுபத்தி மூன்று நாற்பத்தியேழு. அவன் குரல் தழதழத்தது.

“ஆனந்த பாஷ்பம் ஒண்ணும் வடிக்க வேண்டாம். ஒண்ணாம் தேதி சம்பளம் வாங்கினதும் திருப்பித் தந்துடணும்” என்றார் அர்ச்சகர்.

“நிச்சயமாத் தந்துடுதேன்.”

“கண்டிப்பாத் தந்துடணும்.”

“தந்துடுதேன்.”

“தரலையோ, எச். ஸிட்டெச் சொல்லுவேன்.”

இருவரும் சிரித்துக்கொண்டார்கள்.

“நாளைக்கு நம்ம கோவிலுக்குக் கூட்டிண்டு வாரும் கொழந்தெயெ. கண்ணம்மா வந்தா ரொம்ப சந்தோஷப்படுவன் நதீக்கிருஷ்ணன். நானே கூடயிருந்து ஜமாய்ச்சுப்புடறேன்.”

“சரி, அப்படியே கூட்டிட்டு வாறேன்.”

“அப்பொ நான் வறேன். முதல் தேதி ஞாபகமிருக்கட்டும்” என்று சொல்லிக்கொண்டே இருட்டில் நடந்தார் அர்ச்சகர்.

எழுபத்திமூன்று நாற்பத்தியேழு அவர் மறைவதைப் பார்த்துக் கொண்டே நின்றான்.

சரஸ்வதி, 1958

சன்னல்

நான் படுத்திருந்த கட்டில், சன்னல் அருகே கிடந்தது. சில மாதங்களுக்கு முன் ஒருநாள் அந்திவேளையில் இழைந்து இழைந்து படுக்கையில் போய் விழுந்தேன். பின்னால் எழுந்திருக்கவே முடியாமல் போய் விட்டது. இவ்வளவு நீண்ட நாட்கள் கட்டிலோடு கட்டிலாய்க் கிடக்க நேருமென்று எண்ணவேயில்லை. ஐந்தாறு மாதங்களாய் விட்டன. இல்லை இன்னும் அதிகமாகவே இருக்கும். என்னால் நிச்சயமாகச் சொல்ல முடியாது. இது எந்த மாதம் என்று எனக்குத் தெரியாது. தேதியும் தெரியாது, கிழமையும் தெரியாது.

நீண்ட நாட்களாக சன்னல் அருகே கிடக்கும் இந்தக் கட்டிலில் விழுந்து கிடக்கிறேன்.

என் காலும் கையும் குச்சி மாதிரியாகிவிட்டன. உடம்பு இளைத்து விட்டது. ஒருநாள் என் தங்கை கட்டிலின் பக்கத்தில் வந்து வெகுநேரம் என்னை இமைக்காமல் பார்த்துவிட்டு என்ன தோன்றிற்றோ தெரியவில்லை, 'அண்ணா, நீ பல்லி மாதிரி இருக்கிறாய்' என்று சொல்லி விட்டு ஓடிவிட்டது. கட்டிலிலிருந்து முழு உயரம் மேலே சென்று மீண்டும் பொத்தென்று விழுந்ததுபோல் இருந்தது எனக்கு. நான் என்னைக் கண்ணாடியில் பார்த்து வெகு நாட்களாகிவிட்டன. எனக்குக் கண்ணாடி கொண்டு தருவாரில்லை. ஒரு தடவை என் முகத்தைப் பார்த்துக்கொள்ள ஆசை. மனதிற்குள் ஒரே நமைச்சல். நான் சொல்வது யாருடைய செவியிலும் விழவில்லை. ஒரு வேளை நான் என் முகத்தைப் பார்த்தால் கண்ணீர் சிந்துவேன் என்று எண்ணுகிறார்கள் போலிருக்கிறது. இருந்தாலும் ஒரு தடவை என் முகத்தைப் பார்த்துக்கொள்ளக் கொள்ளை ஆசையாக இருக்கிறது.

விலா எலும்புகள் கூடைப்பின்னல் மாதிரியாகி விட்டதால் கனமான பஞ்சு மெத்தை உறுத்திற்று. சதை வற்றவற்ற எலும்புகள் துருத்திக்கொண்டு வந்ததில், கழுத்துக்குக் கீழ் ஒரு பள்ளம். ஆழாக்குத் தண்ணீர் பிடிக்கும்.

எனக்குக் கையைக் காலை மடக்க முடியாது; அசைக்க முடியாது. கை கால்களில் கணுவுக்குக் கணு வீக்கம். படுக்கைதான். படுத்த படுக்கை.

சில சமயம் வலி சுருட்டிச் சுருட்டிப் பிசைந்துவிடும். கண்களிலிருந்து தாரை தாரையாய்க் கண்ணீர் வழியும். இருந்தாலும் வாயைத் திறக்க மாட்டேன். வாயைக் கட்டிக் கொண்டு வலியை, வேதனையைமென்று தின்பதில் எனக்கு நீண்டகாலப் பயிற்சியுண்டு.

ஒருநாள் நடந்த சம்பவம்.

கூரையிலிருந்து ஒரு குளவி பொத்தென்று என் நெஞ்சில் வந்து விழுந்து விட்டது. ஆள் மாற்றி ஆள் மாற்றி அக்கா, தங்கை, அம்மா, அப்பா என்று யாராவது காவலிருப்பார்கள் என்னருகில். விபரீதம் – அன்று யாருமே இல்லை. என்ன செய்வேன் நான்?

மேல் கூரையிலிருந்து ஒரு குளவி நெஞ்சில் – நட்ட நடுவில் விழுந்து விட்டது. விழுந்த குளவி நெஞ்சில் சுற்றிச் சுற்றி வந்தது. சுற்றிக் கழுத்தில் ஏறி விட்டது. நான் இமை தாழ்த்திப் பார்த்தேன். தெரியவில்லை. குளவியின் ஊரல் புலன்களைத் தாக்கிக்கொண்டிருந்தது.

அறையில் ஒருவருமில்லை.

சப்தம் போடலாம். சப்தம் எழாது. தொண்டையில் வீக்கம், சப்தம் குதிக்காது. வலியோ துடித்துவிடும்.

ஊர்ந்து ஊர்ந்து குளவி காதருகே வந்து விட்டது.

காதிற்குள் போய்விட்டால் . . .?

'அம்மா!'

சப்தம் கிளம்பவில்லை.

கண்களிலிருந்து நீர் தாரை தாரையாக வழிந்து தலையணை நனைந்தது.

அந்த வயதிற்குள்ளாகவே எவ்வளவோ கண்ணீரைக் குடித்து வளர்ந்தவன்.

கண்களுக்குப் புலப்படாத எந்த மகாசக்தி அம்மாவின் காதில் சென்று ஓதியதோ – ஓடோடி வந்தாள். என் அறையில் தீப்பற்றிக்கொண்டதுபோல் வந்தாள். யாரோ கையைப்பிடித்து இழுத்து வந்ததுபோல் வந்தாள்.

குளவி நாசியில் ஏறி, நெற்றிப்பொட்டை நோக்கி ஊர்ந்துகொண்டிருந்தது.

"அம்மா!"

என்னுடைய உட்செவிக்குள்தான் என் குரல் எதிரொலித்தது.

அப்பொழுதுதான் என் தாய் வாசலில் வந்து நின்றாள்.

"அம்பீ!" என்று கத்திக்கொண்டே எனக்கருகே வந்தாள்.

புடவைத் தலைப்பால் முகத்தை விசிறினாள். புடவைத் தலைப்பால் முகத்தைத் துடைத்தாள்.

அவள் கண்களிலிருந்து குருதிதான் வழிந்தது.

என் அறை எனது கண்களுக்குப் புளித்து விட்டது.

மஞ்சள் பூசிய சுவரை எத்தனை நேரம்தான் பார்த்துக் கொண்டிருப்பது? அந்தச் சுவரில் தெளிவாகத் தெரிந்த நாலு கறுப்புப் புள்ளிகளைப் பார்த்துக்கொண்டே இருந்தேன். இரண்டு இடங்களில் சுண்ணாம்பு வெடித்துச் சிப்பி மாதிரி உயர்ந்து இப்பவா அப்பவா என்று விழக் காத்துக்கொண்டிருந்தது. இரண்டு மாதங்களுக்கு முன் ஒன்று உதிர்ந்துவிட்டது. இதுவும் உதிர்ந்துவிடும். கட்டிலின் உயரத்திற்கு ஒரே ஒரு இடத்தில் மட்டும் மூக்கை வழித்துத் தேய்த்திருந்தது. அது உலர்ந்து பார்ப்பதற்கு அருவருப்பாக இருந்தது. அதைப் பார்க்கவே கூடாது என்று தினம் தினம் சங்கல்பம் செய்துகொள்வேன். ஒவ்வொரு நாளும் பார்க்கத் தவறவுமில்லை.

கட்டில் பக்கத்தில் ஒரு முக்காலி. கையை நீட்ட முடியுமென்றால் தொட்டுவிடலாம். அதில் நோயாளியின் ஏகபோகச் சொத்துகள். காப்பித் தம்ளர் வைத்த இடத்தில் வட்டக்கறை வளையங்கள். இரண்டு தெளிவாகத் தெரியவில்லை.

என் கண்களுக்கு மேல் பதினொன்று உத்தரக் கட்டைகள். அந்தக் கட்டைகளில் ... போதும்! எனக்கு அலுத்து விட்டது. என் கண்களுக்கு என் அறை புளித்துப் போய்விட்டது. அதே காட்சிகள், அதே மாதிரி ஒவ்வொரு நாளும் எனக்கு வெறுப்புத் தட்டி விட்டது.

ஆனால் ...

நான் படுத்திருந்த கட்டில் சன்னல் அருகே கிடந்தது.

அந்தச் சன்னல் பெரிது என்பதில்லை; சிறிது என்பதுமில்லை. ஆனால் என் கண்களுக்கு அந்தச் சன்னல் பெரிதாகத்தான் காட்சி தந்துகொண்டிருந்தது. அன்று எனக்கு அது மதிக்க முடியாத ஒன்றாக இருந்தது.

சன்னலுக்கு நாலு கம்பிகள். அதற்கு முன் ஒரு பந்தல். வெக்கைக்குப் போட்ட வேலி.

அந்தப் பந்தலில் சாய்ப்பு மூங்கிலைப் பார்த்துக்கொண்டே இருப்பேன். அதில் பிளக்கப்படாத உருண்டை மூங்கில்களில் பல துவாரங்களைக் கவனித்தேன். யார் போட்ட துளைகள் அவை? ஒருநாள் துவாரங்களை எண்ணிப் பார்த்தேன். ஏழு. பத்து நாட்கள் கழிந்தன. மீண்டும் எண்ணிப் பார்த்தேன். பத்து ... அடிசக்கை! இதென்ன மாயம்? ஒவ்வொரு நாளும் கவனித்தேன். அப்பொழுது ஒருநாள் மத்தியானம் ஒருவர் வந்தார். வேறு யாருமில்லை. ஒரு வண்டு. கன்னங்கரேலென்று. ஓஹோ, நீரா இந்த வேலை பண்ணுகிறீர். பலே ஆளய்யா நீர்! வண்டுகள் 'ஸ்ஸ்' என்று சப்தம் செய்துகொண்டே அந்தரத்தில் சுழன்றபடி நாட்கணக்கில் துளைகள் போடுகின்றன ... பேஷ், அப்படியா சங்கதி!

பந்தலை அடுத்தாற்போல் காம்பௌண்டுச் சுவர். அதையொட்டி இரண்டு ரோஜாச்செடிகள். ஒன்று பெரியது; மற்றொன்று சிறியது. அம்மா ரோஜா; குழந்தை ரோஜா.

காலையில் கண் விழித்ததும் ரோஜா மொக்குகளை எண்ணுவேன். மறுநாள் அவை மலர்ந்து தென்றலில் ஊசலாடும். மீண்டும் புது மொக்குகள். காலையில் ரோஜா. மழை பெய்தால் சொட்ட சொட்டக் குளித்துவிட்டு என்னைப் பார்த்துச் சிரிக்கும். சிரிப்பாய் சிரிக்கும்.

ஒருநாள் பால்காரியின் பெண் ரோஜாச் செடி பக்கத்தில் வந்து நின்றாள். வழக்கமாக அந்தப் பெண்ணின் தாயார்தான் பால் கொண்டுவருவாள். இத்தனை மணிக்கு இன்னார் சன்னலைத் தாண்டிப் போவார்கள் என்பது எனக்கு அத்துப்படி. காலோசை கேட்டால், இன்னார் என்று மனதில் தீர்மானித்துக் கொண்டே திரும்பிப் பார்ப்பேன். நான் நினைத்தபடிதான் இருக்கும். இதில் எனக்குப் பெருமை.

அன்று பால்காரிப் பெண் ரோஜாச் செடியின் பக்கம் வந்தாள். அங்கு சன்னலோரத்தில் நான் படுத்திருப்பது அவளுக்கு எங்கே தெரியும்? அக்கம் பக்கம் பார்த்துவிட்டுச் சட்டென்று ஒரு ரோஜா மலரைப் பறித்துப் பால் செம்பில் போட்டுக்கொண்டாள். தலை நிமிர்ந்து சன்னலைப் பார்த்தாள். முகம் சுண்டிப்போய் விட்டது. எனக்குத் தர்மசங்கடமாகப் போய்விட்டது. 'யாரிடமும் சொல்ல மாட்டேன்' என்று கண்களால் செய்தி சொன்னேன். சிரித்துக்கொண்டே ஓடிவிட்டாள் அவள்.

சில சமயம் எதிர்வீட்டு வாழைத் தோட்டத்தைப் பார்த்துக்கொண்டிருப்பேன். நான் படுக்கையில் விழுந்த

அன்றுதான் கன்றுகள் நட்டார்கள். அவை என் கண் முன்னே வளர்ந்தன. வளர்ந்து பெரிதாயின. அந்த வீட்டு மாமி மாதிரி புஷ்டியாக இருந்தது ஒவ்வொரு வாழையும். இலை மிகப் பெரியது; என் மெத்தையைவிடப் பெரியது. பின்னால் குலை தள்ளிற்று. அழகான குலைகள். அந்தி வேளையில் வௌவால்கள் வாழைத் தோட்டத்தில் சுற்றிச் சுற்றி வரும். வாழைப்பூவிலிருந்து தேனைப் பருகும் காட்சி அற்புதமாக இருக்கும். எனக்குச் சொல்லத் தெரியவில்லை. மிகவும் அற்புதமாக இருக்கும்.

என் கண்களுக்கு ரோடு தெரியாது. ஆனால் மின்சாரத் தூண்களின் தலையும் தலையோடு ஓடும் கம்பிகளும் தெரியும். நான் படுக்கையில் விழுந்த புதிதில் கவனித்திருக்கிறேன். முன்னை விடவும் கம்பிகள் மிகவும் தொய்ந்துபோய்விட்டன இப்பொழுது. கம்பியை இழுத்துக்கட்ட ஆட்கள் வருவார்கள் என்று எண்ணினேன். பின்னால் ஒரு சமயம் பார்த்த பொழுது பழையபடி விறைப்பாக இருந்தது. ஆச்சரியம்தான். எனக்கு மர்மம் புரியவில்லை. அம்மாவிடம் சொன்னேன். அவளுக்கும் புரியவில்லை. என்ன மாயமோ என்று சொல்லி விட்டாள்.

சாரல் சமயங்களில் தண்ணீர்த் திவலைகள் மின்சாரக் கம்பி வழியாகச் சிறிது தூரம் கீழ்நோக்கி ஓடிவிட்டு உதிரும். அப்பொழுது இளம் வெயிலும் அடித்துவிட்டால் போதும். அற்புதமாக இருக்கும். ஒரு திவலைத் தண்ணீரில் ஓராயிரம் நிறங்கள். அப்படி ஒரே ஒரு தடவைதான் பார்க்கக் கிடைத்தது எனக்கு.

சடக் சடக்கென்று ஓயாமல் வண்டிகள் நகரும். ஆனால் வண்டிகள் போவது என் கண்களுக்குத் தெரியாது. வைக்கோல் வண்டிகள் போனால் வைக்கோல் மட்டும் தெரியும். சில சமயம் அதன் மேல் ஒருவன் ‘நான்தாண்டா ராஜா’ என்கிற தோரணையில் வீற்றிருப்பான். உடம்பு சொஸ்தமானதும் ஒருநாள் வைக்கோல் வண்டியில் சவாரி போக வேண்டுமென்று நானும் தீர்மானித்துக்கொண்டேன். குத்தகைக்காரன் தாணுமாலயனிடம் சொல்லி வைக்க வேண்டும்.

அய்யரின் வீட்டுக்கூரையில் ஒரு பக்கம் மட்டும் தெரியும். அங்கு சில சமயம் காக்காய்க் கூட்டம் கூடிவிடும். காக்காய்ப் பள்ளிக்கூடம் போலிருக்கிறது. சற்று பெரிய – காக்கை ஜாதியிலும் கறுப்பாக – ஒரு காக்காய் கூட்டத்தில் தனித்துத் தெரியும்படி உட்கார்ந்துகொண்டிருக்கும். அவர்தான் ஹெட்மாஸ்டராக இருக்க வேண்டும். நான் பார்த்துக்கொண்டிருக்கிறபொழுதே அந்தப் பெரிய காக்காய் ஒரு சிறு காக்கையை அலகால் கொத்திற்று. வீட்டுப் பாடம் செய்யாவிட்டால் அவ்வளவுதான்!

சில சமயம் அய்யர் வீட்டுக் கூரை பெரிதாகப் புகையும். அடுக்களையிலிருந்து கம்மென்று வாசனை வீசும். நான் இன்ன

கறி, இன்ன பட்சணம் என்று முடிவு செய்துகொள்வேன். அப்பொழுதெல்லாம் வாயில் நீர் ஊறிவிடும். என்னை அறியாமல் கன்னத்தில் வழிந்துவிடுவதும் உண்டு. அம்மா வந்து துடைத்து விடுவாள்.

வானத்தை மணிக்கணக்காய்ப் பார்த்துக்கொண்டிருப்பேன். ஆஹா, எவ்வளவு அழகு! மேகக்கூட்டம் கும்பல் கும்பலாக யாத்திரை செய்த வண்ணமிருக்கும். எங்கு செல்கிறதோ? சில சமயம் சோம்பல் பிடித்தாற்போல் பதிந்துவிடும். அசைவே இராது. எனக்கு மேகத்தின் மேல் படுத்துக்கொள்ள வேண்டும் போல் இருக்கும். மேகத்தை வாரி வாரித் தலைவழியே போட்டுக்கொள்ள வேண்டும் போல் இருக்கும். தூய வெள்ளையாக, மங்கிய கறுப்பாக, ஒரே கறுப்பாக, சாம்பல் வெள்ளையாக . . . புதுசு புதுசாக வேஷம் போட்டுக்கொண்டு வரும். உருமாறி உருமாறி, உருவத்திற்குள் வந்து விழுந்துவிடும். மயில் மாதிரி, ஒரு ராட்சசன் படுத்துக்கிடப்பது மாதிரி, குதிரை நாலுகால் பாய்ச்சலில் பறப்பது மாதிரி, மிகப் பெரிய ஆல விருட்சம் மாதிரி . . .

. . . ஒருநாள் ஒரு தங்கரதம். ஆறு குதிரைகள். சாரதி யில்லாமலே தேர் ஓடுகிறது. மறுநிமிஷம் உருக்குலைந்துபோய் விட்டது.

ஒரே ஒருநாள் மட்டும் ஏனோ, மேகம் ஒரு கட்டில்போல் திரண்டு விட்டது. அதில் நோஞ்சலாக, குச்சி மாதிரி ஒரு குழந்தை படுத்துக் கிடக்கிறது. அன்று அதைப் பார்த்து, நான் ஏங்கி ஏங்கி அழுதேன்.

அம்புலியை எப்பொழுதும் பார்க்க முடியாது. எப்பொழுதாவது ஒரு தடவை சன்னலோடு தெரியும் சுற்று வட்டத்திற்குள் வரும். சிலநாட்களில் மறைந்துபோகும். மீண்டும் ஒருநாள் திடீரென்று வடகோடியில் அம்புலியின் விளிம்பு தெரியும். அன்று நான் பூரித்துப் போய்விடுவேன். பின்னால் தினம் தினம் தென்கோடியை நோக்கி நகர்ந்து நகர்ந்து சன்னலின் நடுமையத்தில் வரும். அன்று ஒரே கொண்டாட்டம்தான். அம்புலி என் முகத்தையே பார்த்துக்கொண்டிருப்பது போலிருக்கும். என்னைப் பார்த்து வா வா என்று அழைப்பது போலிருக்கும். சில நாட்களில் மீண்டும் மறைய ஆரம்பித்துவிடும். இரண்டொரு நாட்கள் மிகுந்த சிரமத்தோடு உன்னி உன்னிப் பார்ப்பேன். பின்னால் அப்படிப் பார்த்தாலும் தெரியாதபடி மறைந்துவிடும்.

நட்சத்திரங்கள் முதல் பார்வையில் ஒன்றிரண்டுதான் தெரியும். பார்க்கப் பார்க்கப் பெருகும். கண்களைச் சுருக்கிக் கொண்டு பார்த்தால், கண்ணிற்கும் தாரகைக்கும் ஒரு ஒளிக்கதிர் விட்டுவிட்டு இணையும். கண்ணிற்குள்ளேயே நட்சத்திரங்கள் பூத்து மலருவதுபோலவும் இருக்கும்.

அந்தி நேரத்தில் சன்னலருகே கூட்டல் சின்னங்கள் போல் குஞ்சுக் குஞ்சுத் தும்பிகள் பறக்கும். மேலும் கீழுமாகச் சுற்றிவந்து சூனியத்தில் கோலங்கள் போடும்.

கண்கள் விண்டது முதல் இறுகுவதுவரை சன்னல் வழியாகப் பார்த்துக்கொண்டே இருப்பேன்.

எனக்கு அலுக்காது; சலிக்காது.

போன பொழுதிற்கெல்லாம் அர்த்தம் கொடுத்துக் கொண்டிருந்தது அந்த சன்னல்தான்.

ஆனால் . . .

ஒருநாள் கண்ணை விழித்ததும் சன்னலைப் பார்த்தேன். பார்த்த இடத்தில் சுவர்தான் இருந்தது. என்ன இது? சன்னல் எங்கே?

என் அம்மா பக்கத்தில் நின்றுகொண்டு சொன்னாள்:

"நேற்று நீ தூங்கிய பின்பு டாக்டர் வந்திருந்தார். தணுப்புக் காற்று ஆகாதாம். கட்டிலை இழுத்துச் சுவர் ஓரம் போடச் சொல்லி விட்டார்."

நான் 'ஓ' வென்று அழுதேன். கேவிக் கேவி அழுதேன்.

அறையில் குடும்பமே கூடிவிட்டது. அம்மா, அப்பா, அக்கா, தங்கை, அண்ணா, தம்பி . . .

"ஐயோ, குழந்தைக்கு என்ன செய்கிறதோ தெரியவில்லையே?" என்று கையை உதறினாள் அம்மா.

எல்லோரும் அழ ஆரம்பித்துவிட்டார்கள்.

அப்பா படபடத்தார்.

"எதற்கு அழுகிறாய்? என்ன செய்கிறது சொல்லு? சொல்லுடா சொல்லு. இதோ டாக்டரைக் கூட்டிவந்து விடுகிறேன்."

என் கன்னத்தில் கண்ணீர் வழிந்துகொண்டிருந்தது.

"எதற்கு சொல்லு? என் கண்ணல்லவா நீ, சொல்லு" என்று அம்மா கெஞ்சினாள்.

நான் முணுமுணுத்தேன். அம்மா அவள் காதை என் வாயருகே வைத்துக்கொண்டாள்.

நான் முணுமுணுத்தேன்:

"எனக்கு மூச்சு முட்டுகிறது."

எல்லோரும் "டாக்டர்! டாக்டர்!" என்று கத்தினார்கள்.

சரஸ்வதி, 1958

லவ்வு

சிவகாமி ஆச்சியின் பேரன் அணஞ்ச பெருமாளுக்குத் திருமணமாகி ஏழு மாதங்களானதும், மருமகள் கோசலை ஒரு குழந்தையைப் பெற்றெடுத்தாள்.

பிறந்த குழந்தை இறந்து பிறக்கவில்லை; பிறந்தபின் இறக்கவுமில்லை.

குழந்தை பிறந்ததும் போட்ட கூச்சல் தெருவைக் கலக்கிவிட்டதாம்.

பேறு பார்த்த அம்பட்டத்தி பாக்கியம், வீட்டுக்கு வீடு இந்தச் செய்தியை ரகசியமாகச் சொல்லிக்கொண்டே வந்தாள். சகல விஷயத்தையும் தெளிவாகவும் விரிவாகவும் வர்ணித்து விட்டுக் கடைசியாகச் சொல்வாள் :

“எனக்கு எதுக்கு இந்தப் பொல்லாப்பு. நாளைக்கு நாந்தான் இதை டமாரம் போட்டோமின்னும் கூசாமெச் சொல்லிருவா கௌவி. எனக்கு என்ன வேணும்? யாரும் எக்கேடும் கெட்டு எரந்து குடிச்சுப் போனா எனக்கு என்ன மண்ணாங்கட்டி? ஆனா ஒண்ணு மட்டும் சொல்லுதேன். என் ஊட்லெ மட்டும் இப்டி நடந்திருக்கும்னா பளம் வாரியலாலே அவ முதுகிலே சாத்தி, சாணியும் கரைச்சு அவ தலையிலெ ஊத்தி, தாய்க்காரி முன்னாலெ இளுத்துக்கிட்டுப் போய் ஒன் அருமாந்த புள்ளெ ஒங் கூடவே இருக்கட்டும்னு தள்ளிப் புட்டு வந்திருவேன், ஆமா. கௌவி கொளந்தெயெ அணைச்சு கொஞ்சிக்கிட்டிருக்கா

கொஞ்சிக்கிட்டு. மனுஷம்னு சொன்னா கொஞ்சம் ரோசம் மானம் வேணும். தூ!" என்று சொல்லி முடிப்பாள் பாக்கியம்.

எங்கும் இந்தப் பேச்சுப் பரவிவிட்டது.

குளக்கரையில் இந்தப் பேச்சு; கோயிலிலும் இதே பேச்சு; சூடடிக் களத்திலும் இந்தப் பேச்சுதான். மந்தையில் மாடு மேய்க்கும் சிறுவர்களும் இதைத் தான் பேசிக்கொண்டிருந்தனர்.

இரண்டு பெண்கள் சந்தித்தார்கள் என்றால் எல்லாம் இந்தப் பேச்சுப் பேசுவதற்கே சந்தித்தார்கள்; சந்தித்து இதையே விடாமல் பேசினார்கள். மறுநாளும் தொடர்ந்து பேசிக்கொண்டார்கள். பேசுவதற்கும் கேட்பதற்கும் எவ்வளவோ இருந்தன. செய்திக்குள் செய்தி பூத்து இதழ் இதழாக விரிந்து கொண்டிருந்தது.

வள்ளியம்மை வீட்டில் பெண்கள் மகாநாடு கூடி விட்டது. எல்லோரும் அதே பேச்சுப்பேசி அலுத்துப்போய்விட்டார்கள். ஆனால் அந்தப் பேச்சை விட்டுவிட்டால் தொடர்ந்து எதைப் பற்றிப் பேசுவது என்பதும் அவர்களுக்குத் தெரியவில்லை. எனவே அந்தப் பேச்சையே தொடர்ந்து பேசிக்கொண்டிருந்தனர்.

"புள்ளெயெப் பாத்த ஒரு பொம்புளெ இங்கெ உண்டுமா? ஏன் வீணாய் பேசறீங்க?" என்று கேட்டாள் வள்ளியம்மை. தான் இந்தப் பேச்சு எதையுமே நம்பாதது மாதிரியும், வீண் வம்பு பேசுவது முறையா என்பது மாதிரியும் இருந்தது அவள் தோரணை. அந்த தோரணையிலாவது எப்படியேனும் பேச்சை நீட்டியடித்துக் கொண்டிருக்க வேண்டுமென்பதுதான் அவளுடைய ஆசை.

எல்லோரும் மௌனமாக இருந்தனர்.

வள்ளியம்மை தொடர்ந்து சொன்னாள்:

"புள்ளெயெப் பாக்கமுன்னுக்கு நம்ம வாயாலெ ஒண்ணு சொல்லுது நல்லாருக்காது. ஊருலெ பலதும் பேசுவா. கண்ணு வச்சு காது வச்சுப் பேசுவா. அந்தாலெ நெசம்னு எடுத்திரப்படாது. நானும் பெண்ணும் பேத்தியும் எடுத்தவ. பொசுக்குன்னு ஒரு பேச்சு வுட்டுரலாம். திரும்ப எடுத்திர முடியாது பாத்துக்க" என்றாள் வள்ளியம்மை.

"புள்ளெயெத்தான் கௌடு வெளியிலே காட்ட மாட்டேங்காமே. அதுக்கு என்ன செய்யுது?" என்று வனசம் கேட்டாள்.

"முந்தியிலெ முடிஞ்சு வச்சிருக்காளோவ்? போச்சு போ" என்று ஏளனத்துடனும் அலட்சியமாகவும் கையை வீசியபடிச் சொன்னாள் கோலம்மை.

கோலம்மையின் உடல் நல்ல வஜ்ரம் பாய்ந்த ஆண் பிள்ளையின் தேகம் போலிருந்தது.

"அப்படீன்னா நீ போய் புள்ளெயப் பாத்திட்டு வந்திரேன் பாப்பம்" என்றாள் கட்டியம்மை.

"வந்துட்டாலோவ்?"

சவாலுக்குப் பட்டென்று பதில் கிடைக்கவில்லை. ஒரு நிமிஷம் மௌனம் நிலவியது.

வள்ளியம்மைக்குப் பேச்சு முறுக்கேறுவதில் உற்சாகம் பிறந்து விட்டது. அதோடு கோலம்மையின் வாலை உருவி விட்டுக் குழந்தையைப் பார்த்துவர அனுப்பிவிட வேண்டுமென்று மனதினுள் தீர்மானம் செய்துகொண்டாள்.

"இன்னா பாரு கோலம், நான் நேத்து சிவகாமி வீட்டுக்குப் போயி நாள் முச்சூடும் காவலு கெடந்தேன் பார்த்துக்க. புள்ளெயப் பாக்கவுட்டாள்ளெ, ஆமா!"

கட்டியம்மையும் அதை ஆமோதித்துப் பேசினாள் :

"ஆஸ்பத்திரிக்காரி புள்ளெய அசைச்சிரக் கூடாதுன்னு சொல்லியிருக்கா, மூடி வச்சிருக்கணும்னு சொல்லியிருக்கா, அப்டீ இப்டீனு புள்ளெ பக்கமே நகரவுட மாட்டேங்காளே!"

"நான் போய் பாத்திட்டு வந்திட்டாலோவ்?" என்று மீண்டும் தீர்மானமான குரலில் சவால் விட்டாள் கோலம்மை. வள்ளியம்மைக்குத் தான் இழுத்த கோட்டிற்குள் பேச்சு வருவது இதமாக இருந்தது. ஆனால் அதை வெளியே காட்டிக் கொள்ளாமல் ஆத்திரம் வந்து விட்டது போல் போலித்தனமாக அபிநயித்துக்கொண்டு சொன்னாள் :

"நீ புள்ளெயப் பாத்துட்டு வந்துட்டா என் கொளந்த பேரு சத்தியமா எங்காதெ அறுத்து வைக்கேன்." வலது காதைப் பிடித்தபடியேதான் இதைச் சொன்னாள் வள்ளியம்மை.

"ஒங் காது எனக்கு என்னாத்துக்கு? சுட்டுத் திங்கவா? பாம் படத்தெ மட்டும் களத்தித் தந்துட்டாப் போதும்" என்றாள் கோலம்மை.

எல்லோரும் சிரித்தனர்.

"தாறேன். வேறொண்ணு வேண்டிக்கிட்டாப் போச்சு. ஒண்ணாணெ தாறேன். நீ பாத்துட்டு வந்திரு பாப்பம்" என்று விசையை விடாது முடுக்கினாள் வள்ளியம்மை.

கோலம்மை மெதுவாக எழுந்து சென்றாள்.

அணஞ்சபெருமாளுக்கு அவனுடைய தாய் முகமோ தகப்பன் முகமோ நினைவில் இல்லை. அவனுக்குச் சிறு வயதிலிருந்தே தெரிந்த முகம் அவனுடைய பாட்டி சிவகாமி ஆச்சியின் முகம்தான். அணஞ்சிக்கு மூன்று வயதிலிருந்தே அவனைச் சம்ரட்சிக்கும் பொறுப்பு ஆச்சியின் தலையில் விழுந்துவிட்டது. தாய் இறந்து போனாள். தகப்பன் எங்கோ ஓடிப்போய்விட்டான். இன்றுவரை துப்பு இல்லை.

அணஞ்சிக்கு இப்பொழுது வயது முப்பதாகிவிட்டது. குழந்தைகளின் சுறுசுறுப்பையோ பெரியவர்களின் அறிவு வளர்ச்சியையோ அவனிடம் காண முடியாது. வயதுக்கு அடையாளமாக உயரமிருந்தது. சவரம் செய்துகொள்ள வேண்டிய அவசியமிருந்தது. ஆச்சி முன்னை விடவும் பெரிய பானை வடித்தாள்.

அணஞ்சிக்குப் படிப்பே வரவில்லை. இருபத்தைந்து வயது வரையும் கிட்டிப்புள்ளும் கோலியும் விளையாடினான். எட்டு வயது, பத்து வயது குழந்தைகளுடன் சகஜமாக விளையாடுவான். சிறு பெண்களைப் பார்த்தால் முகத்தை வலித்துக் காட்டுவான். பக்கத்தில் யாருமில்லை என்றால் ஒரு தடவை அக்கம் பக்கம் பார்த்துவிட்டுப் பெண்ணின் துடையைப் பிடித்து ஒரு அழுத்து அழுத்திவிட்டு ஓடியே போய்விடுவான்.

ஆச்சி ஆயிரம் சிபாரிசு பிடித்து ரைஸ்மில் ஒன்றில் வேலை வாங்கிக் கொடுத்தாள் அணஞ்சிக்கு. காலையில் எட்டு மணிக்குப் போனால் இரவு பத்து மணிக்குத்தான் வீடு திரும்ப முடியும். ரைஸ்மில் எழுப்பும் பேரோசை மிகவும் பிடித்திருந்தது அவனுக்கு. உற்சாகமாக வேலை செய்தான். நிக்கரை மட்டும் போட்டுக்கொண்டு மில்லின் பக்கத்தில் நின்றுகொண்டிருப்பதில் அவனுக்குப் பேரானந்தம்.

இரவு, மில் வேலை முடிந்ததும் ஜங்ஷனில் வந்து நின்று கொண்டிருப்பான். சவாரி ஏற்றிக்கொண்டு குதிரை வண்டி ஏதாவது வந்தால் அதைப் பிடித்துக்கொண்டே பின்னால் ஓடிவருவான். சில நாட்கள் வண்டி ஏதும் வராது. அப்பொழு தெல்லாம் அணஞ்சி வீடு வந்து சேருவதற்கு நடுச்சாமமாகிவிடும். 'ஏம்லெ இவ்வளவு நாளி?' என்று பாட்டி கேட்டால் 'குதிரை வண்டி கெடைக்கலெ' என்பான். 'சவம் பொலம்புது' என்று சொல்லிக்கொண்டே சோற்றைப் போடுவாள் பாட்டி.

ஒருநாள் இரவு ஒரு பெண்ணுடன் வீட்டுக்கு வந்தான் அணஞ்சி. அவனுக்குக் கல்யாணமாகிவிட்டதாம். விலக்கு அம்மன் கோயிலில் வைத்துத் தாலி கட்டினானாம். பெரியவர்கள் இருந்து நடத்தி வைத்தார்களாம்.

இல்லாத ஒன்று

அதிர்ச்சியில் ஸ்தம்பித்துப் போனாள் பாட்டி.

"பாட்டி, கோசலை அளகுபோல இருக்கா பாத்தியா? சினிமாப் பாட்டெல்லாம் அளகாப் பாடுதா" என்று சொல்லிக் கொண்டே "கோசலே, பாட்டிக்கு ஒரு பாட்டு பாடிக் காமி பாப்பம்" என்றான் அணஞ்சி.

இரண்டு நாள் வீட்டில் சண்டையும் சச்சரவுமாக இருந்தது. பாட்டி அணஞ்சியிடமும் கோசலையிடமும் எரிந்து எரிந்து விழுந்தாள். பின்னால் பாட்டிக்கு இரண்டு விஷயங்கள் தட்டுப்பட்டன. ஒன்று, கோசலை வந்தது அவளுக்கு மிகவும் ஏந்தலாக இருந்தது. இரண்டு, அணஞ்சிக்கும் கல்யாணம் நடந்தேறிவிட்டது.

நாள்பட எல்லாம் சரியாய்ப் போயிற்று. பூசலும் புகைச்சலும்தான் இருந்தது.

அப்பொழுதுதான் கோசலை ஒரு குழந்தையைப் பெற்றெடுத்தாள்.

"லேய் மொண்ணையா, அண்ணைக்கே முட்டிக்கிட்டேனே ஒங்கிட்டெ. எளவு எடுப்பானுக்குத் தெரியலே. எங்கிருந்தோ அவிசாரி மூதியெ ஊட்டுக்குள்ளே கொணாந்துட்டியே. தலெயெ பொறத்தாலே நீட்ட முடியலையே பாவி!" என்றாள் ஆச்சி.

அணஞ்சி அப்பொழுதுதான் மதியம் சோறு உண்ண வீட்டுக்கு வந்திருந்தான். இலைமுன் உட்கார்ந்ததும் பாட்டி கூப்பாடு போட ஆரம்பித்துவிட்டாள்.

அறையின் ஒரு மூலையில் சுவருக்குச் சுவர் கயிறு இழுத்து, அதில் பழஞ்சீலைத் திரை தொங்கவிட்டிருந்தது. திரைக்குப் பின்னால் குழந்தையின் சிணுங்கலும் தாயின் அரவணைப்பும் கேட்ட வண்ணமிருந்தன.

பாட்டி திரும்பத் திரும்ப அதையே சொல்லிக் கொண்டிருந்தாள்.

அணஞ்சிக்குக் கோபம் வந்துவிட்டது.

"வாயெ மூடிக்கிட்டு கெடக்கியா, எந்திரிச்சுப் போட்டுமா? பொலம்பிக்கிட்டு கெடக்கியே, பொலம்பிக்கிட்டு. ஒன்னே கட்டேலெ கொண்டு வச்சம் பொறவுதான் எனக்கு ஜாளியா இருக்க முடியும். கொளம்புக்கு உப்பே இல்லை. கொளம்புக்குக் கூடக்கொஞ்சம் உப்புப் போடுனு எத்தனை மட்டம் சொல்லியாச்சு? செவிட்டு எளவுக்குக் காதிலே உளமாட்டேங்கு."

ஆச்சிக்குப் பொத்துக்கொண்டு வந்துவிட்டது. "கொண்டு வய்யேம்லெ, இப்பமே கொண்டுபோய் வச்சிரு. இருபத்தேளு

வருசமா உனக்காகச்சுட்டி ஒடம்பே சந்தனமா அரைச்சேம்லா! அதுதான் சொல்லுதே. சொல்லு. நல்லாச் சொல்லு. உசுரு போக மாட்டேங்கே ஆண்டவனே. எண்ணைக்குத்தான் என் உசுரே கொண்டு போவப் போவுதையோ” என்று நெஞ்சில் ஓங்கி ஓங்கி அடித்துக்கொண்டே பிரலாபிக்க ஆரம்பித்து விட்டாள் பாட்டி.

அணஞ்சி இலை முன்னாலிருந்து எழுந்து கையை ஓங்கிக்கொண்டு ஓடிவந்தான்.

“வாயெ மூடு, மூடு வாயெ. வச்சிருவேன். பளீர்னு முதுகிலெ சாத்திருவேன். ஒண்ணாணெ அறைஞ்சிருவேன். ராக ஆலாபனையில்லா பண்ணுதா. நீ சோறும் வைக்க வேண்டாம் மண்ணும் வைக்க வேண்டாம். கொளம்பு வச்சிருக்கா கொளம்பு, உப்புமில்லை எளவுமில்லை” என்று சொல்லிக்கொண்டே வெளியே நடந்தான் அணஞ்சி.

பாட்டி தனது அழுகையைத் துண்டாக நிறுத்திவிட்டு, “லேய் மக்கா, பசியா போவாதலெ. கோவிச்சுக்கிட்டுப் போவாதலெ. ஒன் வயிறு வாடிக் கெடக்கவாலெ நான் உசிரப் புடிச்சுக்கிட்டிருக்கேன். லேய் மக்கா, அணஞ்சி, லேய்” என்று இழுத்து இழுத்துக் கத்திக்கொண்டே வாசலை நோக்கி ஓடினாள்.

கோலம்மை உள்ளே ஏறி வந்துகொண்டிருந்தாள்.

பாட்டி முகத்தைத் திருப்பி, முந்தானையால் முகத்தைத் துடைத்துக்கொண்டே, “வா, கோலம், வா” என்றாள்.

புலவன் கோலப்பனுக்குத் தலைக்கு நாள் கண்விழிப்பு. ஒப்பனவிளை மாடசாமி கோவிலில் அவனுடைய வில்லடி இருந்தது. தூக்கம் விழித்ததில் கண்கள் கோவைப் பழமாகச் சிவந்திருந்தன. அதோடு காலையில் எழுந்ததும் முதல் சோலியாக, மலையாளத்து நண்பன் ஒருவன் வடக்கே இருந்து ரகசியமாக அனுப்பிவைத்த அசல் மருந்தையும் கொஞ்சம் ருசி பார்த்திருந்தான். கிறுக்கம் களைகட்டி நின்றது.

வாசல் திண்ணையில் உட்கார்ந்து வாயில் பெருக்கெடுத்து ஊறிநின்ற தம்பலச்சாற்றை உம்மென்று அடக்கிப் பிடித்துக் கொண்டு, வில்லில் ஏதோ பழுதுபார்த்துக்கொண்டிருந்தான் கோலப்பன். அப்பொழுதுதான் அவன் மனைவி, ஆச்சி வீட்டில் குழந்தை பிறந்த செய்தியை சுடச் சுடத் தாங்கிக்கொண்டு ஓடி வந்தாள். அந்த நிலையில் மனைவி சொன்னது அரையும் குறையுமாகத்தான் அவன் காதில் விழுந்தது. இடையிடையே அவன் தன்னையறியாமல் ‘உம்’ போட்டுக்கொண்டிருந்தான்.

மறுநாள் காலைக்கடனைத் தீர்க்கத் தோப்பில் உட்கார்ந்து கொண்டிருந்தபொழுது பார்வத்தியக்காரர் அம்மையப்ப பிள்ளை மேற்படி கதையை நீட்டிநீட்டிச் சொன்னார். அதைக் கேட்பதற்கே பிரம்மானந்தமாக இருந்தது கோலப்பனுக்கு. மண்டையை ஆட்டியும் சப்த ஓசைகள் எழுப்பியும் ரசித்தான். அன்று இரவு தன் வீட்டில் நடக்கும் வம்புக் கச்சேரியில் இந்த விஷயத்தை எடுத்துப்போட்டுத் தனியாவர்த்தனம் பண்ண வேண்டுமென்றும் நினைத்துக்கொண்டான். ஆனால் அதற்கு வழி இல்லை. அன்று இரவு அவனுக்குப் பணகுடி அம்மன் கோயிலில் புரோகிராம். அச்சாரமும் வாங்கிவிட்டான். எனவே மாலையிலேயே வில்லும் கோஷ்டியுமாகப் புறப்பட்டான்.

பாதிதூரம் போய்க்கொண்டிருக்கும் பொழுது எதிரே நெல்வண்டி ஒன்று வந்தது. நெல் மூடை அம்பாரத்தின் மேல் அணஞ்சி உட்கார்ந்து சிரித்துக்கொண்டிருந்தான்.

"லேய் அணஞ்சி, உன் பெண்சாதி கொளந்தே பெத்திருக்காளாமே" என்று விசாரித்துவிட்டு கூட வந்து கொண்டிருந்த சிஷ்யனைப் பார்த்துக் கண்ணைச் சிமிட்டிச் சிரித்தான்.

குறும்பும் குண்டுணியும் கோலப்பனோடு உடன் பிறந்த அம்சங்கள். பரம ஆபாசமான விஷயங்களைத் துணிச்சலாகவும் அழகாகவும் பேசுவான். இதைக் கேட்டு மகிழ அவன் வீட்டு வாசலில் சதா ரசிகர் கூட்டம் பழிகிடையாய்க் கிடக்கும்.

கோலப்பன் நல்ல ஆஜானுபாகு. குழவிக் கல் மாதிரி தோள்கள். நெஞ்சில் மயிர்க்காடு. அதை இரண்டு கைகளாலும் ஏக காலத்தில் பக்கவாட்டிலிருந்து நடு நெஞ்சிற்குத் தடவி விட்டுக்கொள்வான். வெண்கலக் குரல். ஓயாமல் வெற்றிலை போடுவதாலோ என்னவோ வாயோரம் சற்றுக் கிழிந்திருக்கும்.

பணகுடி கச்சேரி முடிந்து, சத்திரத்தில் படுத்துக்கொண் டிருக்கிறபொழுது, ஆச்சி வீட்டில் குழந்தை பிறந்த கதையை சகாக்களிடம் விதவிதமாய்ச் சொல்லி, எல்லோரையும் சிரிக்கடித்தான்.

"நாளைக்கு ஊருக்குப் போனதும், மொத சோலியா ஆச்சியைப் போய்ப் பார்க்கணும்" என்றான்.

"ஏதாம் பொடி வைக்கப் போறியோவ்?" என்று கேட்டான் ஒரு சிஷ்யன்.

ஏதோ தேவ ரகசியத்தைத் தனது சிஷ்யன் விண்டு சொல்லி விட்டது போல், வெற்றிலைத் தம்பலம் கொசுத்தூறல் போடாமல், கூரை முகத்தைப் பார்த்தபடி தலையை ஆட்டிக் கடகடவென்று சிரித்தான் கோலப்பன்.

கோலம்மை திரும்பி வந்துவிட்டாள். எல்லோரும் புற்றீசல் மாதிரி அவளைச் சுற்றிக்கொண்டனர்.

"என்ன பாத்தியா? பாத்தியா?" என்ற கேள்வி கோரஸாக எழுந்தது.

"பார்த்தேன்" என்று தணிந்த குரலிலும், 'கெத்' விடாமலும் பதில் சொன்னாள். மேற்கொண்டு ஒன்றும் சொல்லாமல் இரண்டு நிமிஷம் மௌனத்தை நிலவ விட்டு எல்லோரும் பொறுமை இழப்பதை உணர்ந்து மகிழ்ந்தாள்.

"அதுதானே கேட்டேன். கோலம் போனா பாக்காமெ வந்திருவாளாக்கும். கெங்கெயெ கொணந்துருவாளெ கெங்கெயெ" என்றாள் குட்டிப்பிள்ளை ஆச்சி.

கோலம்மை கையை அகல வைத்துக்கொண்டு சொன்னாள்.

"பிள்ளெ இந்தா வண்ணமிருக்கு. அந்த மாந்தயன் சாடையேல்லே. அவ சாடையாத்தான் தெரியுது. நல்ல வெளச்சலு கொளந்தைக்கு. எம்புட்டு தலையிங்கே? ஆத்தாடி! சுட்டியும் பூவும் வச்சுப் பின்னலாம், ஒன்னாணெ."

"நீ சொலுதெ பாத்தா . . ." என்று ஒருத்தி இழுத்தாள்.

"அதொண்ணும் எங்கிட்டெ கேக்காதே. எனக்கு அசிங்கியம் சொல்லக் களியாது" என்று முகத்தைச் சுளித்துக்கொண்டாள் கோலம்மை.

"அந்தக் குட்டியெ மொதமொத பாத்தாலெ ஒரு மாதிரியாத்தான் பட்டுது எனக்கு. நம்ம வாயாலெ ஒண்ணும் வந்திரப்படாதேனு கம்னு இருந்தேன். இன்னாப் பாரு வனசம், அவ ஒரு மாதிரித்தான். நெத்தியிலேயே எளுதி ஒட்டியிருக்கே மேப்படிதான்னு" என்றாள் வள்ளியம்மை.

"புதுசாத் தெரிஞ்சு சொல்லிட்டா! மயிலாடிலேருந்து பூ கொண்டு வாராள்ளா பங்கோசம், அவ அண்ணைக்கே சாரிச்சு வந்து சொன்னாளே. நான் வெளியிலே உடலே. இவ ரெண்டு வருசத்து முன்னியே குட்டி அளிச்சவளாமே! சுசீந்திரம் தேரோட்டம்னு ஒரு மட்டம் போனாளாம், மூணு நா ஆளையே காங்கலையாம்."

பெண்கள் எல்லோரும் ஏககாலத்தில் கையைத் தட்டிக் கன்னத்தில் கைவைத்தனர்.

"அப்படிச் சொல்லு, அதுதானே பார்த்தேன். கலியாணம் கட்டி ஏழாம் மாசத்திலே பயில்வான் கணக்க கொளந்தே பொறக்கணும்னா சில்லறைக் காரியமா? அடிபட்ட கச்சிதாம்னு

சொல்லு. சரிதான், சரிதான்" என்று முகத்தை வலித்தாள் குட்டிப்பிள்ளை.

வீட்டுப் புருஷர் தடபுடவென்று படியேறி வந்தார். மகாநாடு கலைந்தது.

அணஞ்சியின் மனைவி கோசலை வாயில்லாப் பிராணி. நல்ல கறுப்பு. மூக்கும் முழியும் திருத்தம் என்று சொல்ல முடியாது. இருந்தாலும் உடம்பில் அசாத்திய பூரிப்பு, மதமதப்பு. தனித் தனியாகப் பிரித்துப் பார்த்தால் அங்கங்கள் அத்தனையும் குறை. எல்லாம் சேர்ந்து அழகின் பூர்ணத்துவம் பொருந்தியது போன்ற மயக்கத்தைத் தந்து போதை ஊட்டிவிடும். அழகல்ல; கவர்ச்சி. கட்டிக்கொண்டு வாழ ஆசை தோன்றாது; அனுபவிக்கத்தான் வெறி ஏற்படும்.

கோசலை வாசல் திண்ணைக்குக்கூட வரமாட்டாள். ஊரில் எந்தப் பெண்ணுடனும் அவளுக்கு சிநேகம் கிடையாது. அவள் பாட்டியுடன் பேசுவதை அணஞ்சியோ, அணஞ்சியுடன் அளவளாவுவதைப் பாட்டியோ பார்த்தது கிடையாது. முகத்தில் சோகமும் இராது, சிரிப்பும் இராது. முகத்திலிருப்பது ஆழ் மனசின் அழுத்தமா அல்லது வெள்ளை மனதின் பேதமையா என்று நிதானிக்க முடியாதபடி இருக்கும். பார்ப்பவர்களுக்கு இரண்டுமே மாறிமாறித் தோன்றும்.

கோசலை மாட்டுக்குப் புல்கொண்டு வைக்கும் பறைச்சியுடன் ரசமாய்ப் பேசிக்கொண்டிருப்பாள். மத்தியான வேளையில் அணஞ்சி ரைஸ்மில்லில் இருப்பான். சில சமயம் பாட்டியும் படுத்துறங்கிவிடுவாள். அப்போதெல்லாம் தனது தலை வெளியே தெரியாமல் வாசல் நிலையை ஒட்டி உட்கார்ந்துகொண்டு தாலியால் பல்லைக் குத்தியபடி வானவெளியை வெறிச்சிட்டுப் பார்த்தவண்ணமிருப்பாள். சில சமயம் வாசலில் வரும் பிச்சைக்காரியுடனோ சாமியாருடனோ பேசிக்கொண்டிருப்பாள்.

குழந்தை பிறந்த செய்தி தெருவெல்லாம் முழங்கி ஊரும் வீடும் இரண்டுபடுகிறபொழுதும் கோசலையின் முகத்தில் ஒன்றுமே இல்லை. பழைய நடை, பழைய பார்வை, பழைய முகம்.

சிவகாமி ஆச்சி ஓயாமல் குத்திக் குத்தி எடுத்துக்கொண் டிருந்தாள். குத்திய இடத்திலேயே மீண்டும் குத்திக் கிளறிப் பார்த்தாள்.

"ஏட்டி, இன்னா பாரு. நா ஒரு நாளியா லோலோன்னு கத்தித் தொண்டைத் தண்ணியெ வத்த வச்சுக்கிட்டிருக்கேன்.

நீ சொவத்தெப் பார்த்துக்கிட்டு இருக்கியே. சொவத்திலே ஒன் ஆளுக்குப் படமா எளுதி வச்சிருக்கு?”

வேண்டுமென்றே காரத்தைக் கூட்டிக்கூட்டிப் பேசிப் பார்த்தாள். தெரிந்த வித்தை அத்தனையும் கையாண்டு பார்த்தாள். வேறு எந்தவிதமான பலனளிக்காவிட்டாலும், கோசலை எதிர்த்து நின்று ஒரு மூச்சு சண்டைக்கு வந்தாலாவது போதுமென்றிருந்தது ஆச்சிக்கு.

கோசலை தலையைத் தொங்கப்போட்டு உட்கார்ந்து கொண்டிருந்தாள்.

“ஏட்டி நீ ஊமையா? இல்லே செவிடா? நான் பாட்டுக்கு அவயம் போட்டுக்கிட்டே இருக்கேன். நீ இடிச்ச புளி கணக்க இருக்கியே.”

கோசலை திரைக்குப்பின் மறைந்துவிட்டாள்.

சிறிது நேரம் கழிந்ததும் திரைக்குள்ளிருந்து விசும்பும் சப்தம் கேட்டது.

“ஐயோ, சாதுக் கொளந்தே அளுது. வாயிலே வெரலெ வச்சாக் கடிக்கத் தெரியாது. ஏளாம் மாசத்திலே கொளந்தே மட்டும் பெத்துடுவா. தூ!”

திரைக்குள் சப்தம் அடங்கி விட்டது.

“எக்கேடும் கெட்டு கட்ட மண்ணாப் போங்க. ஓம்பாடு, அந்தப் ‘பிரிலூரஸ்’ இருக்காம்லெ அவம்பாடு” என்று சொல்லிக் கொண்டே வெற்றிலைப் பையை எடுத்துக்கொண்டு வாசலுக்கு நகர்ந்தாள்.

வாசலில் நிழலாடிற்று.

“ஆரு?”

“நாந்தான் கோலப்பன்.”

“வா, வா, இரி” என்று வரவேற்றாள் ஆச்சி.

கோலப்பன் மடமடவென்று உள்ளே வந்து பாட்டியின் முன்னால் அவள் மூச்சுப்படும்படி நெருக்கமாக உட்கார்ந்து கொண்டான். பாட்டியின் கைகளைத் தன் கையால் நகர்த்தி, வெற்றிலை இடிக்கும் கல்லைத் தன் பக்கம் இழுத்துக்கொண்டு இடிக்க ஆரம்பித்தான்.

“நான் வரயிலெ உள்ளார என்னமோ சத்தம் கேட்டுதே, என்ன விஷயம்?” என்று பேச்சைத் துவக்கினான் கோலப்பன்.

‘ஒண்ணுமில்லெ. நான் பொறந்து வளந்த கதெயெத்தான் சொல்லிப் பொலம்பிக்கிட்டிருக்கேன். பூமிக்குப் பாரமா, வான்னு கூப்பிட ஆளு அத்துப் போயி இருக்கேனே, எண்ணைக்குடா என்னெ அளச்சிக்கிடப் போறேனு, அவனெக் கேக்கேன்.”

“சீச்சீ. அதெல்லாம் என்ன பேச்சு. பயித்தாரப் பேச்சு. இன்னம் நீ ஒன் கண்ணாலெ என்னமெல்லாம் பாக்கக் கெடக்கு!”

“இப்பம் பாக்கத்தானெ செய்யுதேன். கோலப்பா, என் ஜாதகத்தெப் பாத்து சாக்காலம் வந்திரிச்சான்னு சொல்லேன். நீ நல்லா இருப்பே.”

“அதையும் இதையும் பொலம்பிக்கிட்டிருந்தா பொறவு நான் எந்திரிச்சுப் போயுருவேன், ஆமா” என்று செல்லமாக அதட்டிவிட்டு இடித்த வெற்றிலையைப் பாட்டியின் உள்ளங்கையில் கொடுத்தான்.

பாட்டி வெற்றிலையை வாயில் ஒதுக்கிக்கொண்டு சொன்னாள்:

“ஒன்ன எம்மவனா நெனச்சு சொல்லுதேன் பாத்துக்க. ஊரெல்லாம் சிரிப்பாச் சிரிக்குது. எனக்கு அந்த மேனிக்கு நாக்கெப் புடிங்கிக்கிட்டு உசிரை விடலாம்னு வருது.”

“எதுக்கு . . .? கிறுக்கோவ்.”

“நீ என்ன சமுசாரம் பேசுதே? இதெக் காட்டியும் ஒரு அவமானம் உண்டா ஒலகத்திலெ? தலமொறை தலமொறையா இந்த எளவு ஒண்ணும் கேட்டதில்லே பாத்துக்க.”

“இப்பம் என்ன வந்திட்டுது? சங்கதி தெரியாமெ பொலம்புதியே.”

“வருதுக்கு இன்னம் மிச்சங் கெடக்காக்கும்.”

“அட எளவே, இது லவ்வுல்லா!” என்றான் கோலப்பன்.

“என்னாத்தெ?”

“லவ்.”

“லவ்வு” என்றாள் ஆச்சி.

“அளுத்திட்டியே” என்றான் கோலப்பன்.

“லவ்வு” என்றாள் மீண்டும்.

“தொலைய வச்சிட்டியே! இன்னா பாரு, லேசாச் சொல்லணும். அப்படி லேசா லேசா . . . ‘லவ்’ அவ்வளவுதான்.”

பாட்டி கோலப்பன் முகத்தைத் தனது வாயெதிரே திருப்பிக் கொண்டே சொன்னாள் :

"இன்னா பாரு கோலப்பா, அளுத்தலெ, லேசாச் சொல்லுதேன், நுனி நாக்காலெ பூப்போலெ சொல்லுதேன், பாரு" என்று சொல்லிக்கொண்டே முகத்தை குழந்தை மாதிரி வைத்துக்கொண்டு சொன்னாள் :

"லவ்."

"அத் – தான்! அத் – தான்!" என்றான் கோலப்பன்.

"அது என்ன எளவு?" என்று கேட்டாள் ஆச்சி.

"அடேயப்பா, அதில்லா இந்தப் பாடு படுத்துது. அணஞ்சி நெல்லு மூட்டை கொண்டார மயிலாடி போனாம்லா . . ."

"ஆமா."

"அப்பம் பொசுக்குன்னு வந்து புடிச்சுகிட்டு."

"என்னது?"

"லவ்."

"எளவுதான் . . . பொறவு?"

"பொறவு என்னத்தெ? இந்தக் கதைதாலா. 'லவ்' பயங்கரமில்லா!"

"நீ சொல்லுதெக் கேட்டாலே பயமா இருக்கே."

"பின்னே? லேசுபட்ட சங்கதியா? பொல்லாதில்லா. பெரும்பாடு படுத்திப்போடுமே. நம் ஊருப் பொம்புளைங் களுக்கு என்ன தெரியும்? ஆக்கணம் கெட்ட மூதிக. வாயிலெ வந்ததப் பேசும். அதுகப் பொலம்பிக்கிட்டுத் திரியட்டும். நீ சிவனேண்ணு இரி."

"கோலப்பா, இப்பமில்லா எனக்கு சங்கதி தெரியி. மருங்கூரு சுப்பிரமணியன் எளுந்திச்சு வந்தாலெ வந்து சொல்லுதியே. நான் ராத்தூக்கமில்லாமெப் படுதேனே பதினஞ்சு நாளாட்டு. நீ தான் பொட்டுப் போட்டாலெ சொல்லிப்புட்டியே."

"இப்பம் தெரிஞ்சுதா?" என்றான் கோலப்பன்.

"இன்னம் தெரியாமெ இருக்குமாக்கும். பயித்தாரச் சவம்னு நெனச்சுக்கிட்டியோ?" என்றாள் ஆச்சி.

"என்னது? இன்னொரு மட்டம் சொல்லு பாப்பம்" என்றான் கோலப்பன்.

"லவ்வுல்லா" என்றாள் ஆச்சி.

கோலப்பன் எழுந்திருந்தான்.

"இரி, ஒரு நேரத்துக்கு வெத்தலையாவது போட்டுக்கிட்டுப் போ" என்றாள் ஆச்சி.

கோலப்பன் மீண்டும் உட்கார்ந்துகொண்டான்.

சிவகாமி ஆச்சியும் பிரமு ஆச்சியும் நெடுநாள் சினேகிதிகள். ஒன்றாகப் புழுதி அளைந்து விளையாடியவர்கள். இரண்டு பேருக்கும் பொதுவாகப் பால் வியாபாரம், சில்லறை கொடுக்கல் வாங்கல், பழம் பெருமைகள், விதவைப் பிரச்சினைகள் முதலியன உண்டு.

மதியம் சாப்பாடு முடிந்ததும் மிச்சம் சோற்றில் வெந்நீரை ஊற்றி மூடி வைத்துவிட்டு சிவகாமி ஆச்சியின் வீட்டுக்கு வந்து விடுவாள் பிரமு. இரண்டு பேரும் சாணம் மெழுகி ஜில்லென்றிருக்கும் தரையில் உட்கார்ந்து பேசுவார்கள். வெற்றிலையை இடித்துப் போட்டுக்கொள்வார்கள். கீழே படுத்துக்கொண்டு புருஷ பயமின்றி உருளுவார்கள். தங்களை அறியாமலேயே மயங்குவார்கள். கண் விழித்து வெற்றிலை போட்டுக்கொண்டு மீண்டும் விட்ட இடத்திலிருந்து பிடித்துப் பேசுவார்கள்.

அன்று பிரமு எப்போது வருவாள் என்று துடித்துக் கொண்டிருந்தாள் சிவகாமி ஆச்சி.

‘பெரமுவெ காங்கெலெ’ என்று வாசல் திண்ணைவரை சென்றுவிட்டுத் திரும்புகையில் தனக்குத்தானே சொல்லிக் கொண்டாள்.

பிரமு ஆச்சி வழக்கமாக ‘ஆஜர்’ கொடுக்கும் நேரமாகவில்லை. சிவகாமி ஆச்சிக்கு இருந்த ஆத்திர உணர்ச்சியில் அவளுக்கு அப்படித் தோன்றிற்று.

கடைசியாக ஒருமட்டும் பிரமு ஆச்சி வந்து சேர்ந்தாள். வழக்கம் போல் இரண்டு பேரும் உட்கார்ந்து பேச ஆரம்பித்தனர். பிரமு ஆச்சியிடம் கோலப்பன் சொன்ன விஷயத்தையெல்லாம் சவிஸ்தாரமாகக் கூறினாள் சிவகாமி. பிரமு ஆச்சிக்கு ஆச்சரியத்தில் பேச முடியவில்லை. கண்கள் மலர்ந்தன.

“அப்படிச் சொல்லு. அதுதாலாப் பார்த்தேன். இந்தக் குடும்பத்துக்கு ஒரு கொறவு வராதே. சரிதான். இப்பமில்லா தெரியுது” என்றாள் பிரமு ஆச்சி.

“பெரமு, அண்ணைக்குக் கோலப்பன் கதெ கதெயாச் சொன்னான் பாத்துக்க. லவ்வுல்லா. பயங்கரமாமே அது.”

“அந்த எளவு இங்கெ வந்து ஏறிட்டெ?” என்று அங்கலாய்த்தாள் பிரமு ஆச்சி.

“ஏறுமாம். அது எங்னெயும் நொளஞ்சு ஏறிடுமாம். கோலப்பன் சொன்னானே. நாலு எளுத்து படிச்சவனில்லா கோலப்பன். ராமாயணமும் பாரதமும் தலெகீளாச் சொல்லுவானே.”

“சந்தேகமா? பேப்பரெ கையிலெ எடுத்தா படிக்கான், படிக்கான் வுடாமெ நாலு நாளி படிக்கான் பாத்துக்க. என்னதான் படிக்கானோ எப்படித்தான் படிக்கானோ” என்று ஆமோதித்தாள் பிரமு ஆச்சி.

நீண்டநேரம் அதையே இரண்டு பேரும் வியந்து வியந்து பேசிக்கொண்டிருந்தனர்.

பின்னால் சிறிதுநேரம் மௌனம் நிலவிற்று.

வெற்றிலையில் சுண்ணம் தேய்த்து மடித்து வாயருகே கொண்டு போன பிரமு ஆச்சி சட்டென்று கையை இழுத்து விட்டு உரக்கச் சொன்னாள்:

“யெக்கா, இப்பமில்லா எனக்குத் தெரியுது!”

“என்னது?”

“என் வூட்டு எருமெ கண்ணு போட்ட ரகசியம்.”

“எருமெ கண்ணு போடுதும் அதிசயமாப் போச்சாக்கும் உனக்கு. எளவுதான்” என்றாள் சிவகாமி ஆச்சி.

“ஒரு வருசமா ஒத்தையா கெட்டுலெ நிக்க எருமெயில்லா. மேய்ச்சலுக்கும் உடலியே. முந்தாநா ஆனைக் குட்டியாட்டம் கண்ணு போட்டிருக்குங்கேன்! ரெண்டு நாளா யோசிச்சு யோசிச்சு மண்டை புண்ணாப் போச்சே. இப்பமில்லா தெரியுது” என்றாள் பிரமு ஆச்சி.

“என்ன தெரியி?” என்று கேட்டாள் சிவகாமி ஆச்சி.

“லவ்வுல்லா!” என்றாள் பிரமு ஆச்சி.

“ஆட்சேபனை உண்டுமா? மனுசெனெப் புடிக்குது மாட்டெப் புடிக்காமெ வுடுமா?” என்று கேட்டாள் சிவகாமி ஆச்சி.

சரஸ்வதி, 1958

ஸ்டாம்பு ஆல்பம்

ராஜப்பாவின் புகழ் மங்கிப்போய்விட்டது. மூன்று நாட்களாக நாகராஜனைச் சுற்றிக் கூட்டம். நாகராஜனுக்குக் கர்வம் வந்துவிட்டது என்று ராஜப்பா எல்லாப் பையன்களிடமும் சொன்னான். பையன்கள் அதை ஒப்புக்கொள்ளவில்லை. நாகராஜன் சிங்கப்பூரிலிருந்து அவன் மாமா அனுப்பி வைத்த ஆல்பத்தை எல்லோரிடமும் காட்டினான். பள்ளிக்கூடத்தில் காலை முதல் மணி அடிப்பதுவரை பையன்கள் நாகராஜனைச் சுற்றிச் சூழ நின்றுகொண்டு ஆல்பத்தைப் பார்த்தார்கள். மதியம் இடைவேளையிலும் அவனை மொய்த்தார்கள். கோஷ்டி கோஷ்டியாக வீட்டிற்கு வந்தும் பார்த்துவிட்டுப் போனார்கள். பொறுமையோடு எல்லோருக்கும் காட்டினான் அவன். யாரும் ஆல்பத்தைத் தொடக் கூடாது என்று மட்டும் சொன்னான். அவன் மடியில் வைத்தபடி ஒவ்வொரு பக்கமாகத் திருப்புவான். பையன்கள் பார்த்துக்கொள்ள வேண்டும்.

வகுப்புப் பெண்களுக்கும் நாகராஜனின் புதிய ஆல்பத்தைப் பார்க்க வேண்டுமென்று ஒரே ஆசை. பெண்கள் சார்பில் பார்வதி வந்து கேட்டாள். அவள் தைரியத்திற்குப் பெயர் போனவள். ஆல்பத்திற்கு அட்டை போட்டு அவள் கையில் கொடுத்தான் நாகராஜன். எல்லாப் பெண்களும் பார்த்த பின் மாலையில் ஆல்பம் கைக்கு வந்து சேர்ந்தது.

இப்பொழுது ராஜப்பாவின் ஆல்பத்தைப் பற்றிப் பேசுவாரில்லை. அவனுடைய புகழ் மங்கித்தான் போய்விட்டது.

ராஜப்பாவின் ஆல்பம் மாணவர்கள் வட்டாரத்தில் மிகவும் பிரசித்தி பெற்றது. தேனீ தேன் சேர்ப்பது மாதிரி ஒவ்வொரு ஸ்டாம்பாகச் சேர்த்து வைத்திருந்தான். இதைத் தவிர வேறு எந்த விஷயத்திலும் கவனமில்லை அவனுக்கு. காலையில் எட்டு மணிக்கே வீட்டைவிட்டுக் கிளம்பிவிடுவான். ஸ்டாம்பு சேர்க்கும் பையன்கள் வீடுதோறும் ஏறி இறங்குவான். இரண்டு ஆஸ்திரேலியாவைக் கொடுத்துவிட்டு ஒரு பின்லண்டு வாங்குவான். இரண்டு பாகிஸ்தான் வாங்கிக்கொண்டு ஒரு ருஷ்யாவைக் கொடுப்பான். மாலையில் வீட்டுக்கு வந்து புத்தகத்தை மூலையில் எறிந்துவிட்டு, முறுக்கைக் கையில் வாங்கி நிக்கர் பையில் அடைத்து, நின்றபடியே காபியை விட்டுக்கொண்டு கிளம்பி விடுவான். நாலு மைல் தொலைவில் ஒரு பையனிடம் கானடா இருப்பதாகத் தகவல் கிடைத்திருக்கும். முறுக்கைக் கடித்துக் கொண்டே வயல்காட்டு வழியே குறுக்குப் பாதையில் ஓடுவான்.

அந்தப் பள்ளிக்கூடத்திலேயே அவனுடைய ஆல்பம்தான் பெரிய ஆல்பம். சிரஸ்தார் பையன் அவன் ஆல்பத்தை இருபத்தைந்து ரூபாய்க்கு விலைக்குக் கேட்டான். பணக்கொழுப்பு! பணத்தைக் கொடுத்து ஆல்பத்தை விலைக்கு வாங்கிவிடலாமென்று நினைத்தான். ராஜப்பா சுடச்சுட பதில் கொடுத்தான். “உங்க வீட்டிலெ ஒரு அழகான குழந்தை இருக்கே. முப்பது ரூபாய் தறேன். விலைக்குத் தாயேன்” என்று கேட்டான். கூடியிருந்த பையன்கள் எல்லோரும் கைதட்டி, விசில் அடித்து ஆமோதித்தார்கள்.

ஆனால் இப்பொழுது அவன் ஆல்பத்தைப்பற்றிப் பேச்சே இல்லை. அதுமட்டுமல்ல, நாகராஜனின் ஆல்பத்தைப் பார்த்தவர்கள் எல்லோரும் அதை ராஜப்பாவின் ஆல்பத்தோடு ஒப்பிட்டுப் பேசினார்கள். ராஜப்பாவின் ஆல்பத்தைத் தூக்கி அடித்துவிட்டதாம்!

ராஜப்பா நாகராஜனின் ஆல்பத்தைக் கேட்டு வாங்கிப் பார்க்கவில்லை. ஆனால் மற்றப் பையன்கள் பார்க்கிறபொழுது அந்தப் பக்கமே திரும்பாதது போல் பாவித்துக்கொண்டு ஓரக்கண்ணால் பார்த்தான். உண்மையாகவே நாகராஜனின் ஆல்பம் மிகவும் அழகாகத்தான் இருந்தது. ராஜப்பா ஆல்பத்திலிருந்த ஸ்டாம்புகள் நாகராஜனின் ஆல்பத்தில் இல்லை. எண்ணிக்கையும் குறைவுதான். ஆனால் அந்த ஆல்பமே அற்புதமாக இருந்தது. அதைக் கையில் வைத்துக்கொண் டிருப்பதே பெருமை தரும் விஷயம்தான். அந்த மாதிரி ஆல்பமே அந்த ஊர் கடைகளில் கிடைக்காது.

நாகராஜனின் ஆல்பத்தின் முதல் பக்கத்தில் முத்து முத்தான எழுத்தில் கீழ்கண்டவாறு எழுதியிருந்தது. அவன் மாமா அப்படி எழுதி அனுப்பியிருந்தார்.

ஏ. எஸ். நாகராஜன்

வெட்கம் கெட்டுப்போய் இந்த ஆல்பத்தை
யாரும் திருட வேண்டாம். மேலே எழுதியிருக்கும்
பெயரைப் பார். இது என்னுடைய ஆல்பம்.
புல் பச்சை நிறமாக இருப்பதுவரை, தாமரை
சிவப்பாக இருப்பதுவரை, சூரியன் கிழக்கில்
உதித்து மேற்கில் அஸ்தமிப்பதுவரை இந்த
ஆல்பம் என்னுடையதுதான்.

மற்ற பையன்கள் எல்லோரும் இதைத் தங்களுடைய ஆல்பத்திலும் எழுதிக்கொண்டார்கள். பெண்கள் தங்களுடைய நோட் புத்தகத்திலும் பாடப் புத்தகத்திலும் எழுதிக்கொண்டார்கள். "எதுக்கடா அவனைப் பார்த்துக் காப்பி அடிக்கணும்? ஈயடிச்சான் காப்பி" என்று எல்லாப் பையன்களிடத்திலும் இரைந்தான் ராஜப்பா.

ஒருவரும் பதில் பேசாமல் ராஜப்பா முகத்தையே பார்த்தார்கள். கிருஷ்ணனுக்குப் பொறுக்கவில்லை.

'போடா அசூயை பிடிச்ச பயலே" என்று கத்தினான் கிருஷ்ணன்.

"எனக்கு எதுக்குடா அசூயை? அவன் ஆல்பத்தைவிட என் ஆல்பம் பெரிசுடா" என்றான் ராஜப்பா.

"அவனிடம் இருக்கிற ஒரு ஸ்டாம்பு உன்னிடம் இருக்கா? இந்தோனேஷியா ஸ்டாம்பு ஒண்ணு போருமே. கண்ணில் ஒத்திக்கடா அவன் ஸ்டாம்பெ" என்றான் கிருஷ்ணன்.

"என்னிடம் இருக்கிற ஸ்டாம்பெல்லாம் அவனிடம் இருக்கா?" என்று கேட்டான் ராஜப்பா.

"அவனிடம் இருக்கிற ஒரு ஸ்டாம்பு ஒண்ணு காட்டு பாப்பம்" என்றான் கிருஷ்ணன்.

"என்னிடம் இருக்கிற ஒரு ஸ்டாம்பு அவன் காட்டட்டும் பாக்கலாம். பத்து ரூபா பெட்."

"உன் ஆல்பம் குப்பைத்தொட்டி ஆல்பம்" என்று கத்தினான் கிருஷ்ணன். எல்லாப் பையன்களும் 'குப்பைத்தொட்டி ஆல்பம், குப்பைத்தொட்டி ஆல்பம்' என்று கத்தினார்கள்.

தன்னுடைய ஆல்பத்தைப் பற்றி இனிமேல் பேசிப் பயனில்லை என்று தெரிந்துகொண்டான் ராஜப்பா.

சுந்தர ராமசாமி

அவன் அரும்பாடுபட்டுச் சிறுகச் சிறுகச் சேர்த்த ஆல்பம். சிங்கப்பூரிலிருந்து ஒரு தபால் வந்து நாகராஜனை ஒரே நாளில் பெரியவனாக்கிவிட்டது. இரண்டிற்குமுள்ள வேற்றுமை பையன்களுக்குத் தெரியவில்லை. சொன்னாலும் அசடுகளுக்கு மண்டையில் ஏறாது.

ராஜப்பா தன்னிலையின்றி குமைந்துகொண்டிருந்தான். பள்ளிக்கூடம் போவதற்கே பிடிக்கவில்லை.

மற்றப் பையன்கள் முகத்தில் விழிப்பதற்கே வெட்கமாக இருந்தது. வழக்கமாக சனி ஞாயிறுகளில் ஸ்டாம்பு வேட்டைக்கு அலையாத அலைச்சல் அலைபவன் இந்தத் தடவை வீட்டை விட்டு வெளியே தலை நீட்டவில்லை. ஒரு நாளில் ராஜப்பா அவன் ஆல்பத்தை எத்தனை தடவை திருப்பித் திருப்பிப் பார்ப்பான் என்பதற்குக் கணக்கே கிடையாது. இரவு படுத்துக் கொண்ட பின் திடீரென்று ஏதோ நினைத்துக்கொண்டு டிரங்குப் பெட்டியைத் திறந்து ஆல்பத்தை எடுத்து ஒரு புரட்டு புரட்டிவிட்டு வருவான். அதை இரண்டு நாட்களாக வெளியிலேயே எடுக்கவில்லை. ஆல்பத்தைப் பார்ப்பதற்கே எரிச்சலாக இருந்தது. நாகராஜனின் ஆல்பத்தைப் பார்க்கிற பொழுது தன்னுடைய ஆல்பம் வெறும் அப்பளக் கட்டு என்றுதான் தோன்றிற்று அவனுக்கு.

அன்று மாலை ராஜப்பா நாகராஜனின் வீடு தேடிச் சென்றான். அவன் ஒரு முடிவுக்கு வந்துவிட்டான். இந்த அவமானத்தை அவனால் அதிக நாட்கள் தாங்கிக்கொள்ள முடியாது.

திடீரென்று ஒரு புதிய ஆல்பம் நாகராஜன் கைக்கு வந்து சேர்ந்திருக்கிறது. அவ்வளவுதான்! ஸ்டாம்பு சேகரிப்பதிலுள்ள தந்திரங்கள் அவனுக்கு என்ன தெரியும்? ஒவ்வொரு ஸ்டாம்புக்கும் ஸ்டாம்பு சேர்க்கிறவர்கள் மத்தியில் என்ன மதிப்புண்டு என்பது அவனுக்குத் தெரியுமா என்ன! பெரிய ஸ்டாம்புதான் சிறந்த ஸ்டாம்பு என்று நினைத்துக் கொண்டிருப்பான். அல்லது பெரிய தேசத்து ஸ்டாம்புதான் அதிக மதிப்புள்ளது என்று எண்ணிக்கொண்டிருப்பான். எப்படியும் அவன் அமெச்சூர்தானே? தன்னிடம் இருக்கும் உதவாக்கரை ஸ்டாம்புகள் சில கொடுத்து மணியான ஸ்டாம்புகளைத் தட்டிவிட முடியாதா என்ன? எத்தனையோ பேருக்கு நாமம் சாத்தவில்லையா? இதிலிருக்கிற தந்திரமும் மாயமும் கொஞ்சமா? நாகராஜன் எந்த மூலைக்கு!

ராஜப்பா, நாகராஜன் வீட்டை அடைந்து மாடிக்குச் சென்றான். அவன் அடிக்கடி வருகிற பையன் என்பதால் யாரும்

ஒன்றும் சொல்லவில்லை. மாடியில் சென்று நாகராஜனின் மேஜைக்கு முன் உட்கார்ந்தான். சிறிது நேரம் கழிந்ததும் நாகராஜனின் தங்கை காமாட்சி மாடிக்கு வந்தாள். "அண்ணா டவுனுக்குப் போயிருக்கிறான்" என்று சொல்லி விட்டு, "அண்ணா ஆல்பத்தைப் பாத்தியா?" என்று கேட்டாள்.

"உம்" என்றான் ராஜப்பா.

"அழகான ஆல்பம் இல்லையா? ஸ்கூல்லெ வேறெ யாரிட்டேயும் இவ்வளவு பெரிய ஆல்பம் இல்லையாமே?"

"யாரு சொன்னா?"

"அண்ணாதான் சொன்னான்."

பெரிய ஆல்பம் என்றால் என்ன? பார்க்கப் பெரிதாக இருந்தால் போதுமா?

சிறிது நேரம் அங்கிருந்துவிட்டு, காமாட்சி கீழே சென்று விட்டாள்.

ராஜப்பா மேசையில் கிடந்த புத்தகங்களைப் பார்த்துக் கொண்டிருந்தான். திடீரென்று டிராயர் பூட்டில் கைபட்டது. பூட்டை இழுத்துப் பார்த்தான். பூட்டித்தான் இருந்தது. திறந்து பார்த்தால் என்ன? மேஜை மேலிருந்து சாவியைக் கண்டெடுத்தான். ஏணிப்படியோரம் சென்று ஒரு தடவை கீழே குனிந்து பார்த்துவிட்டு, சட்டென்று டிராயரைத் திறந்தான். மேலாக ஆல்பம் இருந்தது. முதல் பக்கத்தைத் திருப்ப, அதில் எழுதியிருந்ததை வாசித்தான். நெஞ்சு படக் படக்கென்று அடித்துக்கொண்டது. ஒரு நிமிஷத்தில் டிராயரைப் பூட்டினான். ஆல்பத்தை எடுத்துச் சட்டைக்குள் நிக்கரில் செருகிக்கொண்டு கீழிறங்கி வீட்டைப் பார்த்து ஓட்டமாக ஓடினான்.

நேராக வீட்டிற்குள் சென்று புத்தக அலமாரிக்குப் பின்னால் ஆல்பத்தை மறைத்து வைத்தான். வாசல் பக்கம் வந்தான். உடம்பு பூராவும் கொதிப்பது போலிருந்தது. தொண்டை உலர்ந்தது. முகத்தில் ஜிவ் ஜிவ்வென்று ரத்தம் குத்திற்று.

இரவு எட்டு மணிக்கு எதிர்வீட்டு அப்பு வந்தான். கையையும் தலையையும் ஆட்டிக்கொண்டு விஷயத்தைச் சொன்னான். நாகராஜன் ஸ்டாம்பு ஆல்பத்தைக் காணவில்லையாம்! அவனும் நாகராஜனும் டவுனுக்குச் சென்றிருந்தார்களாம். திரும்பி வந்து பார்க்கிறபோது மாயமாக மறைந்து விட்டதாம் ஆல்பம்.

ராஜப்பாவுக்கு ஒன்றும் பேச முடியவில்லை. அவன் எப்படியாவது போய்விட்டால் போதுமென்றிருந்தது. அப்பு

சென்றதும் அறைக்குள் வந்தான். கதவைச் சாத்தினான். அலமாரிக்குப் பின்னாலிருந்து ஆல்பத்தை எடுத்தான். கை விறைத்தது. ஜன்னல் வழியாக யாராவது பார்த்துவிடுவார்கள் என்று பயந்து மீண்டும் ஆல்பத்தை அலமாரிக்குப் பின்புறம் திணித்தான்.

இரவு சாப்பிட முடியவில்லை. வயிற்றை அடைத்துக் கொண்டுவிட்டது. வீட்டிலுள்ள எல்லோரும் அவன் முகத்தைப் பார்த்து, "என்னடா, என்னடா" என்று கேட்டார்கள். தன்னுடைய முகம் பயங்கரமாகக் கோணியிருப்பது மாதிரித் தோன்றிற்று அவனுக்கு.

எப்படியாவது தூங்கிவிடுவோம் என்று படுக்கையை விரித்துப் படுத்தான். தூக்கம் வரவில்லை. தான் தூங்கும்பொழுது யாராவது அலமாரிக்குப் பின்னாலிருந்து ஆல்பத்தைக் கண்டெடுத்துவிட்டால் என்ன செய்வது என்று பயந்து, ஆல்பத்தை எடுத்துவந்து தலையணைக்கடியில் வைத்துக் கொண்டான்.

இரவு எப்பொழுது தூங்கினான் என்பது அவனுக்கேத் தெரியாது. காலையில் கண் விழித்த பின்பும் தலையணைக்கடியில் இருந்து ஆல்பத்தை எடுக்க முடியவில்லை. அம்மாவும் அப்பாவும் ஒருவர் மாற்றி ஒருவர் அங்கு வந்துகொண்டிருந்தார்கள். ஆல்பத்தோடு பாயைச் சுருட்டி அதன் மேல் உட்கார்ந்து கொண்டான்.

காலையில் மீண்டும் அப்பு வந்தான். அப்போதும் ராஜப்பா பாய்மேல்தான் உட்கார்ந்துகொண்டிருந்தான். அப்பு காலையில் நாகராஜன் வீட்டுக்குப் போய்விட்டு வந்திருந்தான்.

"நீ நேற்று அவனுடைய வீட்டுக்குப் போனியோ?" என்று கேட்டான் அப்பு.

ராஜப்பாவுக்கு வயிற்றைக் கலக்கிற்று. ஒரு தினுசாக மண்டையை ஆட்டினான். எப்படி வேண்டுமென்றாலும் அர்த்தம் எடுத்துக்கொள்ளும்படி தலையை அசைத்தான்.

"நாங்க வெளியில் போன பின் நீ மட்டும்தான் அங்கே வந்தாய் என்று காமாட்சி சொன்னாள்" என்றான் அப்பு.

தன்னைச் சந்தேகப்படுகிறார்கள் என்பது தெரிந்து விட்டது ராஜப்பாவுக்கு.

"நேற்று ராத்திரியிலிருந்து இதுவரை அழுதுகொண்டே இருக்கிறான் நாகராஜன். அவன் அப்பா போலீஸுக்குச் சொன்னாலும் சொல்லுவார் போலிருக்கிறது" என்றான் அப்பு.

இல்லாத ஒன்று

ராஜப்பா பேசாமலிருந்தான்.

"அவன் அப்பாவுக்கு டி. எஸ். பி. ஆபீஸிலெதானே வேலை? அவர் விரலை அசைத்தால் போலீஸ் படையே திரண்டுவிடும்" என்றான் அப்பு. நல்லவேளை, அப்புவைத்தேடி அவன் தம்பி வந்தான். அப்பு சென்றுவிட்டான்.

ராஜப்பாவின் அப்பாவும் காலை உணவை முடித்துக் கொண்டு சைக்கிளில் ஆபீஸ் சென்றுவிட்டார். வாசல் கதவு சாத்தியிருந்தது.

ராஜப்பா படுக்கையிலேயே உட்கார்ந்துகொண் டிருந்தான். அரை மணி நேரமாயிற்று. அப்படியே அசையாமல் உட்கார்ந்திருந்தான்.

அப்பொழுது வாசல் கதவைத் தட்டும் ஓசை கேட்டது.

'போலீஸ், போலீஸ்' என்று தனக்குள் சொல்லிக்கொண்டான் ராஜப்பா. வாசல் கதவில் உள்ளே சங்கிலி போட்டிருந்தது.

வாசல் கதவைத் தட்டும் சப்தம் தொடர்ந்து கேட்டது.

ராஜப்பா பாய்க்குள்ளிருந்து ஆல்பத்தை வெளியே எடுத்துக் கொண்டு மாடிக்கு ஓடினான். அங்கே நிற்க முடியவில்லை. அலமாரிக்குப் பின்னால் ஆல்பத்தைத் திணித்தான். சோதனை போட்டால் அகப்பட்டுவிடுமே! ஆல்பத்தை எடுத்துச் சட்டைக்குள் மறைத்தவாறே கீழே வந்தான்.

அப்பொழுதும் வாசல் தட்டும் ஓசை கேட்டுக்கொண்டிருந்தது.

"யாருடா பாரு. கதவைத் திறயேன்" என்று அம்மா உள்ளே யிருந்து கத்தினாள். இன்னும் சில வினாடிகளில் அம்மாவே வந்து திறந்து விடுவாள்!

ராஜப்பா பின்புறம் ஓடினான். மடமடவென்று ஸ்நான அறைக்குள் சென்று கதவைத் தாளிட்டான். வெந்நீர் அடுப்பு தகதகவென்று எரிந்துகொண்டிருந்தது. பட்டென்று ஆல்பத்தை அடுப்பில் போட்டான். ஆல்பம் பற்றி எரிந்தது. அவ்வளவும் மணிமணியான ஸ்டாம்புகள். எங்கும் கிடைக்காத ஸ்டாம்புகள். தன்னையறியாமலே கண்களில் நீர் துளிர்த்துவிட்டது ராஜப்பாவுக்கு.

அப்போது ஸ்நான அறைக்கு வெளியே அம்மாவின் குரல் கேட்டது.

"சட்டென்று குளித்துவிட்டு வாடா. உன்னைத் தேடி நாகராஜன் வந்திருக்கிறான்" என்றாள் அவன் தாயார்.

ராஜப்பா நிக்கரைக் கழற்றி ஸ்நான அறைக் கொடியில் போட்டு விட்டு ஈரத்துண்டைக் கட்டிக்கொண்டு வெளியே வந்தான். வீட்டிற்குள் வந்து புதுச்சட்டையும் நிக்கரும் போட்டுக்கொண்டு மாடிக்குச் சென்றான். நாகராஜன் நாற்காலியில் உட்கார்ந்திருந்தான். ராஜப்பாவைப் பார்த்ததுமே, "என் ஸ்டாம்பு ஆல்பம் தொலைந்து போய்விட்டதடா" என்று ஈனமான குரலில் சொன்னான். முகத்தில் வருத்தம் தெரிந்தது. அழுது குளித்திருக்கிறான் என்பதையும் கண்கள் சொல்லிற்று.

"எங்கே வைத்தாய்டா?" என்று கேட்டான் ராஜப்பா.

"டிராயரில் பூட்டி வைத்திருந்ததாகத்தான் ஞாபகம். டவுனுக்குச் சென்றுவிட்டுத் திரும்பி வந்து பார்க்கிறபோது காணவில்லை."

நாகராஜன் கண்களிலிருந்து கண்ணீர் வழிந்தது. அவன் ராஜப்பா முகத்தைப் பார்ப்பதற்கு வெட்கப்பட்டு முகத்தை வேறு பக்கம் திருப்பிக்கொண்டான்.

"அழாதேடா, அழாதேடா" என்று தேற்றினான் ராஜப்பா.

ராஜப்பா சமாதானம் சொல்லச் சொல்ல மேலும் மேலும் பெரிதாக அழுதான் நாகராஜன்.

ராஜப்பா சட்டென்று கீழே சென்றான். ஒரு நிமிஷத்திற்குள் நாகராஜன் முன்னால் வந்து நின்றான். அவன் கையில் அவனுடைய ஆல்பம் இருந்தது.

"நாகராஜா, இந்தா என்னுடைய ஆல்பம். இதை நீயே வைத்துக் கொள். உனக்கே உனக்குத்தான்... என்ன அப்படிப் பார்க்கிறாய்? விளையாட்டில்லை. உனக்குத்தான். உனக்கே தான்."

"சும்மா சொல்கிறாய்" என்றான் நாகராஜன்.

"இல்லையடா. உனக்கேத் தருகிறேன். நெஜமாகத்தான். உனக்கே உனக்கு. வைத்துக்கொள்."

ராஜப்பா, தன் ஸ்டாம்பு ஆல்பத்தைக் கொடுத்துவிடுவதா? நடக்கக் கூடியதா? நாகராஜனால் நம்ப முடியவில்லை. ஆனால் ராஜப்பா அதையே திரும்பத் திரும்பச் சொல்லிக் கொண்டிருந்தான். அவனுக்கு குரல் கம்மிவிட்டது.

"எனக்குத் தந்துவிட்டால், உனக்கு?"

"எனக்கு வேண்டாம்."

"ஒரு ஸ்டாம்புகூட வேண்டாமா?"

"ஊஹும்."

"நீ எப்படியடா ஸ்டாம்பே இல்லாமலிருப்பாய்?" என்று கேட்டான் நாகராஜன்.

ராஜப்பா கண்களிலிருந்து கண்ணீர் பெருக்கெடுத்தது.

"ஏண்டா அழுகிறாய்? எனக்கு ஆல்பத்தைத் தர வேண்டாம். நீயே வைத்துக்கொள். நீ எவ்வளவு கஷ்டப்பட்டுச் சேர்த்த ஆல்பம்" என்றான் நாகராஜன்.

"இல்லை, நீ வைத்துக்கொள். உனக்கே இருக்கட்டும். எடுத்துக்கொண்டு வீட்டுக்குப் போய்விடு. போ, போ" என்று ராஜப்பா அழுதுகொண்டே கத்தினான்.

நாகராஜனுக்கு ஒன்றுமே புரியவில்லை. ஆல்பத்தை எடுத்துக்கொண்டு கீழே இறங்கி வந்தான்.

சட்டையைத் தூக்கிக் கண்களைத் துடைத்தபடி பின்னால் இறங்கி வந்தான் ராஜப்பா.

இருவரும் வாசல்படிக்கு வந்துவிட்டார்கள்.

"நீ ஆல்பத்தைக் கொடுத்ததற்கு ரொம்ப தாங்க்ஸ். நான் வீட்டுக்கு போகட்டுமா" என்று படியில் இறங்கினான் நாகராஜன்.

"நாகராஜா" என்று கூப்பிட்டான் ராஜப்பா.

நாகராஜன் திரும்பிப் பார்த்தான்.

"அந்த ஆல்பத்தைக் கொண்டா. இன்னிக்கு ராத்திரி ஒரே ஒரு தடவை பூராவையும் பார்த்து விட்டு, காலையில் உன் வீட்டில் கொண்டுவந்து தந்துவிடுகிறேன்" என்றான் ராஜப்பா.

"சரி" என்று ஆல்பத்தைக் கொடுத்துவிட்டுப் போனான் நாகராஜன்.

ராஜப்பா மாடிக்குச் சென்று கதவைச் சாத்திக்கொண்டு ஆல்பத்தை நெஞ்சோடு அணைத்தவாறு ஏங்கி ஏங்கி அழுதான்.

சரஸ்வதி, 1958

கிடாரி

மிகப் பெரிய காம்பௌண்டு அது. கற்சுவர். நடுவில் மிகப் பெரிய வீடு. மாடி வீடு.

மாடி வீட்டுக் கொல்லையின் இடதுமூலையில் உரக்கிடங்கும், அதையொட்டி, கன்றுகளை மறிக்க கம்பழிக் கூண்டும் தொழுவமும்.

தொழுவத்துக்கு அடுத்தாற்போலிருந்த அறையைத்தான் கிழவர் தனது வாசஸ்தலமாக்கிக் கொண்டார். சில மாதங்கள் முன்னால்வரை அங்கு விறகு குவித்திருந்தது. அதைக் காலி செய்து கைவசப்படுத்திக்கொண்டார் கிழவர்.

இப்போது கொல்லைப்புறம்தான் அவரது ஆட்சிக்குட்பட்ட சாம்ராஜ்யம். வேலைக்காரன் சம்முகம், சமையல்காரி செல்லம்மா, வேலைக்காரி, ஒரு கறவைப் பசு, ஒரு கர்ப்பிணிப் பசு, ஒரு காளைக் கன்று ஆகியோர் குடை நிழல் பிரஜைகள். அதிலும் கால்நடைகள்தான் முக்கியமான பிரஜைகள். அவற்றின் மத்தியில்தான் கிழவருக்கு நல்ல செல்வாக்கிருந்தது. அவருடைய அற்ப எண்ணங்கள்கூட அங்கு விதிகளாகி அமலாகிவிடும். அபிப்ராய வேற்றுமைக்கு இடமேயில்லை.

சில மாதங்கள் முன்னால்வரை மாடிவீட்டில் மாப்பிள்ளை சபேசய்யர், மகள் குஞ்சம்மாள், பேரன் பேத்திகள் ஆகியோருடன் கூடி வாழ்ந்திருந்தார் கிழவர். மனத்துக்கு ருசிக்கவில்லை. மாப்பிள்ளை மகா முன்கோபி என்பது கிழவர் அபிப்பிராயம். கிழவருக்கு இங்கிதமே தெரியாதென்பது சபேசய்யர்

தீர்மானம். சபேசய்யர் வருமான வரி ஆபீஸர் வேலையிலிருந்து ரிட்டயராகி பொழுதை வீட்டிலேயே செலவு செய்யும் நிலை ஏற்பட்டதும், அரமும் அரமும் உரைந்தாற்போல் இருவர் உறவும் கீறிச்சிட்டது. முகதரிசனம் வாய்த்த மறுவினாடியே பரஸ்பரம் வெட்டிக்கொண்டார்கள். மடக்கி மடக்கித் தாக்கிக் கொண்டார்கள். படீரென்று விலாவில் மடக்கிக் குத்துவார் மாப்பிள்ளை. மண்டையில் ஓங்கி அறைவார் மாமனார். எல்லாம் வார்த்தைகளில்தான். பெண்ணை வைத்துத்தானே கிழவருக்கு அந்த வீட்டில் மதிப்பு. பெண் குஞ்சம்மாளோ மாடியில் அடைபட்டுக் கிடந்தாள். கீழே இறங்கி வரக்கூடாது.

முன்கட்டில் செல்வாக்கு இழந்துவிடவே மெதுவாகக் கொல்லைப்புறம் நகர்ந்தார் கிழவர். விறகு அறையையும் தன்னுடைய அறையையும் காலிசெய்தார். விறகும் ஓட்டை உடைசலும் நெல்குத்தும் கொட்டகைக்கு இடம் மாறின. வெற்றிலைப் பையும் வறுவல் டப்பாவும், எண்ணெய்க் குப்பியும், செம்பும், மர ஜோடும், விசிறியும், நார்க்கட்டிலும் விறகு அறைக்கு வந்தன.

சிறுவயதிலிருந்தே மாட்டுப் பைத்தியம் கிழவருக்கு. இடமாற்றம் அதற்கு மேலும் சுருதி கூட்டிற்று. அன்பையும், அரவணைப்பையும், ரத்தபாசத்தையும் தொழுவத்திலேயே கண்டு ஆனந்தக் களிப்பில் அமுழ்ந்திப்போனார் கிழவர்.

தொழுவத்தில் சலசலப்புக் கேட்டுக்கொண்டிருந்தது. இரவில் கண் விழிக்கும் போதெல்லாம் மாடுகளின் கால் அரவம், சிறுநீர் கழிக்கும் சுர் . . . ர் . . . ர்ர், வைக்கோல் பிடுங்கும் சரசரப்பு, கன்றின் கழுத்து மணி 'ணிங் ணிங்' – இத்யாதி ஓசைகள் கேட்டவண்ணம் இருக்கும். கிழவருக்கும் இந்தப் பின்னணி ஓசை பழக்கப்பட்டுவிட்டது.

ஆனால் அன்று விடிவெள்ளிப் பொழுதில் ஏதோ அசாதாரணமான சூழ்நிலை தொழுவத்தில் உருவாகி வருவதாக உணர்ந்தார் கிழவர். கண்மூடியபடியே கட்டிலில் உட்கார்ந்து எழுந்து நின்று, இரவில் போர்வையாக மாறியிருந்த வேஷ்டியை இடுப்பில் சுற்றிக்கொண்டார். அறைக் கதவைத் திறந்தார். இருளில் இருள்தான் தெரிந்தது. பெரிய குடையொன்றை விரித்துவைத்தது போலிருந்தது. அறை முன்னால் நின்ற ஒட்டு மா இலைகளிடையே இருள் துண்டு துண்டாகத் தேங்கிக் கிடந்தது. வானத்தைப் பார்த்தார். உம், விடிய ஒருமணி நேரமாகலாம் . . .

தொழுவத்தில் அரவம் கேட்டது.

சுவரைத் தடவியபடியே சுவர் அலமாரியைத் திறந்தார். மேல் தட்டிலிருந்து வெற்றிலைப் பையையும் கீழ்த்தட்டிலிருந்து ஓவல்டின் டப்பாவையும் எடுத்தார். நார்க்கட்டிலில் உட்கார்ந்தபடி டப்பாவைத் திறந்து ஏத்தங்காய் வறுவலை ஒவ்வொன்றாக வாயில் போட்டு மென்றார். 'ஸ்டாக்' சிறிதுதானிருந்தது. டப்பா காலி. பையை அவிழ்த்து இரும்பு உரலையும் உலக்கையையும் எடுத்து நிலைப்படியில் வைத்துக்கொண்டார். சிறிதுநேரத்திற் கெல்லாம் 'ணங், ணங்' என்ற ஓசை தாள லயம் தவறாமல் கேட்க ஆரம்பித்தது. விடிவெள்ளி நேரத்தில் இந்த ஓசை எழுவது பக்கத்து வீட்டுக்காரர்களுக்கும், சமையல் செல்லம்மாவுக்கும், சம்முகத்துக்கும், மாடு கன்றுகளுக்கும் பழக்கப்பட்டுப் போன விஷயம். சம்முகத்துக்கும் செல்லம்மாவுக்கும் அதுதான் அலாரம். இந்த ஓசை எழுந்ததும் படுத்திருக்கும் மாடுகளும் எழுந்து நின்று சோம்பல் முறிக்கும். சம்முகம் எழுந்து வந்து சாணியை வழித்தெறிந்துவிட்டுச் செம்பையும் எண்ணெய்க் கிண்ணத்தையும் எடுத்துக்கொண்டு வருவான். கட்டில் நிற்கும் கன்று பின்வாங்கி முன்பாய்ந்து கயிற்றை வெட்டி வெட்டி இழுக்கும்.

ணங் . . . ணங் . . . ணங் . . .

சம்முகம் எங்கே?

காணோம்.

"சம்முகம், சம்முகம்" என்று கூப்பிட்டார் கிழவர்.

பதிலில்லை.

'நர்ஸைக் கொண்டுபோய் வீட்டில் சேர்த்துவிட்டுப் படுக்கிறபொழுது மணி இரண்டு அடித்திருக்கும். அசந்து தூங்குகிறான் பாவம் . . .'

கொம்பை வைக்கோல் அழியில் முட்டிமோதும் ஓசை கேட்டது.

'இந்த விஷமம் இரண்டுக்கும் கிடையாதே! புதிய பாடமோ . . .?'

கிழவர் வெற்றிலையை மென்றுகொண்டே தொழுவத்துக்கு வந்தார். இருளின் திட்பம் ஒரு சொல்லுக்குக் குறைந்து மெல்லிய கறுப்புத் திரை போர்த்தியது போலிருந்தது. உத்திரக் கட்டையைத் துழாவித் தீப்பெட்டியை எடுத்து அரிக்கன் லாந்தரை ஏற்றினார்.

கன்றுக்குட்டியின் கூண்டையொட்டி, கறவைமாடு நின்றுகொண்டிருந்தது. அறைச் சுவரையொட்டி, சினைமாடு

நின்றுகொண்டிருந்தது. இரண்டு மாட்டுக்கும் நடுவில் கூரையிலிருந்து லாந்தர் தொங்கியது. தரையில் கிழவர் நின்றுகொண்டிருந்தார்.

லாந்தரின் இலேசான அசைவில் மாடுகளும் கிழவரும் கருநிறம் பூண்டு சுவரில் குறுக்கும் மறுக்கும் ஓடிக்கொண்டிருந்தார்கள். கிழவர் லாந்தரைத் தொட்டு ஆட்டத்தை நிறுத்தினார்.

கறவைமாட்டுக்கு மடுவில் பால் குத்த ஆரம்பித்துவிட்டதால் தொடர்ந்து அலறிற்று. கிழவர் குனிந்து பார்த்தார். காம்புகள் 'உன்னைப் பார் என்னைப் பார்' என்றிருந்தன.

கூண்டினுள் முன்னுடம்பு தணியும்படி காலை அகல விரித்து மூஞ்சியைக் கம்பழிக்குள் துருத்திக்கொண்டிருந்தது கன்று. இந்தப் 'போஸைக்' கண்டாலே அசாத்திய கோபம் மூளும் கிழவருக்கு. வேறு எதற்கோ செல்லும் பாவனையில் அதன் பக்கம் நெருங்கி கரிய மூக்கில் நறுக்கென்று சுண்டி விட்டுவிடுவார். இரண்டு நிமிஷம் கழித்துப் பார்த்தால் மீண்டும் மூஞ்சியைத் துருத்திக்கொண்டுதான் நிற்கும் அது. கறவை மாடு நின்ற நிலையில் அதன் மடுவுக்கும் கன்றின் மூஞ்சிக்கும் நாலு விரல்தான் இடைவெளியிருக்கும். ஆனால் அதற்கு மேல் ஒரு அங்குலம் பின்வாங்கக் கழுத்துக் கயிறு கறவை மாட்டுக்கோ ஒரு அங்குலம் முன்னேற அழிக்கம்பு கன்றுக்கோ இடம் தராது. இந்த நிலையை மிகவும் ரசித்தார் கிழவர்.

கொம்பால் அழியைத் தட்டும் ஓசை மீண்டும் கேட்டது. சினைமாடுதான்!

கிழவர் இந்தப் பக்கம் வந்தார். கர்ப்பிணியை மேலும் கீழும் பார்த்தார். எல்லாம் விபரீதமாகப் பட்டது. அடிக்கொரு தரம் வைக்கோல் அழியைக் கொம்பால் தட்டுகிறது. நிலைமாற்றி நிலை மாற்றி நின்று, நிலைகொள்ளாமல் தவிக்கிறது. பின்னங்காலை உதறிற்று. இரவு வைத்த வைக்கோல் அப்படியே இருக்கிறது. கண் இமைகளில் ஈரம் படிந்து கன்னத்தில் ஈரக்கோடும் விழுந்திருக்கிறது.

வாலைத் தூக்கிப் பார்த்தார். மாசு தொங்கிவிட்டது. தீர்மானம் செய்துவிட்டார் கிழவர்.

மறுகணம் எக்களிப்போடு "சம்முகம், சம்முகம்" என்று கத்தினார். பதிலில்லை. குரலில் பதற்றம். மேற்கொண்டு என்ன செய்ய வேண்டுமென்பதும் தட்டுப்படவில்லை. நின்ற இடத்திலிருந்து தன்னுணர்வில்லாமல் முன்னும் பின்னும் சென்றார்.

கயிற்றில் தொங்கிய லாந்தரை அவிழ்த்து எடுத்துக்கொண்டு ஒட்டுமாவைச் சுற்றி நெல்குத்துச் சாவடிக்கு நகர்ந்தார்.

சந்தோஷம் தாங்க முடியவில்லை. அவர் ஜோஸ்யம் பலிக்கப் போகிறது. அமாவாசை தாண்டாது என்பது அவருடைய கணிப்பு. நோவு எடுத்துவிட்டதே. மாதக் கடைசிவரை இழுக்கும் என்றான் சம்முகம். அவனுக்கு என்ன தெரியும்? வஜ்ர மடையன்.

கிழவர் அடிவைக்க வைக்க வலதுபுறத்தில் கிணற்றடியும் கம்பி வலைபோட்ட அடுக்களையும் ஸ்நான அறைக்குப் பின்னால் நின்ற ஐந்தாறு தென்னம்பிள்ளைகளும் விளக்கொளியில் புலப்பட்டன.

கொட்டகையின் ஒரு பக்கம்தான் சுவர். நாலு தூண்கள் மேல் எழுப்பிய கூரைதான் அது. மூலையில் பிரம்மாண்டமான கல்யாண ஆட்டுக்கல் யானைக்குட்டி படுத்திருப்பது போலிருந்தது. மறுபக்கம் கூரையில் முட்டும்படி விறகு அட்டி, தட்டு முட்டுச் சாமான்கள். பின்புறம் சுவரையொட்டி நாலைந்து அடுப்புகள். நெல்லைப் போட்டுக் குத்துவதற்குக் கொட்டகையின் நடுவில் அடுப்புக்கு முன்புறம் சமசதுரமான கல்லைத் தரையோடு தரையாய்ப் பதித்திருந்தது. கிழவர் விளக்கைத் தூக்கிப் பார்த்தார். கருங்கல்லில் தேங்காய்ப்பூ டவல் விரித்தபடியிருந்தது. டவலில் முதுகு அழுத்தத்தின் சுவடும் தெரிந்தது. அடுப்பின் மேல் சாய்வாக வைத்திருந்த பலகையில் தலை எண்ணெய் படிந்து உள்ளங்கை அகலத்துக்கு அழுக்கு அடையாய் அப்பியிருந்தது.

சம்முகத்தைக் காணவில்லை!

கிழவருக்கு ஏமாற்றமும் கோபமுமாக வந்தது. என்ன இது? மாட்டுக்கு வலியெடுத்துவிட்டது. எங்கே தொலைந்து போனான்? மடசாம்பிராணி. மனத்துள் திட்டி நொறுக்கினார். கோபத்தை நேரில் காட்ட முடியுமா? திரும்பக் காட்டிவிடுவான். ஆனால் சபேசய்யர் வருகிறார் என்றாலோ அரையோடு நீரைக் கழித்துவிடுவான். நர்ஸை வீடு கொண்டுபோய்ச் சேர்க்கப் போனவன் அப்படியே தொலைந்து போயிருப்பானோ?

சம்முகத்தை எழுப்பி, தனது ஹேஷ்ய சூட்சுமத்தையும் பிரதாபத்தையும் ஒரு பாட்டம் பாட எண்ணியவர் ஏமாந்து அடுக்களைப் பக்கம் சென்றார்.

அடுக்களையில்தான் செல்லம்மா படுப்பது வழக்கம். இருபது வருடமாக அந்தக் குடும்பத்தோடு ஒட்டிப்போன ஜீவன். கிழவர் கண்விழிக்கும் தறுவாயில் எழுந்திருந்து வெந்நீர் அடுப்பைப் பற்ற வைத்து அடுக்களை அடுப்பையும் மூட்டுவாள்.

இன்று என்ன, எல்லாம் விபரீதமாக இருக்கிறது. செல்லம்மாவும் எழுந்திருக்கவில்லையே!

கிழவர் அடுக்களைக் கம்பி வலைமேல் லாந்தரைத் தூக்கிப் பார்த்தார். வழக்கமாகப் படுத்திருக்கும் இடத்தில் செல்லம்மாவைக் காணவில்லை. அப்போதுதான் கிழவருக்கு நினைவில் தட்டிற்று. பிரசவ அறையில் படுத்திருப்பாள். பாவம் செல்லம்மா. தன் வயிற்றுப் பெண்ணுக்குப் பார்ப்பது போல் பார்த்தாள். கோயிலில் வைத்துக் கும்பிட வேணும் செல்லம்மாவை. அவளுக்காகத்தான் கோமதி நேற்று தப்பிப் பிழைத்தாள். ஆமாம். அந்த மகராசிக்காக. அவள் கைராசி அப்படி. டாக்டரே மேலும் கீழும் பார்க்க ஆரம்பித்துவிட்டாரே. 'பகவானே, எனக்கு அபகீர்த்தி தேடித் தராதே. என்னை இந்த வீட்டைவிட்டுத் துரத்திவிடாதே' என்று செல்லம்மா புலம்பினாளே, அந்தப் புலம்பலுக்குச் செவிமடுத்து, அபகரித்த உயிரைத் திரும்பத் தந்துவிட்டது தெய்வம். ஒவ்வொரு தடவையும் இந்தப் பாடுதான் கோமதிக்கு. டாக்டர்தான் வர வேண்டும். ஆயுதம்தான் போட வேண்டும். ஒவ்வொரு தடவையும் 'போச்சு போச்சு' என்றிருக்கும். பன்னிரண்டு மணிக்குள்ளாக டாக்டர் நாலு தடவை வரும் படியாகிவிட்டதே. ஒருமட்டும் ஒரு மணிக்குக் குழந்தை இறங்கி வந்தது. ரத்தக் கசிவு ஜாஸ்தியாம். இரண்டு கையையும் மாறி மாறிச் சல்லடையாகத் துளைத்துவிட்டார்கள். இன்னும் ஒரு வாரத்துக்கு இமைக்குள் வைத்துப் பார்க்க வேண்டுமென்று சொல்லிவிட்டார் டாக்டர். யார் பார்க்கப் போகிறார்கள் இமைக்குள் வைத்து? பெற்ற தாயை மாடியில் உட்கார்த்தி வைத்திருக்கிறது ஐந்து வருடமாக. ஐந்து வருடமென்ன, அதற்கு மேலுமிருக்கும். துரதிர்ஷ்டம் பிடித்தவள். பிரசவ வேளையில்கூட பெற்ற பெண் பக்கத்திலிருந்து வயிற்றைத் தடவக் கொடுத்துவைக்கவில்லை. ம் . . . இப்பொழுது இவள் எழுந்திருக்க வேண்டுமே . . . எழுந்திருப்பது என்ன? எழுப்பிவிட்டுத்தானே கீழே உட்காருவாள் செல்லம்மா!

பச்சைக் குழந்தை 'வீல்' என்று கத்திற்று. கிழவர் சிரித்துக் கொண்டார். சம்முகம் கட்டிடத்தின் வலதோரமாக விறுவிறு என்று வருவதைப் பார்த்துவிட்டு, கட்டிடத்தின் இடதோரமாக நகர்ந்தார் கிழவர். அவனாகக் கண்டுபிடிக்கிறானா என்றுதான் பார்ப்போமே!

கொய்யா மரத்துக்கும் பலா மரத்துக்குமிடையே இருக்கும் தேன் கூட்டுக்கு முன்னால் வந்ததும் கிழவர் தலையைத் தூக்கிப் பார்த்தார். கட்டிடத்தின் அந்த இடத்தில் கீழே ஒரு பெட்ரூமும் மாடியில் ஒரு பெட்ரூமுமிருந்தன. கீழறையில்தான் தலைக்கு நாள் நடுநிசியில் கோமதி ஐந்தாவது பெண் குழந்தையைப்

பெற்றெடுத்திருந்தாள். மாடியறைதான் பல ஆண்டுகளாகக் குஞ்சம்மாளுடைய உலகம். குஞ்சம்மா கட்டிலையொட்டி ஒரு சாளரம். அப்பொழுது சாளரக் கதவு சாத்தியிருந்தது.

கிழவர் கோமதி படுத்திருந்த அறைப் பக்கமாக வந்து சன்னலின் ஒரு பகுதியைத் திறந்தார். திறந்த இடத்தில் கோமதியின் முகம் தெரிந்தது. சன்னல் விளிம்பில் ஒரு மெழுகுவர்த்தியை ஏற்றிவைத்தது போல் முகத்தில் மட்டும் பிரகாசம் பரவிற்று. அறைக்குள் அப்பொழுதும் இருள் சன்னமாகத் தேங்கிக் கிடந்தது.

கோமதி கைகளைக் கட்டியபடி தூங்கிக்கொண்டிருந்தாள். இமைகள் பெரிதாய் சாத்தியிருந்தன. இரண்டு நிமிஷம் அவள் முகத்தையே பார்த்துக்கொண்டிருந்தார். தலைக்கு நாள் மாலையில் பின் வராண்டாவில் தலையைக் கோதிக்கொண்டிருந்த பெண்தானா இவள்? கிழவரால் நம்ப முடியவில்லை. என்ன மாற்றம்! ஒரே இரவில் குழந்தை மாதிரியாகிவிட்டதே முகம். முகத்தில்தான் என்ன பேதமை!

கால்மாட்டில் கட்டிலைச் சற்றுத் தூக்கி வைத்திருந்தது. மீண்டும் குழந்தையின் சிணுங்கல் கேட்டது.

“கோமதி” என்று ரகசியமாகக் கூப்பிட்டார் கிழவர்.

கோமதி அதிர்ச்சியடைந்து கண்விழித்ததைப் பார்த்த பொழுது தான் கூப்பிட்டெழுப்பியிருக்க வேண்டாமென்று எண்ணினார் கிழவர்.

“என்ன தாத்தா, என்ன?” என்று பதறினாள் கோமதி.

“ஒண்ணுமில்லையம்மா, சும்மாத்தான். பசுவுக்கு வலியெடுத்திருக்கு” என்றார் கிழவர்.

குழந்தையின் சிணுங்கல் அழுகையாயிற்று.

“மாமீ, மாமீ” என்று கூப்பிட்டாள் கோமதி.

“செல்லம்மா, செல்லம்மா” என்று கூப்பிட்டார் கிழவர்.

தான் சொன்னது கோமதியின் காதில் விழவில்லையோ என்று சந்தேகப்பட்ட மாதிரி மீண்டும் ஒரு தடவை, “பசுவுக்கு நோவெடுத்திருக்கு. இன்னும் ஒரு மணி நேரத்தில் கன்று போட்டுவிடும்” என்றார்.

கோமதியின் முகம் சிலை மாதிரியிருந்தது.

செல்லம்மா எழுந்திருக்கும் ஓசை கேட்டது. அறையுள் ஒளி பரவிற்று. கட்டில் பக்கம் வந்தாள் செல்லம்மா. கை நிறைய வைத்துக்கொண்டிருந்த வெண்மையான துணிகளிடையே

வெண்மையான இரு கால்களைக் கண்டார் கிழவர். உதட்டோரம் கன்னம்வரை விரிந்தது. மேல் வரிசையில் இரண்டு பற்கள் இல்லாத அதே இடத்தில் கீழ் வரிசையிலும் இரண்டு பற்கள் இல்லை கிழவருக்கு. அவர் சிரிக்கிறபொழுது மேலும் கீழுமாக இடைவெளியைப் பார்ப்பதில் ஏற்படும் அனுபூதியை அனுபவித்தவர்கள் அத்தகைய தருணத்திற்காகக் காத்திருந்து வாய்க்கிற பொழுதை வீணாக்க மாட்டார்கள். கோமதி கிழவருடைய வாயைப் பார்த்துக்கொண்டிருந்தாள்.

குழந்தையைப் பக்கத்தில் கிடத்தினாள் மாமி. மார்பிலும் கையிடுக்கிலுமாகப் புதைந்தது குழந்தை. அழுகையும் அவரோகணத்தில் தேய்ந்தது.

தன்னுடைய பேச்சை ஓரளவேனும் செவிகொடுத்துக் கேட்கும் கோமதியும் அவள் அப்பாவைப் போலாகிவிட்டாளா என்ன? கிழவர் நம்பிக்கையிழக்காமல் மீண்டும் சொன்னார்:

"பசுவுக்கு வலியெடுத்திருக்கு. இந்தத் தடவையாவது கிடாரி பிறக்குமின்னு நினைக்கிறேன்."

பதில் பேசவில்லை கோமதி.

கிழவருக்கு ஒரே ஏமாற்றம். இரண்டு பக்கமும் திரும்பித் திரும்பிப் பார்த்துக்கொண்டார். சிறிது நேரம் கழித்து, "ஒரு மட்டும் செத்துப் பிழைத்தாய்!" என்றார்.

"பிழைத்திருக்க வேண்டாம்" என்றாள் கோமதி.

உள்ளங்கால் வழி மின்சாரம் பாய்ந்து உடம்போடு தலை வரை ஓடியது கிழவருக்கு.

"ஏண்டி பெண்ணே இப்படிப் பேசறே?" என்றார் கிழவர்.

கோமதியின் கன்னத்தில் கண்ணீர் வடிந்தது.

கிழவருக்கு விஷயம் மங்கலாகப் புரிய ஆரம்பித்தது.

"அழாதே, ஈச்வர சங்கல்பம்" என்று சொல்லிக்கொண்டே மெதுவாகச் சன்னலைச் சாத்தியவர் மீண்டும் திறந்து, "பசு கன்னு போட்டதும் வந்து சொல்றேன்" என்று சொல்லிவிட்டு அவள் முகத்தையே பார்த்தார்.

அப்பொழுது நடு ஹாலில் அலாரம் அடிப்பதும் அதைத் தொடர்ந்து, "யாரது அங்கே? என்ன சத்தம்?" என்று சபேசய்யர் அதட்டும் குரலும் கேட்டன.

சுந்தர ராமசாமி

“தாத்தாதான் அப்பா” என்றாள் கோமதி. அதற்கு மேல் அங்கு நிற்காமல் மடமடவென்று பின்வாங்கினார் கிழவர்.

தரை வெளுக்க ஆரம்பித்துவிட்டது. கிழக்கிலிருந்து கிரணங்கள் தங்க ஊசிகள்போல் காம்பௌண்டுச் சுவரைத் தாண்டி கொய்யா மரத்தில் விழுந்துகொண்டிருந்தன.

கிழவர் தேன்கூட்டுப் பக்கம் வந்ததும் மீண்டும் தலையைத் தூக்கிப் பார்த்தார். அப்போதும் சாளரக்கதவு சாத்தியிருந்தது.

“குஞ்சம்மா, குஞ்சம்மா” என்று கூப்பிட்டார் கிழவர்.

தாழ்ப்பாளை அகற்றும் ஓசை. சாளரக் கதவு திறந்தது. குஞ்சம்மாள் தலையை வெளியே நீட்டினாள்.

குஞ்சம்மாள் பல வருடங்களாக மாடியில்தான் அடைந்து கிடந்தாள். டி.பி. என்று டாக்டர்கள் சொன்னார்கள். ஆனால் கிழவர் இருமல் என்றுதான் சொல்லுவார். வீட்டுக்கு வருகிறவர்களிடமெல்லாம் ‘என் மனைவிக்கு டி.பி., என் மனைவிக்கு டி. பி.’ என்று சபேசய்யர் சொல்லுவது கிழவருக்குப் பிடிக்காது.‘என் பெண்ணுக்கு இருமல்’ என்றுதான் அவர் சொல்லு வார். சபேசய்யரும் அப்படிச் சொன்னால் போதுமென்பது கிழவருடைய அபிப்ராயம். இதை வியாஜமாக வைத்தே மாமனாருக்கும் மாப்பிளைக்கும் லடாய் மூளும்.

சபேசய்யரின் மருத்துவ ஞானம் குஞ்சம்மாளை மாடியில் ஒதுக்கித் தள்ளிவிட்டது. வியாதிக்காரி போலவா இருப்பாள் குஞ்சம்மாள்? ஐம்பர் கை நுனியில் சதை பிதுங்கும். யாராவது பார்த்தால் ‘மாராசி உடல் அசையாமல் தின்று கொழுத்திருக்கி றாள்’ என்பார்கள். சீவி முடிந்த தலை. நிறைய ஜரிகை போட்ட காஞ்சீபுரம் பட்டுச் சேலை. வைர மூக்குத்தியையும் தோட்டையும் அடிக்கடிக் கழற்றித் துடைத்துக்கொண்டிருப்பாள். உடம்பு காகித வெளுப்பு. சில சமயம் வறட்டு இருமல் கிளம்பிவிட்ட தென்றால் சிரட்டையைப் பாறை மேல் தேய்ப்பது மாதிரி சொர சொரவென்று இருமித் தள்ளிவிடும். குளிமுறையன்று மட்டும் கீழே வருவாள். வாரத்தில் ஒருநாள் ஸ்நானம். குளித்துவிட்டு மாலைவரை கீழே உட்கார்ந்திருப்பாள். அப்பாவுடைய மாட்டுப் பைத்தியம் பெண்ணுக்கும் சிறிது உண்டு. மாட்டை அவிழ்த்துக் கொண்டு வந்து துளசி மாடம் பக்கம் நிறுத்திக் காட்டுவார்கள். மாலையில் மீண்டும் மாடிக்குள் புகுந்துவிடுவாள் குஞ்சம்மா.

விடியற்காலம் ஆறரை மணிக்குக் கிழக்கு வெயிலடிக்கையில் ஏற்றிய லாந்தருடன் அப்பா நிற்பதை விழிபிதுங்கப் பார்த்தாள் குஞ்சம்மா.

"இதென்ன கோலம் அப்பா?"

"குஞ்சம்மா, விசேஷம் தெரியுமோ?"

"என்னப்பா, என்ன விஷயம்?"

"பசுவுக்கு நோவெடுத்திருக்கு. இன்னும் ஒரு மணி நேரத்தில் கன்னு போடும்."

"அப்பா, கோமதிக்குத் திரும்பவும் பெண் குழந்தைதானா பிறக்கணும்? நமக்கு ஏன் இந்தச் சோதனை?"

கிழவர் தேன்கூட்டைப் பார்த்துக்கொண்டிருந்தார். ஒவ்வொரு ஈயாகக் கூட்டின் முற்றத்திற்கு வந்து, ஒரு கணம் தயங்கிவிட்டுச் சட்டென்று உயரப் பறந்தது.

கிழவர் தேனீயைப் பார்த்தபடியே தலையைத் தூக்காமல் மெல்லிய குரலில் சொன்னார்:

"இந்தத் தடவையாவது கிடாரி போடும்னு நினைக்கிறேன். ஈச்வர சங்கல்பம் எப்படி இருக்கோ தெரியலை."

"அதிர்ஷ்டம் கெட்ட பெண். வரிசையா நாலு பெண் பிறந்தாச்சே போறாதோ? இந்தத் தடவையும் இப்படியாகும்னு நான் நினைக்கவே இல்லை. நேத்து ரா முச்சூடும் கண்ணைக் கொட்டலை நான். அது பிறந்த வேளை. தலையெழுத்துக் கட்டை. யார்தான் என்ன செய்ய முடியும்?" என்றாள் குஞ்சம்மா.

"இதுவரையும் பிறந்த ஒரு கன்னையாவது வீட்டோடெ வச்சுக்கலை. தவிட்டு விலைக்குப் பத்திண்டு போகச் சொல்லிட்டார் மாப்பிள்ளை. எனக்குத்தான் வயத்தெ எரிஞ்சுது. எதிரே நின்னு ஒருவார்த்தை சொல்ல முடியுமோ? துர்வாசர் சதா மூக்கிலே நின்னுண்டிருப்பர். 'காளைக்கன்னை வச்சிண்டு சாணம் வாரிண்டிருக்கப் போறேரோ'ன்னு ஒரு வார்த்தை கேட்டுட்டா வாயடைச்சுப் போயுடுமே. என்ன செய்வே சொல்லு? வாஸ்தவந்தானே! நமக்கென்ன வயலா கரையா வண்டியா? ஆனால் இந்தத் தடவை நான் சொல்றேன் குஞ்சம்மா, நீ வேணாப் பாத்துக்கோ, எப்படியப்பா இப்படிச் சொன்னே பொட்டுப் போட்டாப்லெனு கேக்கப்போறே. கிடாரிதான் பிறக்கப்போறது. ஆமாம். கிடாரிதான் பிறக்கப்போறது" என்றார் கிழவர்.

"நான் ஒண்ணெச் சொல்றேன், நீர் வேறெதையோ சொல்றேரே?" என்றாள் குஞ்சம்மா.

கிழவர் அதற்குப் பதில் சொல்லவில்லை. தேன்கூட்டின் வாசலையும் மங்கி எரிந்துகொண்டிருந்த லாந்தரையும் மாறி மாறிப் பார்த்துக்கொண்டார்.

கிழவர் இரண்டு எட்டு வைத்துவிட்டுத் திரும்பிப் பார்த்தபோது குஞ்சம்மா தலையைக் காணவில்லை.

"குஞ்சம்மா, குஞ்சம்மா" என்று மீண்டும் கூப்பிட்டதும் மாடியில் தலை முளைத்தது.

"டப்பா காலி" என்றார் கிழவர்.

"ஓமப்பொடி பிழிஞ்சிருக்கு, போட்டுத் தரச் சொல்றேன்."

கிழவர் தலையைச் சரித்துக்கொண்டு யாருக்கோ சொல்வது போல் சொன்னார்:

"குஞ்சம்மா, வருத்தப்படாதே. எல்லாம் ஈச்வர சங்கல்பம். இதெல்லாம் நம்ம கையிலே இல்லை. அவன் பிறக்கணும்னு நெனக்கறதுதான் பிறக்கும். இப்பொ நான் கிடாரி பிறக்கும்னு சொல்றேன். நான் சொல்றேங்கறதுக்காகப் பிறந்திடாது; அவன் நினைக்கணும். ஆனா அவன் இந்த தவா கிடாரி பிறக்கும்படியாத்தான் நினைப்பாங்கற நம்பிக்கை இருக்கு எனக்கு. எப்படினு கேப்பே? பதில் கிடையாது. நம்பிக்கை. அவ்வளவுதான். . ."

கிழவர் பேசிக்கொண்டே போனார்.

குஞ்சம்மா தலையை இழுத்துக்கொண்டாள்.

தொழுவத்தில் மாடு அலறும் ஓசை கேட்டது. கிழவர் வேகமாக முன்னேறும் பாவனையுடன் தொழுவத்தை நோக்கி நகர்ந்தார்.

கிழவர் தொழுவத்துக்கு வருகிறபொழுது சம்முகம் பால் கறந்துகொண்டிருந்தான்.

லாந்தரை அணைத்துக் கயிற்றில் கட்டிக்கொண்டே, "ஏய் சம்முகம், ராத்திரிப்பூரா இருமல் கேட்டுதே. பனீலெ சளி புடிச்சுண்டிருக்கோடா?" என்று கேட்டுவிட்டு அடக்க முடியாமல் சிரித்தார். சம்முகம் கிழவர் வாயைப் பார்த்துவிட்டுத் தலையைக் குனிந்துகொண்டான்.

"நர்ஸம்மாவைக்கொண்டுபோய் வீட்டிலே தள்ளிப்போட்டு அப்படியே சுசீந்தரத்தைப் பார்த்து நடையைக் கட்டினேன். நேத்து ரிஷப வாகனமில்லா. பெரிய வாசிப்பு" என்றான் சம்முகம்.

கிழவர் அவன் பக்கத்தில் வந்து கண்களில் விஷமம் பொங்க, "ஏய் சம்முகம், 'கீப்' ஏதாவது வச்சிருக்கியோ 'கீப்'?" என்றார்.

"போங்க சாமீ" என்று சிரித்தான் சம்முகம்.

கிழவர் திடீரென்று குரலை ஏற்றிக்கொண்டு, "டேய், ஆனை மடையா, வஜ்ரகும்பா, இருளடிச்சுப் போச்சோடா உன் கண்ணிலெ" என்று கத்தினார்.

குரலில் மிடுக்கு, போலித்தனம்.

பால் செம்பைப் பதனமாக மூலையில் வைத்துவிட்டு, கண்கள் விரிய, இமைக்காமல் கிழவரைப் பார்த்தான் சம்முகம்.

"அட சாம்பிராணி மடையா" என்று கத்தினார் கிழவர்.

சம்முகத்துக்கு ஒன்றுமே புரியவில்லை. தலையைச் சாய்த்துக் கொண்டு, பிடரியைச் சொறிந்தபடி 'எதையாவது மறந்து போனோமா' என்று யோசித்தான்.

"விரிசம் பழம், விரிசம் பழம்" என்று சொல்லிக்கொண்டே சினைமாட்டுக்குப் பக்கத்தில் சென்று நின்றுகொண்டு, "இங்கே வா" என்று கூப்பிட்டார்.

சம்முகம் வந்தான்.

"குருட்டுக் கண்ணெத் திறந்து பாரு" என்றார் கிழவர்.

சம்முகம் இரண்டு நிமிஷம் மாட்டைக் கூர்ந்து பார்த்தான். விஷயம் பிடிபட்டது.

"வலி கண்டுடுச்சுப் போலிருக்கே" என்றான்.

"என்னது?"

"வலி கண்டுடுச்சு."

"வலி கண்டுடுத்து இல்லையா! அடேயப்பா, எப்படியடா சம்முகம் சொல்லிப்புட்டே? அந்த வித்தெயெக் கொஞ்சம் சொல்லித்தாடா எனக்கு." குத்தலான குரலில் சொல்லிக்கொண்டே வந்து குரலை மாற்றி, "டேய் வலி கண்டுடுத்துனு அந்த ரூமிலே இருந்தமேனிக்குத் தெரிஞ்சுண்டுதானேடா நான் எழுந்து வந்தேன். கூப்பிட்டுச் சொல்லித்து எங்கிட்டெ! நீயெல்லாம் 'காளை பெத்துதின்னா கயிறு எடு'னு சொல்ற ஜாதி. மாடில்லாத ஊரிலே பிறந்தவன். இன்னிக்குக் கன்னு போட்டுடுமாம். கண்டுபிடிச்சுச் சொல்லிப்புட்டான் பிரகஸ்பதி!" குரலையும் வலித்து, முகத்தையும் வலித்தார் கிழவர்.

சம்முகத்துக்கு முகம் தொங்கிப்போய் விட்டது. கிழவர் மேலும் வெற்றி வாகை சூடிக்கொண்டே போனார்.

"நீ என்ன சொன்னே? இந்த மாசம் கடைசிலேதான் பார்க்கணுமின்னே. நான் என்ன சொன்னேன்? அமாவாசை

தாண்டினா உன்னைத் தூக்கிண்டு இந்த வீட்டைச் சுத்தி நாலு தரம் வரேன்னு சொன்னேன். சொன்னேனா? என்னாச்சு? என்னடாய்யா பேச்சு மூச்சில்லெ? வெத்தலை போட்டுண்டிருக்காயோ?"

சம்முகத்துக்கு அவமானம் தாங்க முடியவில்லை.

சிரித்துக்கொண்டே அவசியமில்லாமல் அங்குமிங்கும் சென்றார் கிழவர். சம்முகத்தை வெற்றிகொண்ட பெருமிதம் முகத்தில் விளையாடிற்று.

"என்னுது நின்னுண்டிருக்கே, சோளக் கொல்லை பொம்மை மாதிரி? சரசரன்னு ஜோலியைப் பாரு. சாணத்தை அள்ளிப்போடு. ரெண்டு சாக்குத் துண்டு எடுத்துண்டு வா. கொஞ்சம் பொடி வைக்கோலைச் சுருட்டி வச்சுக்கோ. மொண்ணைக் கத்தி ஒண்ணு வச்சிண்டிருந்தாயே, அதெ சித்தெ தீட்டிக்கறயா? கன்னு பிறந்து விழுந்ததுமே சித்ரவதை ஆரம்பிக்க வேண்டாம்."

"இந்தத் தடவையாவது கிடாரி பிறக்கும், சாமீ" என்றான் சம்முகம்.

"சந்தேகப்பட்டு சந்தேகப்பட்டு அழுதுவழியாதேன்னு எத்தனை தடவைதான் சொல்றது? நம்புடா, பிறக்கும். நான் சொல்றேன். இந்தத் தவா கிடாரிதான் பிறக்கப்போறது. அப்படிப் பிறக்காட்டா, இதோ பாரு, என்னை இப்படிச் சொடக்குப் போட்டுக் கூப்பிடு." கிழவர் சொடக்குப் போட்டுக்கொண்டே நாலு வீடு கேட்கும்படி இரைந்தார். உற்சாகம் கரை புரண்டுவிட்டது.

சம்முகம் மடமடவென்று வேலையைக் கவனித்தான். கிழவர் தொழுவத்தில் உட்கார்ந்துவிட்டார்.

கிணற்றடியிலிருந்து வாளியை எடுத்துக்கொண்டு வருகிறபொழுது சம்முகம் கிழவர் பக்கம் மிகவும் நெருங்கி வந்து, "இருந்தாலும் இந்தத் தவாவும் கோமதியம்மைக்குப் பொட்டைப்புள்ளே பொறக் கணுங்குதில்லே. அய்யருக்கு ரொம்ப வருத்தம். அசந்துபோயிட்டாரு அசந்து" என்று சொல்லிக்கொண்டே வாளியைக் கீழே வைத்தான்.

"அம்புட்டும் கண்டே, போடா போ" என்றார் கிழவர்.

"உடனே அப்படிச் சொல்லிப்புட்டேளே. நானும் பதினொரு வருசமாட்டு இதுக்குள்ளேதாலா லாந்திக்கிட்டு வாறேன். அய்யரு 'நேச்சர்' எனக்கும் கொஞ்சம் கொஞ்சம் தெரியும்னு வையுங்க."

"ஆமாம் நான் பிறக்கறதுக்கு முந்தியே நீ இங்கேதான் இருக்கே. மாட்டுக்கு வலியெடுத்ததெ பாக்கத் தெரியலெ, அளக்கறான்."

அசப்பில் மாட்டுப் பக்கம் திரும்பிய கிழவர், "டேய், மாடு படுத்தாச்சு. சாக்குத் துண்டெ எடுத்துண்டு வா. ஓடு" என்று கத்திக்கொண்டே மாட்டுப் பக்கம் விரைந்தார்.

அதே சமயம் கட்டிடத்தின் முன் பகுதியிலிருந்து "சம்முகம், சம்முகம்" என்று இரண்டரைக் கட்டையில் சபேசய்யர் குரல் கேட்டது.

சம்முகம் வாசலைப் பார்த்து ஓடினான்.

குழந்தைகள் எழுந்திருக்கும் சமயம் அது. பாயைச் சுருட்டிப் பாய்த் தூக்கில் வைப்பதற்காகச் சம்முகத்தை அந்த நேரத்தில் சபேசய்யர் கூப்பிடுவது வழக்கம்தான்.

குழந்தைகள் வரிசையாக நடு ஹாலில் படுத்திருப்பார்கள். கோமதியின் பெண் குழந்தைகளில் சச்சு, பங்கஜம், கனகம் மூன்று பேரும் அம்மாவுடன் வந்திருந்தார்கள். மூத்த பெண் அன்னபூர்ணி மட்டும், படிப்பு வீணாக வேண்டாமென்ற எண்ணத்திலும், கூப்பிட்ட சத்தத்திற்கு என்ன என்று கேட்பதற்கும் அப்பாவுடன்தான் இருந்தாள்.

சபேசய்யரின் பிள்ளை வயிற்றுப் பேரன் வெங்குவின் தாயார் பிரசவத்திற்குத் தாய்வீடு சென்றிருந்தாலும் அவன் இங்கேதான் இருந்தான். செல்லம்மாவிடம் நல்ல ஒட்டுதல். அவனுடைய அப்பா சீட்டாடக் குற்றாலம் சீசனுக்குச் சென்றிருந்தார்.

குழந்தைகளில் பங்கஜமும் வெங்குவும் ஒரு ஜோடி. சேர்ந்தே திரிவார்கள். சச்சுவும் கனகமும் மற்றொரு ஜோடி.

வெங்கு பிறந்த மேனிக்குப் பங்கஜம் பின்னால் திரிந்து கொண்டிருப்பான். அரையில் துணியோடு அவனைப் பார்க்க முடியாது. நிஜாரைப் போட்டால் மறுகணம் அதை அவிழ்த்துத் தோளில் போட்டுக்கொள்வான். அப்படியிருப்பதில் அவனுக்குப் பேரானந்தம். அதோடு அவனுடைய இரட்டை மாடி பஸ்ஸை அரைஞாணில் கட்டிக்கொள்ளவும் நிஜார் போடுவது இடைஞ்சலாக இருந்தது.

குழந்தைகள் நால்வரும் தலைக்கு நாள் இரவு வேதனைக் குரலையும் அலறலையும் கேட்டபடியே தூங்கியவர்கள். ஏழு மணிக்கெல்லாம் இடுப்பு வலி எடுக்க ஆரம்பித்துவிட்டது. அதற்கு முன்னாலேயே அம்பிப் பாப்பா பிறக்கப் போகிறது என்ற பேச்சு அடிக்கடி அடிபட்டுக்கொண்டிருந்தது.

சுந்தர ராமசாமி

அறையிலிருந்து கிளம்பிய ஓலம் அலை அலையாய் வீடு முழுவதும் பரவிற்று. குழந்தைகள் இருளடித்த முகத்தோடு வளைய வந்தன. அவசரமாக அங்குமிங்கும் பாய்ந்துகொண்டிருந்த பெரியவர்களை வழியில் இடைமறித்துப் பேசவும் முடியவில்லை அவர்களால்.

பங்கஜமும் வெங்குவும் சாத்தியிருந்த அறைக்கதவு முன்னால் நின்று செல்லம்மா மாமி வருகிறாளா என்று காத்துக் கொண்டிருந்தனர். இரண்டு தடவை நர்ஸ் வெளியே வந்தபோதும் மலையாளத்தில் பேசி விரட்டிவிட்டாள். அவள் கண் முன்னால் விலகிக் கொண்டு, உள்ளே மறைந்ததும் பழையபடி கதவண்டை வந்து நின்றுகொண்டார்கள் குழந்தைகள்.

காலால் கதவைத் தள்ளிக்கொண்டு ஒரு பெரிய 'பேஸின்' பாத்திரத்தைக் கையிலேந்தியபடி பிரத்யக்ஷமானாள் மாமி.

இரண்டு குழந்தைகளும் பின்னால் சென்றார்கள்.

"அம்பிப் பாப்பா பிறந்தாச்சா மாமீ?" என்று கேட்டாள் பங்கஜம்.

"இன்னும் பிறக்கலடி, நீங்க ரெண்டுபேரும் படுத்துண்டு தூங்குங்கோ. காலம்பற அம்பிப் பாப்பாவைக் காட்டறேன்" என்றாள் மாமி.

உடனடியாகக் குழந்தையைப் பார்க்கலாமென்றுதான் வெங்கு எண்ணியிருந்தான். மாமியின் பதில் ஏமாற்றமாக இருந்தது. அவன் கிழவி மாதிரி முகத்தை வைத்துக்கொண்டான். மாமி ஏமாற்றத்தைப் புரிந்துகொண்டு சொன்னாள்:

"டேய், பங்கஜத்துக்கு அம்பிப் பாப்பா பிறக்கும். நாளைக்கு பாயாசமுண்டு."

"பால் பாயாசமா" என்று கேட்டான் வெங்கு.

"ஆமாம், பால் பாயாசம்தான். நிறைய சர்க்கரைபோட்டு" என்றாள் மாமி.

பங்கஜம் படுக்கச் சென்றாள். வெங்குவும் பின்னால் சென்றான். படுத்ததும் தூங்கிப்போனார்கள் இருவரும்.

அம்பிப் பயலைப் பார்த்துவிட்டுதான் தூங்குவது என்று கங்கணம் கட்டிக்கொண்டது போல் கண்ணைக் கசக்கியபடியே வளைய வளைய வந்தார்கள் சச்சுவும் கனகமும். கோமதி அலறுகிறபொழுதெல்லாம் சச்சுவுக்குத் தூக்கித்தூக்கிப் போட்டது. எக்கச்சக்கமாய் சபேசய்யர் முன்னால் போய் விழுந்துவிட்டால் படுக்கையில் பிடித்துத் தள்ளிவிடுவாரேயென்ற பயத்தில்

இல்லாத ஒன்று ஜ 97 ஸ

அவருக்கு டிமிக்கி கொடுத்துக்கொண்டே இருவரும் சுற்றிச்சுற்றி வந்தார்கள். தூக்கம் இமையை அழுத்தித் தலையைக் கிறுக்கிய பொழுது சச்சு குழாயடிக்குச் சென்று குளிர்ந்த நீரை முகத்தில் விட்டுக்கொண்டாள். அதை அப்படியே காப்பியடித்தாள் கனகம்.

பின்னால் காலரவம் கேட்டுத் திரும்பிப் பார்த்தபோது சபேசய்யர் நின்றுகொண்டிருந்தார். இருவருக்கும் உடம்போடு வெலவெலத்தது.

"இன்னுமா முழிச்சுண்டிருக்கேள், ஏண்டி ?" என்று கேட்டார் சபேசய்யர்.

"அம்பிப் பாப்பாவைப் பார்க்கணும்" என்றாள் கனகம்.

சபேசய்யர் சிரித்துக்கொண்டார்.

"அம்பிப் பயலை காலையிலே பார்க்கலாம்மா. இப்பொ ரெண்டு பேரும் படுத்துண்டு தூங்குங்கோ" என்றார்.

இரண்டு குழந்தைகளும் சேர்ந்து நடந்தன. சபேசய்யர் கைகளிரண்டும் குழந்தைகளின் தோள்களில் தொட்டும் தொடாமலும் படுக்கைவரை வந்தன.

படுக்கையில் படுத்த பின்பும் அறையிலிருந்து எழுந்த பேரொலி குழந்தைகள் மனத்தைத் தாக்கி, பீதியைக் கிளறிவிட்டுத் தூங்கவிடாமல் வருத்திற்று. சச்சு பக்கத்தில் மிக நெருங்கிப் படுத்துக்கொண்டு அவள் கையைப் பற்றிக்கொண்டாள் கனகம். ஒருதடவை கோமதியின் அவலக்குரல் மிகப் பயங்கரமாக எழவே, "சச்சு, அம்மா செத்துப் போவாளோ ?" என்று கேட்டாள் கனகம்.

"மாட்டா, அம்பிப் பயல் பிறக்கப்போறான்" என்றாள் சச்சு.

"அம்பிப் பயல் பிறந்தப்புறம் அம்மா செத்துப்போனா, அம்பிப் பயலுக்கு அம்மா இருக்கமாட்டாளே ?"

"அம்பிப் பயலுக்காக அம்மா செத்துப்போகமாட்டா" என்றாள் சச்சு.

இந்தப் பதில் கனகத்துக்கு மிகுந்த திருப்தியைத் தந்தது.

சிறிது நேரத்தில் அவள் தூங்கிப்போனாள்.

அதற்குப் பின்பும் சச்சுவால் தூங்க முடியவில்லை. இரவு பதினொரு மணிக்குமேல் 'ஐயோ, அம்மா' என்ற கூப்பாடு வலுத்தது. அடிக்கொருதரம் 'என்னடா, என்னாச்சு ?' என்ற குரல் மாடியிலிருந்து கேட்டுக்கொண்டிருந்தது. மீண்டும் டாக்டருக்கு போன் பண்ணினார் சபேசய்யர். சம்முகம் கடைத்தெருவுக்கும் வீட்டுக்குமாக ஓடிக்கொண்டிருந்தான். அறைக்குள் ஏக

களேபரமாக இருந்தது. சபேசய்யர், சாத்தியிருந்த கதவு முன்னால் நின்றுகொண்டு, 'டாக்டர், டாக்டர்' என்று கூப்பிட்டார். டாக்டர் வெளியே வரவில்லை. கதவு திறக்கப்படவில்லை.

தாயின் வேதனைக் குரல் மனத்தைத் தாக்கியபொழுது, கண்ணீர் உகுத்தாள் சச்சு. தலையணையை வாயினுள் திணித்துக் கொண்டு முகத்தைப் புதைத்தபடி தேம்பினாள். பின்னால் அவளும் சோர்ந்து நித்திரையில் ஆழ்ந்துபோனாள்.

தாயின் துன்பக் குரலலைகள்தான் காலையில் எழுந்ததுமே மனத்தில் எதிரொலித்துக்கொண்டிருந்தன குழந்தைகளுக்கு. மூன்று பேரும் எழுந்து பாயில் உட்கார்ந்து, தாயின் கூக்குரல் கேட்கிறதா என்பதை முதலில் ஆராய்ந்து பார்த்துக் கொண்டார்கள். அப்போது பச்சிளம் குழந்தையின் சிணுங்கல் கேட்டது. முகமெல்லாம் சிரிப்போடு ஒருவர் முகத்தை ஒருவர் பார்த்துக்கொண்டார்கள். கண்களில் ஒளி கூடி, களை வழிந்தது முகத்தில்.

சச்சு, சாத்தியிருந்த அறைக் கதவை நோக்கி ஓடினாள். பங்கஜமும் கனகமும் பின்னால் பாய்ந்தார்கள்.

வெங்கு எழுந்திருந்து தலைமாட்டில் அவிழ்த்துப் போட்டிருந்த இரட்டை மாடி பஸ்ஸை மீண்டும் அரைஞாணில் கட்டிக்கொண்டு பாயாசம் தயாராகிவிட்டதா என்று பார்க்க அடுக்களைக்குச் சென்றான்.

அறைக் கதவு இலேசாகத் திறந்திருந்தது. சச்சு இடுக்கு வழியாகப் பார்த்தாள். குழந்தையின் கால்கள் தெரிந்தன. முக்காலியில் வைத்திருந்த தர்மாஸ் பிளாஸ்க் குழந்தையின் முகத்தை மறைத்தது.

"அம்பிப் பாப்பா, அம்பிப் பாப்பா" என்று களிப்புடன் ஓசையெழாமல் கையைத் தட்டினாள் சச்சு. அவளுக்கு நிலை கொள்ளவில்லை. அவளை இடித்துத் தள்ளிக்கொண்டு பார்த்தாள் பங்கஜம். கனகம் பார்த்துவிட்டு, "அம்பிப் பாப்பா கால் வெண்ணெய்க் கட்டியாட்டமா இருக்கு. ஐயோடி! எனக்குத் தொட்டுப் பாக்கணும்" என்றாள்.

குழந்தைகள் ஆசை தீராமல் ஒருவரையொருவர் இடித்துத் தள்ளியபடி, மாறி மாறிப் பார்த்துக்கொண்டிருந்தனர்.

"யாருடீ அங்கே?"

குரல் இடிபோல் முதுகில் பாயவே, திடுக்கிட்டுத் திரும்பிப் பார்த்தார்கள். சபேசய்யர் நின்றுகொண்டிருந்தார்.

“கழுதைகளா, அங்கே என்னது எட்டி எட்டிப் பார்க்கிறேள் ?”

மூன்று பேருக்கும் வாய் கட்டிவிட்டது.

“என்னதுடீ, என்னது ?”

“அம்பிப் பயலைப் பார்க்கறோம்” என்றாள் பங்கஜம்.

“அம்பிப் பயலை பாக்கறேளாக்கும்!” ஒரு இழுப்பு, ஒரு வலிப்பு. குழந்தைகளுக்குப் புரியவில்லை.

மூன்றும் தலையாட்டின.

“அம்பிப் பாப்பா, மண்ணாங்கட்டிப் பாப்பா, தெருப்புழுதிப் பாப்பா . . . போங்கோடி இங்கிருந்து.”

மூன்றும் பின்கட்டை நோக்கித் தெறித்தன.

வெங்கு அடுக்களையில் நிலையையொட்டி விசுப்பலகையை எடுத்துப் போட்டுக்கொண்டு நிர்வாணமாகப் பத்மாசனத்தில் அமர்ந்திருந்தான். இரட்டைமாடி பஸ் நிலைக்கு அந்தப்பக்கம் நின்றது. இடுப்புக்கும் பஸ்ஸுக்குமான நூல் கயிறு அரையடி உயரத்தில் நிலை வாசலுக்குக் குறுக்கே பாலம் போட்டிருந்தது. செல்லம்மாள் ஒவ்வொரு தடவையும் கயிற்றைத் தாண்டியபடியே அந்தப் பக்கமும் இந்தப் பக்கமும் போய்க்கொண்டிருந்தாள்.

சச்சு, பங்கஜம், கனகம் மூன்று பேர்களும் முகத்தைத் தொங்கப் போட்டபடியே அடுக்களை வந்து சேர்ந்தார்கள்.

அவர்களைக் கண்டதும் “பாயாசம் இன்னும் ஆகலை” என்றான் வெங்கு.

“மாமி, எங்களுக்கு அம்பிப் பாப்பாவை எடுத்துக்காட்ட மாட்டியா” என்று கேட்டுக்கொண்டே மாமியின் முன்னால் சென்று நின்றாள் சச்சு. பங்கஜமும் கனகமும் மாமியின் பக்கவாட்டில் வந்து நின்றார்கள்.

மாமி குழந்தைகளின் முகத்தைப் பார்த்தாள். அவள் கண்கள் நிரம்பின.

“அப்புறம் காட்டறேண்டி அம்மா. நீங்க மூணுபேரும் பல் தேச்சுட்டு வாங்கோ” என்றாள்.

குழந்தைகளுக்கு ஒன்றும் விளங்கவில்லை. காலையில் அவர்கள் முகத்தில் தோன்றிய பூரிப்பின் சாயலைக்கூட இப்போது காண முடியவில்லை. குழந்தைகள் படியிறங்கிக் கிணற்றடிக்குச் செல்வதைக் கண்டதும் மேலும் துக்கம் பொங்கிற்று மாமிக்கு.

வெங்குவுக்கு ஒன்றும் சுவாரஸ்யப்படவில்லை. அவனும் கிளம்பி விட்டான். சில நிமிஷங்களுக்கெல்லாம் இரட்டை மாடி பஸ் ஓட்டுமாவைச் சுற்றித் தொழுவத்தை நோக்கி ஓடிக்கொண்டிருந்தது.

செல்லம்மாள் தோசையும் பாலும் எடுத்துக்கொண்டு மாடிக்குச் சென்றாள்.

அப்பொழுது குஞ்சம்மா பல் தேய்த்துவிட்டு முகத்தைத் துடைத்துக்கொண்டிருந்தாள்.

"செல்லம், கோமதி எப்படியிருக்கா?" என்று கேட்டாள் குஞ்சம்மா.

"ஒண்ணுமில்லே, ஒண்ணுமில்லே" என்றாள் மாமி.

"அவளைப் பார்க்க மனஸு அடிச்சுக்கிறதடி எனக்கு. செல்லம்மா, என்ன ஜென்மமடீ இது? கீழே பெண் இடுப்புவலியிலெ மாயறத்தெக் கூட மாடியைவிட்டு இறங்க முடியாத ஜென்மம்!"

"மனஸை எதுக்கு அலட்டிக்கிறேள்? இன்னிக்கு நேத்திக்கு ஏற்பட்ட விஷயமா இது? பத்து வருஷமா இந்த நாடகந்தானே நடக்கிறது. எதுக்கும் மத்யானம் கீழே வரத்தானே வரணும். அப்போ ரெண்டு நாழி கோமதி பக்கத்திலே உட்கார்ந்துண்டுருங்கோ."

அன்று குஞ்சம்மாவுக்குக் குளிமுறையானதால் கீழே வர வேண்டியிருந்தது.

குஞ்சம்மாள் தோசையை விண்டு போட்டுக்கொண்டாள்.

"நேத்து 'டக்கு' வாங்கிப்போச்சு. ஏது இந்தப் பெண் எல்லோரையும் அனாதையாக்கிடுமோனு பயந்துபோனேன்" என்றாள் செல்லம்மாள்.

"இவ்வளவு சிரமப்பட்டதுக்கு ஆண் குழந்தையாப் பிறந்திருந்தா அவளுக்காவது ஆறுதலாயிருந்திருக்கும்" என்றாள் குஞ்சம்மா.

"என்ன சேறது சொல்லுங்கோ. நாலோடு இப்போ அஞ்சாச்சு."

நீட்டிய கையில் பால் தம்ளரைக் கொடுத்தாள் செல்லம்மா. ஒரு மடக்குக் குடித்துவிட்டுத் தம்ளரை முக்காலியில் வைத்தாள் குஞ்சம்மா.

"போகப்போக நேத்து ரொம்ப சிரமப்பட்டுப் போச்சு. பேச்சு மூச்சில்லை. கூப்பிடக் கூப்பிடப் பதிலில்லே. காலும் கையும் ஜில்லிட்டுப் போச்சு. கடேசியிலெ தன் போதமில்லாமல் தான் குழந்தை பிறந்தது. அரைமணி நேரம் கழிச்சு கண்ணை முழிச்சுப்

பாத்தா. திருதிருனு முழிச்சா, ஆட்டுக்குட்டி மாதிரி. பக்கத்திலே போய், கோமதீ என்னம்மா வேணும்? பெத்துப் பிழைச்சாய் போன்னேன். காதொடெ, மாமி, என்ன குழந்தைனு கேட்டா. மாமி, நீங்களே சொல்லுங்கோ, நான் என்ன பதில் சொல்லுவேன்? எனக்கு அப்படியே தொண்டையை அடைச்சுண்டு நெஞ்சோடு பொருமல் வந்துடுத்து. ஐயோ, இந்த ஒண்ணும் தெரியாத குழந்தையையுமா பாவி தெய்வம் இப்படிச் சோதிக்கணும்?"

குஞ்சம்மாள் கன்னத்தில் கண்ணீர் வழிந்தது. புடவைத் தலைப்பால் முகத்தைத் துடைத்துக்கொண்டாள்.

"நீங்க வேறே மனசிலே போட்டுக்காதேங்கோ. உங்க உடம்புக்குத் தாங்காது. பால் ஆறிப்போறது" என்றாள் செல்லம்மா.

குஞ்சம்மாள் பால் தம்ளரைக் கையில் எடுத்துக்கொண்டாள்.

"இன்னிக்கு எல்லோருக்கும் கடுதாசு போட்டாகணுமே. ஒருத்தருக்கும் போட வேண்டாங்கறா கோமதி. அவளுக்கு அவமானமா இருக்குமாம். இந்தத் தடவையாவது சமத்தா ஒரு ஆண் குழந்தையைப் பெத்துண்டு வாடீனு சொல்லியனுப்பிச்சானாம் ஆம்படையான்காரன். ஏண்டி, இந்த வசையாவது எங்காத்துக்காரா பெயர் போட முடியுமோடி? மனஸு இரங்குமா தேவிக்குன்னு ரயில் நகர்ந்ததும் மாமியார்க்காரி கத்தினாளாம். பெண் குழந்தை பிறந்திருக்குனு தந்தி கிடைச்சதுமே இந்த மூதேவி முகத்திலேயே முழிக்க வேண்டாம்னு தீர்மானிச்சாலும் தீர்மானிச்சுடுவர் அவர் என்று சொல்லிண்டே 'ஓ'வென்று அழறா கோமதி . . ."

குஞ்சம்மா முகத்தில் பன்னீர் தெளித்த மாதிரி வியர்த்து விட்டது. காலும் கையும் பறந்தன. சரேலென்று தலையைப் பிடித்துக்கொண்டாள்.

"அப்படியே தலையணையில் சாச்சுடு செல்லம்மா" என்றாள் குஞ்சம்மா.

"போயும் போயும் உங்கள்ட்டெ வந்து சொல்றேன் பாருங்களேன், இந்த மூடத்துக்கு என்னிக்குத்தான் புத்தி வரப் போகிறதோ? புத்திகெட்ட மூடம்" என்று நெஞ்சில் கை வைத்தபடி தன்னைத் தானே நொந்துகொண்டாள் செல்லம்மா.

அரைமணி நேரம் குஞ்சம்மா பக்கத்தில் உட்கார்ந்துவிட்டு செல்லம்மா கீழே வந்தாள்.

செல்லம்மா பின் வராண்டாவில் வந்ததும் வெங்கு கொல்லையில் நின்றுகொண்டு, "மாமி, மாமி, மாடு செத்துப் போயுண்டிருக்கு" என்று கத்தினான்.

செல்லம்மா தொழுவம் பக்கம் சென்றாள்.

மாடு படுத்தபடி காலைத் தரையில் 'பட் பட்'டென்று அடித்துக்கொண்டிருந்தது. கிழவர் முன்னால் உட்கார்ந்து முகத்தைத் தடவிக் கொடுத்துக்கொண்டிருந்தார். சம்முகம் பின்னால் நின்றுகொண்டிருந்தான்.

மூன்று பெண்குழந்தைகளும் சற்றுத் தொலைவில் வரிசையாக முட்டுக்குத்தி உட்கார்ந்திருந்தனர். காலையில் அடைந்த ஏமாற்ற உணர்வுக்கு இந்தக் காட்சி இதம் கொடுத்தது.

"எழுந்திருந்து போங்கடி இங்கிருந்து" என்று கத்தினாள் மாமி.

"சும்மா இருக்கட்டும். குடி முழுகியா போகும்? காலா காலத்திலே எல்லாம் தெரிஞ்சுக்க வேண்டியதுதானே" என்றார் கிழவர்.

"இவரொருத்தர்" என்று சொல்லியபடி முகத்தை இழுத்துக் கொண்டே அடுக்களைக்குச் சென்றாள் மாமி.

குழந்தைகள் அங்கேயே உட்கார்ந்துகொண்டிருந்தன. வெங்கு மட்டும் கிழவர் பக்கம் நின்றான்.

மாடு தலையைத் தூக்கி ஒரு தடவை அலறிற்று. கன்றின் முகம் வெளிவந்துகொண்டிருந்தது.

"முகத்தைப் பாத்தா காளங்கன்னு மாதிரி இருக்கு" என்றான் சம்முகம்.

"வாயை மூடு, அபசகுனமா ஏதாவது உளறாதே. முகத்தைப் பார்த்தாத் தெரியுமோ? மண்டூஸ், மண்டூஸ்" என்றார் கிழவர்.

"ஒரு பார்வைக்கு அப்படிப் படுது" என்று இழுத்தான் சம்முகம்.

"நீர் ஒரு பார்வையும் பார்க்க வேண்டாம். நான்தான் சொல்றேனே கிடாரிதான் போடும்னு. மேற்கொண்டு என்ன பார்வை வேண்டிருக்கு, மண்ணாப்போன பார்வை." கிழவருக்கு ஆங்காரம் அடிவயிற்றிலிருந்து வந்தது.

மாடு படக்கென்று எழுந்து நின்று இருபுறமும் பக்கவாட்டில் அசைந்தது.

"ஹாவ் ஹாவ்" என்றான் சம்முகம்.

முகத்தைத் தடவிக் கொடுத்தவாறே, "ஹாவ் ஹாவ்" என்றார் கிழவர்.

மாடு மீண்டும் படுத்தது.

"தாத்தா, பசுவுக்கு வாலிலே என்னது தொங்கறது?" என்று கேட்டான் வெங்கு.

"கன்னு போடப்போறதுடா, கிடாரிக் கன்னு. கிடாரி பிறக்கும். உனக்கும் பாலைக் கறந்து தொந்திக்கு விட்டுக்கலாம்டா, யோகம் தாண்டா பயலெ" என்றார் கிழவர்.

மாடு 'ம்பே' என்று பயங்கரமாக அலறிற்று. உடம்போடு ஒரு தடவை நெளிந்து புரண்டது.

"கன்னு விளுந்திட்டு" என்று கத்தினான் சம்முகம்.

"என்ன கன்னு?" என்று கேட்டுக்கொண்டே கிழவர் பின்பக்கம் வந்தார். அதே சமயம் மாடு சட்டென்று எழுந்து மிகுந்த பரபரப்புடன் பின்புறம் திரும்பிக் கன்றை மோந்து பார்த்தது.

சம்முகம் வாலைத் தூக்கிப் பார்த்துவிட்டு, "கிடாரி" என்றான்.

"கிடாரி . . . கிடாரி" என்று கத்தினார் கிழவர்.

ஏமாற்றத்திலும் மனச்சோர்விலும் ஆழ்ந்திருந்த குழந்தைகள் கணப்பொழுதில் இந்த உற்சாகத்தை வாங்கிக்கொண்டன.

மூன்று பெண்களும் கையைத் தூக்கிக் குதித்தபடி, "கிடாரி, கிடாரி" என்று கத்தினர்.

வெங்கு ஒருபடி மேலே சென்று, "கிடாரிக்கு ஜே" என்று கோஷமெழுப்பினான். பெண் குழந்தைகளும் அதை ஏற்றுக் கொண்டார்கள்.

"கிடாரிக்கு ஜே!"

இந்த சந்தோஷச் செய்தியை அறிவிக்க அடுக்களையைப் பார்த்து விரைந்தார் கிழவர். அவசரத்தில் வேஷ்டி நெகிழ்ந்து விட்டது. அதைச் சரியாகக் கட்டிக்கொள்ளவும் பரபரப்பு இடங்கொடுக்கவில்லை. வயிற்றோடு துணியை அழுத்திப் பிடித்துக்கொண்டே, "செல்லம்மா, கிடாரி . . . கிடாரி!" என்று கத்தினார்.

ஊர்வலம் கிணற்றடியைச் சுற்றிச் சென்றுகொண்டிருந்தது. கிணற்றடியில் துவைக்கப் போட்டிருந்த ஜம்பரையும் கையிலெடுத்துக் கொண்டு விசிறினான் வெங்கு. ஏக காலத்தில் நாலு புஜங்கள் வானத்தில் நிமிர்ந்தன.

"கிடாரிக்கு ஜே!"

கிழவர் தேன்கூடு பக்கம் வந்து, "குஞ்சம்மா, குஞ்சம்மா" என்று கூப்பிட்டார். சாளரம் திறந்தது. தலை முளைத்தது.

"கிடாரி!"

"அப்படியா!"

குஞ்சம்மாள் சிரித்தாள்.

வாசல்பக்கம் வந்தபொழுது சபேசய்யர் இல்லையென்பதை உணரவே, கோஷம் வலுத்தது.

பங்கஜம் திடீரென்று, "கிடாரிக்கண்ணுக்கு ஜே" என்று கோஷத்தை விஸ்தரித்தாள்.

தொடர்ந்து, "கிடாரிக்கண்ணுக்கு ஜே" என்ற குரல்கள் எதிரொலித்தன.

கோமதியிடம் அறிவிக்க முடியாமல் போனதில் வருத்தம்தான் கிழவருக்கு. அவள் அசந்து தூங்கிக்கொண்டிருந்தாள்.

கிழவர் கொல்லைப்புறம் வந்தார்.

குழந்தைகளும் வீட்டைச் சுற்றிப் பின்பக்கம் வந்து சேர்ந்தார்கள்.

செல்லம்மா, பின் வராண்டாவில் நின்றபடி ஊர்வலம் வரும் அழகைக் கண்டு அகம் மகிழ்ந்துபோனாள். வெங்குவின் கை உதறலையும் முகபாவத்தையும் பார்த்து உடம்பு குலுங்கச் சிரித்தாள். அப்படியே படி இறங்கிவந்து அவனைக் கட்டிக் கொண்டு, "போதும்டா கண்ணு சத்தம் போட்டது. தொண்டை கட்டிக்கப் போறது" என்றாள்.

வெங்கு, அவள் முகத்தை ஏறிட்டுப் பார்த்து, "பாயசமாச்சோ?" என்று கேட்டான்.

"நன்னா கேட்டே போ. கிடாரி பிறந்திருக்கு. நான் வச்சுத்தரேன் உனக்கு" என்றாள் செல்லம்மா.

சரஸ்வதி ஆண்டு மலர், 1959

சீதைமார்க் சீயக்காய்த்தூள்

நூறு ரூபாய் முன்பணமும் கொடுத்துவிட்டுச் சென்றார் குமாரவேலு பணிக்கர். ஒரு மாத காலத்தில் படத்தை முடித்துத் தந்துவிட வேண்டும் என்பது பேச்சு. சுப்பையா ஆசாரி ஒப்புக்கொண்டார்.

சரியான 'சான்ஸ்' அடித்துவிட்டது. சீதையின் முழு உருவப்படம் ஐநூறு ரூபாய். முன்பணம் ரூபாய் நூறு வேறு. திருப்தியாக இருந்தால் மேலும் ஒரேயடியாக இருபது படத்துக்கு ஆர்டர்.

மனசில் குதூகலம் பொங்கி வழிந்தது. தமிழ் நாட்டின் முக்கிய நகரங்களின் முக்கியச் சந்திப்புகளில் தொங்கப்போகிறது, நாடகத் திரைபோல் ஒரு படம். கூடிக் கூடிப் பார்க்க மாட்டார்களா ஜனங்கள்? 'சீதைமார்க் சீயக்காய்த்தூள்' என்ற கொட்டை எழுத்துகள் கண்களைக் கவ்வினாலும் படத்தின் அடிப்பக்கம், வலது கோடியில் 'சுப்பையா ஆசாரி' என்ற பெயர் புலப்படாமலா போய்விடும்? தேய்த்துக் குளித்த பின்தானே சொல்ல முடியும் சீயக்காய்த் தூளின் மகிமையை. பார்த்த மாத்திரத்திலேயே 'சபாஷ்' விழுந்து விடாதா ஆசாரிக்கு? பத்துப்பேர் 'சபாஷ்' போடும்போது அதற்குத் தனி மவுசுதான். தெரிந்தோ தெரியாமலோ எல்லோரும் 'ஆஹா' என்பார்கள். ஆர்டர்கள் வந்து குவியும். இல்லா விட்டாலும் என்ன? மனிதன் வாழ்க்கை என்றால் ஒரே அதல பாதாளம்தானா? என்றும் வாழைத் தண்டுக் கறியும் மோர் விட்ட சோறும் தான் விதியா? ஒட்டுப்போட்ட சட்டையும் கோரம் பாயும் சதமா என்ன? பள்ளம் என்றால் மேடும் உண்டு. கிரகம்

சுற்றிவரத்தான் செய்யும். இப்போது கிரகம் சுற்றுகிற சுற்றில் எங்கேயோ இருந்த குமாரவேலு பணிக்கர், காரைப் போட்டுக் கொண்டு வீடு தேடி வந்து, இரு கைகளாலும் ஏணிப்படி அரைச் சுவரை ஒரே பக்கத்தில் பற்றிக்கொண்டு உடம்பை ஒருக்களித்த படியே மேலேறி வந்துவிட்டாரே. இருபது படம். படம் ஒன்றுக்கு ஐநூறு ரூபாய்; அட்வான்ஸாக ரூபாய் நூறு வேறு.

சாமக்கிரியைகளைக் கையெடுத்து வணங்கிவிட்டு வேலையை ஆரம்பித்தார் சுப்பையா ஆசாரி.

அவர் மனதிலேயே இருக்கிறாளே சீதை. பர்ணசாலையின் முன்னால் காலை மண்டி போட்டு, இடது கையைத் தரையில் ஊன்றியபடி அமர்ந்திருக்கிறாள். உடம்பெல்லாம் அழகு, உடம்பெல்லாம் சோகம். ஒரு கட்டுத்தலை தோள் வழியாய் ஆலம் விழுது மாதிரி சரசரவென்று கீழிறங்கி, பாம்புப் பத்தி போன்ற நுனி மயிர் புழுதியில் புரளுகிறது.

பென்சிலால் இலேசாகக் கோடு போட ஆரம்பித்தார் அவர். போன பொழுது அவருக்குத் தெரியாது. இருட்டி விட்டது. அவர் அதை உணரவே இல்லை. அவர்தான் விளக்குப் போட்டார். விளக்குப் போட்டதும் அவருக்குத் தெரியாது.

“இருந்தாலும் இப்படியும் ஒரு அப்பன் உண்டுமா உலகத்திலே? கண்டதும் இல்லை கேட்டதும் இல்லை” என்று கூறிக்கொண்டே உள்ளே நுழைந்தாள் சுப்பம்மாள்.

அந்த வீட்டில் அவர்கள்தான் கணவனும் மனைவியும். அவர்கள்தான் குழந்தைகள்.

உணர்வு உலகத்துக்குத் திரும்பி வந்தார் ஆசாரி. உடம்பெல்லாம் ரத்தம் உறைந்துவிட்டாற்போலிருந்தது. கைகள் இரண்டையும் கோத்துத் தலைக்குமேல் தூக்கி வில்லாய் உடம்பை வளைத்து முறித்துவிட்டுச் சாய்வு நாற்காலியில் சாய்ந்தார். சுப்பம்மாள் வெற்றிலைப் பெட்டியைத் திறந்து ஒரு பார்வை பார்த்துவிட்டு அவர் முன்னால் கொண்டுவந்து வைத்தாள்.

“ஆமா, என்னமோ கேட்டியே. எந்த அப்பனை சொல்தே நீ?” என்றார் அவர்.

“ஜனகரைத்தான் சொல்லுதேன்.”

“எந்த ஜனகரு?”

“சீதைக்கு அப்பன்.”

“ராமருக்கு மாமனாரைத்தானே?”

“ஆமா, ஆமா.”

“இப்பம் அவருக்கு என்ன வந்துட்டுது திடீருன்னு. எங்கிருந்தோ இழுத்துட்டு வாறியே.”

“கோவில்லே ஒரு மாசமாட்டு கதை கேக்குதேமில்லா. நேத்தோடெ பட்டாபிஷேகம் முடிஞ்சுபோச்சு. திண்ணையிலே படுத்துக்கிட்டு எதை எதையோ நெனச்சிக்கிட்டிருந்தேன். அப்பம் பட்னு இந்தக் கேள்வி மனசுலே வந்துட்டுது.”

“என்னது, சொல்லு.”

“சீதையைக் கெட்டிக் கொடுத்தாரில்லெ, ஜனக மகாராசா ...”

“அவரெங்கே கெட்டிக் கொடுத்தாரு. அவரு மாப்பிள்ளை தேடி அலஞ்சாரா? ஜாதகம் பார்த்தாரா? இல்லை, வரதட்சிணை பேசினாரா? கையிலே ஒரு வில்லை வச்சுக்கிட்டு வர்றவங்கிட்டெ எல்லாம் நீட்டிக்கிட்டிருந்தாரு. ராமரு வந்தாரு. வில்லை ஒடிச்சாரு. இல்லைன்னா சீதை கன்னிப்பொண்ணாகத்தானே நிக்கணும் கடைசிவரைக்கும்.”

“நின்னாத்தான் இப்பம் என்ன கொறஞ்சுபோயுடுமாம். ராமரெ கட்டிக்கிட்டு என்ன சுகத்தைக் கண்டுட்டா சீதை?” என்று கேட்டாள் சுப்பம்மாள்.

சுப்பையா ஆசாரி பதில் சொல்லவில்லை.

“நான் கேக்க வந்தது அதில்லெ. பட்டத்து மகிஷியா ஜம்னு இருக்க வேண்டியவதானே சீதை?”

“சந்தேகமா?”

“அவ காட்டுக்குப் போறா. கஷ்டப்படுதா. அந்தப் படுபாவி வந்து தூக்கிட்டுப் போறான். சித்திரவதை செய்யுதான். எல்லாம் தெரிஞ்ச இந்த ராமரு கடைசியிலே ‘தீயிலே குதி’ என்கிறாரு. இவ்வளவும் நடந்திருக்குதே, இந்த ஜனகரு எங்கதான் போயுட்டாரு? அட, பொண்ணை கட்டிக்கொடுத்தோமே, அவதான் இருக்காளா செத்தாளான்னு கூட பாக்க மாட்டாரா ஒரு அப்பன்?”

“சாட்சாத் ராமருக்கு கெட்டிக்கொடுத்தம் பொறவு அவருக்கு என்னட்டீ கவலை? அவர் பாட்டுக்கு நிம்மதியா இருந்திருக்காரு.”

“ராமருக்கு இப்படியா மாமனார் வாய்க்கணும்?” என்று அங்கலாய்த்துக்கொண்டாள் சுப்பம்மாள்.

“அவருக்கும் எனக்கு வாச்சாப்லே வாச்சிருக்காரு, மாமனாரு.”

“அய்யோ வாய் கிழியுது. சொல்ல மாட்டேளாக்கும்! இண்ணிக்குக் குடியிருக்கிற வீடு யாருக்கு வீடு? பாகம் பண்ணிக்கிட்டு வந்தியளோ? எங்கப்பா அறுப்புக்கு அறுப்பு நெல்லு அனுப்பிவைக்குதாரு, சாப்பிடுதோம். இன்னா கட்டியிருக்கேனே, இந்தச் சீலை அவரு போன பொங்கலுக்கு எடுத்துத் தந்தது. இந்த மஞ்சச் சாயம், பச்சைச் சாயம், நீலச் சாயம், ஒடஞ்ச பென்சிலு இத்தனையும் உங்களது” என்றாள் சுப்பம்மாள்.

ஆசாரி சந்தோஷ ஆரவாரத்துடன் சிரித்துக்கொண்டார்.

“அப்பம் எங்கப்பா மட்டும் சினிமா தியேட்டரிலே சோடா வித்துக்கிட்டு இருந்தவரோ? எங்க தாத்தா அந்தக் காலத்திலே குதிரெலேல்லா போவாராம்?”

“குதிரெலெ போவாரு. ஆனா மரத்தாலெ செய்த குதிரை அது. பாத்திருக்கேன். ‘சத்தியவான்’ டிராமாவிலே மரக்குதிரையிலே ஏறி உட்கார்ந்துக்கிட்டு, கிடுகிடான்னு காலையும் ஆட்டிக்கிட்டு ‘ஓ’னு கத்துவாரே.”

“இளப்பமா பேசிக்கிட்டு இரி. இன்னும் கொஞ்சம் நாளிலெ அய்யாவெ ஒரு பயலாலெ புடிக்க முடியாது. காலம் வந்துட்டு. லெச்சுமி வந்து கதவைத் தட்டிக்கிட்டு நிக்கா. பொறு. அவசரப்படாதே, மெதுவா வந்து கதவைத் திறக்கேன்னு சொல்லிக்கிட்டிருக்கேன் நான்.”

“பேச்சுக்குக் கேப்பானேன்! கோவணத்தைக் கொடியிலே கட்டிப் பறக்கவிடற கூட்டமில்லா உங்க கூட்டம்.”

“சரி, அப்பம் ஒரு காரியம் செய். எளுந்திரு. அந்தச் சின்ன அலமாரியைத் திற. அதுக்குள்ளார ஒரு சோப்புப் பெட்டி இருக்கில்லா, அதெத் திறந்துபாரு, அப்பம் தெரியும்.”

சுப்பம்மா சோப்புப் பெட்டியைத் திறந்தாள். அவள் கையில் ஒரு நூறு ரூபாய் நோட்டு!

“என்னது இது?”

“நூறு ரூவா நோட்டு.”

“நல்ல நோட்டுத்தானா? இல்லெ காகிதத்தை வெட்டி சாயம் பூசி வச்சிருக்கேளா?”

மீண்டும் ஆர்ப்பாட்டமாகச் சிரித்தார் ஆசாரி.

“இண்ணைக்குத்தான் குமாரவேலு பணிக்கரு வீடு தேடி வந்து கையிலே திணிச்சுட்டுப் போறாரு.”

“அதாரு அது குமாரவேலு பணிக்கர்?”

“அவர்தான், ‘சீதை மார்க் சீயக்காய்த்தூள்’ போடறாரே அவரு. உலகம் பூராவும் அனுப்பறாரு சீயக்காய்த்தூளை. அமெரிக்கா, இங்கிலாந்து, சௌதி அரேபியா, மெஸபொட்டோமியா, அண்டார்டிக்கா எங்கும் போகுது. போயி, சோப்பு மார்க்கெட்டை அப்படி கீழே தள்ளுது. ஹாலிவுட் சினிமா நடிகைங்களெல்லாம் சோப்பைக் கண்ணாலகூட பார்க்கமாட்டாங்களாம் இப்பம். ‘சீதை மார்க் சீயக்காய்த் தூள்’ கிடைக்கலேன்னா செத்தோம் அப்படீன்னு சொல்லுதாளாம். பணிக்கர் சொல்லுதாரு.”

“பெரும்புள்ளிதான் போலிருக்கு.”

“சந்தேகமா? இண்ணைக்குக் காலையிலே வந்தாரு. ஒரு உதவி பண்ணனுமின்னாரு. சரி, பாப்போம் அப்படீன்னேன். ஒரேயடியா இருபது படம் வேணுமாம் அவருக்கு. சீதை படம். பெரிசு பெரிசாத் தொங்கவிடணுமாம். உங்க படம்தான் நல்லாருக்கும்னு கேக்கிறவங்க எல்லாம் சொல்லுதாங்க. சித்தெ வரைஞ்சு கொடுங்க சிரமத்தைப் பார்க்காமெ, அப்படீன்னாரு.”

“ரொம்பவும் கூடிப்போய்விடாம பவிசு.”

“அட, சர்தான் அய்யா, எல்லாம் வரஞ்சு தரலாம். மென்னியைப் பிடிக்காதேயும்னு நூறு ரூபாயையும் களத்திக்கிட்டு அனுப்பிவச்சேன்.”

“அதுதான் ரூமிலே சந்தடியே காணோமென்னு பாத்தேன். இல்லைண்ணா நிமிஷத்துக்கு நூறு மட்டம் ‘சுடு தண்ணீ, சுடு தண்ணீ’னு அடுக்களைக்கு வந்த வண்ணமா இருக்குமே.”

“சுப்பம்மா, ரொம்ப நாளா நெனச்சிட்டு இருந்தேன் பாத்துக்க. ஒரு ராமரு – சீதெ படம் வரய்க்கணுமின்னு. இப்பம் ஆர்டரே வந்துட்டுச்சு. ஆனா ஒரு சங்கடம் பாத்துக்க.”

“என்ன, சாயமில்லையா?”

“அதுல்லே. அந்த மனுசன் சொல்லுதுதான் வேடிக்கையா இருக்குது.”

“என்ன சொல்றாரு?”

“அவருக்கு சீதையம்மா படம் மட்டும் போதுமாம்.”

“அப்படின்னா?”

“ராமரு பக்கத்திலெ நிக்க வேண்டாங்கிறாரு.”

“ராமரு சீதை கிட்ட நின்னா இவருக்கு என்ன வந்ததாம்?”

“அவருக்குக் கொஞ்சமும் இஷ்டமில்லே ராமர் சீதே பக்கத்தில் நிக்கிறதிலெ.”

“ராவணனுக்குக் கூடப்பிறந்த அண்ணமில்லா போலிருக்குது.”

“இல்லெ, அவனேதான். சீதையில்லாத உலகத்திலெ திரும்பவும் பிறந்து சீயக்காய்த்தூள் யாவாரம் பண்ணிக்கிட்டு இருக்காரு அவ்வளவுதான்.”

“காட்டுலெ சீதையோடுதானே ராமரும் இருந்தாருன்னு கேட்டேளா?”

“கேட்டேனே. ராமர் மான் பிடிக்கப்போனாரில்லா அப்படின்னு சொல்லுதார்.”

“அப்பம் லெச்சுமணரு இருந்தாரே?”

“அதையும் கேட்டேன். அவனையும்தான் சீதை விரட்டிப்புட்டாளேன்னு சொல்லுதாரே பாப்பம்!”

“அப்பம்தான் ராவணன் வந்துட்டானே?”

“லெச்சுமணன் போன பொறவு ராவணன் வருதுக்கு முன்னாலெ இருந்தாளே – அந்த சீதை படம்தான் வேணுமின்னு பிடிவாதம் பிடிக்கிறாரு மனுசன்.”

“எதுக்கு அப்படி இருக்கணுமாம்?”

“அப்பம்தான் ‘அட்ராக்ஷனா’ இருக்குமாம், சொல்லுதாரு.”

“அவ அம்மை தாலி! வெள்ளிக்கிளமெ காலம் கார்த்தாலே வீட்டுக்குள்ளே வந்து ஏறிட்டாராக்கும்.”

“என்ன செய்யது? கையிலெ ரூபாயெ வச்சுக்கிட்டுப் பேசுதாரு. நீயானா விடிஞ்சி எந்திரிச்சா சம்பாதிக்கத் தெரியலைனு சொல்லிச் சொல்லிக் காட்டுதே. வந்த பணத்தைவிட வேண்டாம்னு வாங்கி வச்சுக்கிட்டேன். இன்னம் ஒரு மாசம் களிஞ்சு பாரு. சீதையே வந்து உக்காந்திருப்பா நம்ம ரூமிலே” என்றார் சுப்பையா ஆசாரி.

ஒரு மாதமும் கடினமான உழைப்புத்தான். அந்தரங்க சுத்தியோடு வேலையில் முனைந்திருந்தார் அவர். மனதில் இருக்கும் உருவத்தை வர்ணத்துக்குள் அடக்கிவிட வேண்டும் என்ற வேட்கையில் சன்னம் சன்னமாக வேலை செய்தார்.

அரைகுறைப் படத்தைப் பார்க்கக் கூடாது என்று சுப்பம்மாளுக்குத் தடை உத்தரவு. அறை வாசலில் நின்றுகொண்டே “உள்ளே வரலாமா?” என்று கேட்பாள் அவள். படத்தைத் திரை போட்டு மூடிவிட்டு, “உள்ளே வா” என்பார் அவர். அறைக்குள் வந்ததும் படத்துக்குப் பக்கத்தில் போய் நின்றுகொண்டு திரையைத் தொட்டவாறே “காலை மட்டும் பாத்துடறேன்” என்பாள்.

"கொஞ்சி வளிஞ்சா செவியை முறுக்கி படீலே உருட்டிருவேன்" என்பார் சுப்பையா ஆசாரி.

"மனசு துடியாத் துடிக்குது."

"துடிக்கட்டும். இன்னும் பத்து நாள் பொறுத்துக்க. அப்புறம் நின்னு பாத்துகிட்டே இரு."

பத்து வினாடிகள் போல் கழிந்தன பத்து நாட்களும்.

அன்று மாலை கொல்லையில் பாத்திரம் தேய்த்துக் கொண்டிருந்தாள் சுப்பம்மாள்.

"சுப்பம்மா, வந்து பாரு! படம் வேலை முடிஞ்சுட்டுத்து" என்று மாடிச் சன்னலின் முன் நின்றுகொண்டு கூப்பிட்டார் ஆசாரி.

கையைக்கூடக் கழுவிக்கொள்ளாமல் மாடிப்படியேறி அறைக்குள் வந்தாள் அவள். படத்தின் பக்கம் நெருங்குவதற்கு முன், "அங்கேயே நின்னுக்கிட்டுப் பாரு" என்று சொல்லியபடியே திரையை விலக்கினார் அவர்.

சுப்பம்மாள் படத்தைப் பார்த்தாள். பார்த்துக்கொண்டே இருந்தாள். அவள் முகத்தில் ஒரே பரவச உணர்ச்சி!

"எப்படி இருக்குது?" என்று கேட்டார் அவர்.

சுப்பம்மாள் பதில் சொல்லவில்லை. அவர் பக்கம் நெருங்கி "உங்க வலது கையைக் காட்டுங்களேன் பாப்பம்" என்றாள்.

வலது கையை அவள் முன்னால் விரித்தார். விரல்களைத் தொட்டபடியே "இந்த விரலுக்குள் இருந்தா இந்தப் படம் வந்தது? இந்த விரலுக்கு என்ன விசேஷம்? நீளம் நீளமா இருக்குது. ஆயிரம் பேருக்கு இப்படி இருக்குதே" என்றாள் அவள்.

"விரலுக்குள்ளிருந்து அது வரலை. மனசுக்குள்ளிருந்து வந்தது" என்றார் அவர்.

"யாராவது பாத்தா 'கண்' விளுந்திடும்."

"யாருக்கு சீதைக்கா, எனக்கா?"

"ரெண்டு பேருக்கும்தான்" என்றாள் சுப்பம்மாள்.

மறுநாள் குமாரவேலு பணிக்கருக்கு ஆள் சொல்லி விட்டார். மாலையில் அவரும் வந்தார். சுப்பம்மாள் காபியும் பலகாரமும் தயார்செய்து வைத்திருந்தாள். காபி குடித்து முடித்ததும் "படத்தைப் பார்ப்போம்" என்றார் பணிக்கர்.

சுப்பம்மாள் பாத்திரங்களை எடுத்து உள்ளே கொண்டு வைத்துவிட்டு நிலையை ஒட்டி நின்றுகொண்டாள்.

சாய்வு நாற்காலியைப் படத்துக்குப் பத்தடி தூரத்தில் இழுத்துப் போட்டார் ஆசாரி.

"இப்படி உட்கார்ந்தே பாருங்கள்" என்று சொல்லிவிட்டுத் திரை விலக்கியவர், பணிக்கர் முகத்தையே கவனிக்கவில்லை. தனது சிருஷ்டியைப் பார்த்து அதன் அழகிலேயே லயித்து நின்றார். ஐந்து நிமிஷத்துக்கு மேலேயே ஆகி விட்டது.

தொண்டையைக் கனைத்துக்கொண்டார் பணிக்கர். சுப்பையா ஆசாரி பணிக்கர் பக்கம் திரும்பினார்.

"படம் நல்லாத்தான் இருக்குது. ஆனா ..." என்று இழுத்தார் பணிக்கர்.

"என்ன ? சும்மா சொல்லுங்க."

"சீதெ ரொம்பவும் இளச்சாப்லெ தெரியுதில்லே ?"

"லேசா வாட்டம் தெரியத்தானே செய்யும், காட்டுலெ இல்லே இருக்கா சீதெ."

"காட்டுலெ இருந்தா என்ன ? வயத்துக்கு இல்லாமெ பட்டினியா கிடக்குதா ? காட்டுலெ கெடைக்கிற மாம்பழம், கொய்யாப்பழம், ஆரஞ்சுப்பழம், டொமாட்டோஸ் எல்லாம் தின்னுக்கிட்டுத்தானே இருக்கா ? பழங்களிலெதான் சத்து நெறய இருக்குதூன்னு டாக்டருங்கள்ளாம் சூவறானுங்க."

"இருந்தாலும் ராமர் கஷ்டப்படறாரேன்னு ஏக்கம் இருக்குமில்லா ?"

"இருந்தாலும் ரொம்ப ஏங்கிட்டா உம்ம சீதெ. என்னமோ பத்துப் புள்ளே பெத்து பஞ்சத்துலெ அடிப்பட்டாப்லெ தொஞ்சு போய்க் கிடக்காளே."

ஆசாரி ஒன்றும் பதில் சொல்லவில்லை. சுப்பம்மாளும் அவர் முகத்தையே பார்த்துக்கொண்டு நின்றாள்.

"நான் சொல்றேனேன்னு வித்தியாசமா எடுத்துக்கிடப்படாது. படத்தெ கொஞ்சம் 'ரிப்பேர்' பண்ணணும்."

"ரிப்பேரா ?"

"ஆமாம். லேசா ரிப்பேர் பண்ணணும். அப்படியே மேலாகக் கொஞ்சம் சாயத்தைப் பூசி கொஞ்சம் வாளிப்பா பண்ணுங்க."

"வாளிப்பா ?"

"ஆமாம். கொஞ்சம் மதமதனு இருக்க வேண்டாம் சீதெ?"

"இப்பம் அதுக்கு என்ன அவசரமாம்? ராமரெப் பாத்ததும் தனியே மதமதனு ஆயுட்டுப்போறா."

"நீர் ராமாயணத்துக்குள்ளேயே நின்னு பேசுதீரு. இந்த உலகத்துக்குக் கொஞ்சம் வாரும். இது விளம்பரத்துக்காக வைக்கப்போற படம். கொஞ்சம் 'அட்ராக்ஷனா' இருக்க வேண்டாமா?"

"அதுக்கு இப்பம் என்ன செய்யுணுமாம்?"

"சொன்னேமில்லா, மேலாக . . ."

"நீங்க சொல்றபடி செய்ய முடியாது."

குமாரவேலு பணிக்கர் ஒரு நிமிஷம் அமைதியாக இருந்துவிட்டுச் சொன்னார் :

"அப்பம் ஒரு காரியம் செய்யுங்க. கால் கை எல்லாம் இப்படியே இருக்கட்டும். கொஞ்சம் எடுப்பா வரஞ்சு கொடுத்திருங்க."

"எதே?"

"சின்னக் குழந்தைக்குச் சொல்லுதுபோல சொல்லணும் போலிருக்கே உமக்கு."

"உங்களுக்குச் சொல்லிச் சொல்லிப் பழக்கம் இருக்கும். எனக்குக் கேட்டுப் பழக்கமில்லை. சொல்ல வேண்டாம்" என்றார் ஆசாரி. அவர் குரல் சற்று கனத்தது.

"அப்பம் நான் சொல்றாப்லெ படம் தரமாட்டேராக்கும்."

"சீதை படம் வேணுமின்னிய. நான் படிச்ச சீதை, கேட்டுத் தெரிஞ்சுக்கிட்ட சீதை இவதான்."

"அப்பம் உம்ம படம் எனக்கு வேண்டாம். அட்வான்ஸு பணத்தைத் திரும்பத் தந்திரும்" என்றார் பணிக்கர்.

"பணம் செலவளிஞ்சு போச்சு. இப்பம் என் கையில் இல்லெ. ஒரு வாரத்திலெ திரும்பத் தந்துகிடுதேன்."

"கையிலே சல்லியில்லாமத்தான் சீதையையும் ராமனையும் காப்பாத்தப் புறப்பட்டிருக்கிறீரோவ்?"

"தந்துகிடுதேன்னு சொல்லுதேனெ. உங்க வீட்டுக்கேக் கொணாந்து தந்துடறேன்."

"பணத்தெ இப்பம் என் முன்னாலெ எண்ணணும்" என்று கத்தினார் குமாரவேலு பணிக்கர்.

"தர முடியாது" என்று பதில் சொன்னவர் ஆசாரி அல்ல – சுப்பம்மாள்.

பணிக்கர் தலைநிமிர்ந்து பார்த்தார்.

"நான்தான் சொல்லுதேன்...தர முடியாது" என்று மீண்டும் சொன்னாள்.

"ஏன்?"

"நீரு சீத படம்தானே வரையச் சொன்னீரு?"

"இப்பம் நானும் அதைத்தானே கேக்குதேன்."

"இல்லை. சீதெ படம் வரைக்கச் சொல்லிப்போட்டு இப்பம் வந்து சூர்ப்பனகை படம் வேணுங்கீரு. சீதை படம் வரைக்கத்தான் அவரு முன்பணம் வாங்கினாரு. வேணுமின்னா படத்தே எடுத்துக்கிட்டுப் போம். இல்லன்னா வீட்டெப் பாத்துக் கம்பிய நீட்டும்."

சண்டைக்கோ சத்தத்திற்கோ சற்றும் பின்வாங்க மாட்டாள் என்பதை உணர்ந்தார் பணிக்கர். "சரி, பாத்துக்கிறேன்" என்று சொல்லிக்கொண்டே வெளியேறினார்.

சிறிது நேரம் கழிந்ததும் "சுப்பம்மா, அவன் என்ன சொல்லுதான்னு உனக்கு விளங்கிச்சோ?"

"விளங்காமெ என்ன? இருந்தாலும் கூசாமெ சொல்லுதான் பாருங்களேன்."

"நீ நின்னுக்கிட்டிருந்ததனாலே பம்மிப் பம்மிச் சொன்னான். இல்லைன்னா . . ."

"வாய்விட்டுச் சொல்லுவான், தெரியாதா?"

"கதையிலே ஆம்புட்ட சீதையையே இந்தப் பாடு படுத்துதானே, உசிரோடெ அவ முன்னாலே வந்துட்டா என்ன செய்வானோ?"

"என்ன வேணா செய்வான். திருகல்லு முன்னாலே உக்காத்தி ரெண்டு மரக்காலு சீயக்காயையும் முன்னாலே கொட்டிடுவான்."

"போறான் பிச்சைக்காரப் பய" என்றார் சுப்பையா ஆசாரி.

"இருந்தாலும் கடைசிவரையும் அவன் சொல்லுதே கேட்டுக்கிட்டுத்தானே இருந்திய. மூலையிலெ செருப்பு கெடக்கத்தானே செஞ்சுது. கையை அலம்பிக்கிட்டாப் போச்சுன்னு கன்னத்திலே வாங்கிட வேண்டாம்?"

இல்லாத ஒன்று

"செருப்பை அசுத்தம் பண்ணுவானேன்னு பாத்தேன் நான்."

"மன்னன் எப்படிப் பேரு வச்சிருக்கான்னு பாருங்களேன், சீதை மார்க் சீயக்காய்த்தூளாம்."

"அவன் பொழைக்கத் தெரிஞ்சவண்டீ."

"பாம்பு யாரை யாரையோ பிடுங்குது. தேளு யாரை யெல்லாமோ கொட்டுது."

"இவனெக் கடிச்சா பாம்பு செத்துப்போவும். கொடுக்கு முறிஞ்சு போவும் தேளுக்கு. உனக்கு இவனெத் தெரியாது. இவன் பெரிய எமப் பளுவன். இருபது வருஷமா நானும் பாத்துக்கிட்டிருக்கேன். அண்ணைக்குப் பாத்த மேனிக்கு அழியாமெ இருக்கான், மைல் கல்லு கணக்க. அவனெ ஒண்ணும் பண்ண முடியாது. ஆலகால விஷத்தையே கொடேன். பசும் பாலா வாந்தி எடுத்துருவான்!"

சுப்பம்மாள் சந்தோஷமாகச் சிரித்துக்கொண்டாள்.

"போயிட்டுப் போறான். நீங்க அரும்பாடுபட்டு வரைச்ச படம். நாலு காகிதத்தைத் தந்து ஒருத்தன் இதெ எடுத்துக்கிட்டு போயிருவானேன்னு நெனச்சதும் மனசெச் சுருக்குன்னு ஏதோ தச்சுது. இந்தப் படம் நம்ம வீட்டோட இருக்கட்டும். பாத்துக்கிட்டு இருந்தா பசி ஆறிப்போமே" என்றாள் அவள்.

"பணத்தை எப்படித் திரும்பக் கொடுக்கது? அதுக்கு வழி சொல்லு" என்று கேட்டார் சுப்பையா ஆசாரி.

சுப்பம்மாளால் அந்தக் கேள்விக்குப் பதில் சொல்ல முடியவில்லை.

தாமரை பொங்கல் மலர், 1959

வாழ்வும் வசந்தமும்

அந்த பேங்குக் கட்டிடத்தின் வலது பக்கம் தார் ரோடு. தார் ரோட்டிலிருந்து ஒரு பாதை பிரிந்து இந்தக் கட்டிடத்தின் பின்புறம் வழியாகச் செல்கிறது. அகலம் குறைந்த பாதை. கட்டிடத்தின் வலது பக்கத்து அறையிலிருந்து பார்த்தால் தார் ரோடு மேற்கே செல்வது ஒரு பர்லாங் தூரத்துக்குத் தெரியும். பின்புறம் பாதை அரை பர்லாங் கூடத் தெரியாது.

அந்த அறையில் வேலை பார்க்கும் குமாஸ்தாக்கள் ஐந்து பேர். இதில் நான்கு பேர் பிரம்மச்சாரிகள்.

வெங்கடராமனுக்குக் கல்யாணம் முடிந்த இந்த நான்கு வருஷங்களில் இரண்டு குழந்தைகள் பிறந்து மூத்தது தவறிப்போய்க் கைக் குழந்தை மட்டும்தான் இருந்தது. இப்போது மனைவிக்கு ஏழுமாசம். அவளுக்கு உடம்புக்கு ஏதாவது வந்து கொண்டே இருக்கும். ஒன்று குணமானால் மற்றொன்று. வெங்கடராமன் வாயைத் திறந்தால் மனைவியின் சுகவீனத்தைப் பற்றித்தான் சொல்லுவான். அவன் தனது மனைவியைப் பற்றி நண்பர்களிடம் பேசுகிற போதெல்லாம், ராஜாமணிக்குக் கூச்சமாகவும் வெட்கமாகவும் இருக்கும். மென்மையான மனசு இல்லாத குறையாக இதை எடுத்துக்கொண்டான். இதே மாதிரி, வெங்கடராமன் பொடி போட்டுக் கொள்வதிலும் ராஜாமணிக்கு அசாத்திய வெறுப்பு. கல்யாணமான பின்பும் பொடி போட்டுக் கொள்கிறவன் மனைவியின் கழுத்தைத் திருகிக் கொல்லவும் கூச மாட்டான்

என்று எண்ணுவான். வெங்கடராமனைத் தன் மனசில் நன்றாக மட்டம் தட்டித் தான் வைத்திருந்தான். அவனைப் பற்றி நினைக்கிற பொழுதெல்லாம் 'தாத்தா' என்றுதான் நினைப்பான். இன்னும் முப்பத்தைந்து வயதாகாத தாத்தா.

ராஜாமணிக்குப் பத்தொன்பது வயதுகூட ஆகவில்லை. எஸ்.எஸ்.எல்.சியை முடித்துக்கொண்டு அவன் 'புக் கீப்பிங்' படித்தான். பதினெட்டு வயதில் வேலை கிடைத்துவிட்டது. ஆனால் அவனைப் பார்த்தால் பதினாறு வயதுகூட மதிக்க முடியாது. வயதுக்குத் தக்க உயரம் இல்லை. முகத்தில் குழந்தைத்தனம் நிறைய இருந்தது. சவரம் செய்துகொள்ள வேண்டிய அவசியங்கூட இன்னும் அவனுக்கு ஏற்பட்டுவிடவில்லை. வெண்மையான முகத்தில் கருமை தட்டாத பூனை மயிர் மீசை பளிச்சென்று தெரியும். முதலில் பார்க்கிறவர்கள் அவனது கன்னத்தில் தெளிவாகத் தெரியும் பச்சை நரம்புகளைக் கூர்ந்து கவனிப்பார்கள். உதடு நல்ல ரோஸ் நிறம். எடுப்பான தோற்றத்துடன் அந்த அறைக்குள் யாராவது நுழைகிற போதெல்லாம் மேல்வரிசைப் பற்களால் கீழ் உதட்டை இரண்டு தடவை உரசி எடுத்துவிட்டானென்றால் பவழச் சிவப்பாகிவிடும் அது. அவனுடைய அழகை அவன் ரசிப்பது போலவே பிறரும் ரசிக்கிறார்கள் என்பதில் அவனுக்குச் சந்தேகமே இல்லை. காதுகள் இரண்டும் சற்று முன்புறம் ஏந்தினாற்போல் வளைந்திருப்பது அவனுக்கு ஒரு குறை. ஆனால் அது அறிவின் தீட்சண்யத்தைக் காட்டுகிறது என்று சொல்லிக் கேட்கிற போதெல்லாம் அவனுக்கு மிகுந்த திருப்தி ஏற்படும். பின்னால் ஜொலிக்கப் போகிறவர்களிடம் முன்னாலேயே குறிப்பிட்டுச் சொல்லும்படி ஒரு அங்க லட்சணம் இருக்கத்தானே செய்யும்!

ஒரு ஆள் உயரம்கொண்ட நாற்காலியில் அமர்ந்து ஒரு மேஜை அளவு அகலம்கொண்ட பேரேட்டில் பாதி உடம்பு விழுந்து கிடக்கும்படி அவன் கணக்கு எழுதுவதைப் பார்த்தால், 'போடா கண்ணு, போய்க் கிட்டிப்புள் விளையாடு' என்று சொல்ல வேண்டும் போல் இருக்கும்.

பேங்கில் அன்றாடம் பட்டுவாடா முடிய மூன்று மணி ஆனதும் பியூன் அருணாசலம் இரும்புக் கதவை இழுத்துச் சாத்தி விடுவான். பணத்தை எண்ணித் திட்டப்படுத்தகூட ஒரு மணி நேரம் ஆகும். பணம் இரும்புப் பெட்டிக்குள் அடைபட்டதும் ஏஜண்டும் காஷியரும் வீட்டுக்குப் போய்விடுவார்கள். கணக்கு வழக்குகள் முடிய அவர்கள் போன பின்பும் ஒரு மணி ஒன்றரை மணி நேரம் ஆகும் – ஒழுங்காக வேலையைக் கவனித்தால்.

ஆனால், ஏஜண்டின் தலை மறைய வேண்டியதுதான் தாமதம், கவுண்டரில் பேச்சும் சிரிப்பும் கும்மாளமும் அல்லோல

கல்லோலப்படும். சில சமயம் சூடான விவாதங்களும் நடைபெறும். கிருஷ்ணமூர்த்திக்கு பகவான் கொடுத்தது கீச்சுக்குரல்தான் என்றாலும் அதை வைத்துக்கொண்டே 'ஓ' என்று அலறுவதில் சமர்த்தன். கவுண்ட்டரில் தட்டி அவ்வளவு பெரிய சத்தத்தை எழுப்பவும் வேறு யாராலும் முடியாது. இதனால் விவாதங்களில் அநேகமாக அவன்தான் வெற்றி பெறுவான். வீரகுமாருக்கு அஹிம்சையில் நம்பிக்கை கிடையாது. பேச்சிலும் அவன் நம்பிக்கை வைக்கிறவன் அல்ல. அதனால் அவனுக்கும் நாகராஜனுக்கும் கைகலப்புக்கூட ஏற்படுவதுண்டு. அது உண்மையான கைகலப்பு ஆகிவிடக் கூடாது என்ற பயத்தில் அதில் சம்பந்தப்பட்டவர்களும் சம்பந்தப்படாதவர்களும் 'ஈ' என்று இளித்துக்கொண்டே இருப்பார்கள். சமாதானம் ஏற்பட இது ஒன்றுதான் வழி என்பது அவர்களுக்குத் தெரியும். இந்த மாதிரி சந்தர்ப்பங்கள் வாய்த்துவிட்டால் ராஜாமணிக்குக் கன குஷி கிளம்பிவிடும். நாற்காலியில் உட்கார்ந்தவாறே இரண்டு கட்சியையும் பாரபட்சம் இல்லாமல் உற்சாகப்படுத்துவான். வெங்கடராமன் மட்டும், "என்னடா இது! அடங்கி உட்கார்ந்து வேலையைப் பார்க்கிறேளா, போலீஸுக்குப் போன் பண்ணட்டுமா!" என்று கத்துவான். 'தாத்தா புறப்பட்டாச்சு' என்று மனசுக்குள் சொல்லிக்கொள்வான் ராஜாமணி.

அந்த அறைக்குப் பின்புறம் ஒரு சிறு முற்றம். ஒரு தேர்க்கோலம் போடக்கூடிய அளவுக்கு இட விஸ்தாரம். அறையிலிருந்து முற்றத்தில் இறங்கும் சிமெண்டுப் படிகள் சுத்தமாக இருக்கும். மாலையில் ஏஜண்டு சென்ற பின்பு நாகராஜன் இந்தப் படியில் உட்கார்ந்துதான் சிகரெட் பிடிப்பான். சட்டைக் காலருக்குப் பின்புறம் மடித்து வைத்திருக்கும் கைக்குட்டையை உருவி எடுத்து முகத்தைக் கறகறவென்று துடைத்தவாறே கிருஷ்ணமூர்த்தியும் அவன் பக்கத்தில் வந்து உட்கார்ந்துகொள்வான். இரண்டு பேரும் பெண்களைப் பற்றிப் பேசிக்கொள்வார்கள். அரைமணி நேரத்தில் ஒரு டஜன் பெண்களைப் பற்றிய விஷயங்கள் அடிபடும். மறுநாள் அதுவரை பேசாத புதுப் பெண்களைப்பற்றிப் பேசுவார்கள். வீரகுமார் அவ்வளவாக இந்தப் பேச்சில் கலந்துகொள்ள மாட்டான். பெண்களைப்பற்றிச் சும்மா பேசிக்கொண்டிருப்பது அவனுக்குப் பிடிக்காது. அவன் கோழையல்ல. அபவாதத்திற்கு அஞ்சுகிற ஆசாமியும் அல்ல. அதனால் பேசத்தான் வேண்டும் என்ற அவசியம் அவனுக்குக் கிடையாது.

அன்று மாலை நாலரை மணிக்கு நாகராஜன் பேரேட்டி லிருந்து தலையைத் தூக்கிப் பார்த்தான். அப்போது கிருஷ்ணமூர்த்தி நிலைப் படியில் சாய்ந்து நின்றவாறே தார் ரோட்டை வெறிக்கப்

பார்த்துக்கொண்டிருப்பதைக் கண்டான். இதைப் பார்த்ததும் முன்னாலேயே தான் போய் நின்றிருக்கலாமே என்ற எண்ணம் ஏற்பட்டதுபோல், பட்டென்று ஓசையெழ பேரேட்டை மூடிவைத்துவிட்டு நாகராஜன் கிருஷ்ணமூர்த்தியின் பின்னால் சென்று நின்றான்.

தார் ரோட்டில், தூரத்தில் ஒரு பெண் வந்துகொண்டிருப்பது தெரிந்தது. அத்தனை தூரத்திலேயே அவள் அழகி என்பதைக் காட்டிக்கொண்டு வந்தாள். இதில் ஆச்சரியமில்லையென்பது மட்டுமல்ல; சர்வசாதாரண விஷயமும்தான். ஆனால் அவள் பக்கத்தில் நெருங்கி வந்த பின்பும் அழகாகவே இருந்தாளே, அது ஆச்சரியம். சொல்லப் போனால் அவள் அருகே வரவர அவளுடைய அழகில் வட்டி ஏறிக்கொண்டே வந்தது.

தார் ரோட்டிலிருந்து திரும்பிய அவள் பின்புறப் பாதை வழியாக நடந்து சென்றாள். ஒரு குறிப்பிட்ட நிமிஷத்தில் அவளைப் பதினைந்து அடி தூரத்தில் பார்க்க முடிந்தது. அந்த நிமிஷத்துக்கு அழிவில்லை.

"என்ன பார்க்கிறாய்?" என்று கேட்டான் நாகராஜன்.

"மழை வரும்போலிருக்கிறது" என்றான் கிருஷ்ணமூர்த்தி.

நாகராஜனும் மழை வருமா என்று பார்த்துக்கொண்டு நின்றான்.

அவள் நடந்து போவதைப் பின்னாலிருந்து பார்க்க அழகாக இருந்தது. படபடவென்று ஒரு நடை; தபாலாபீஸுக்குத் தந்தி கொடுக்கப் போவது மாதிரி. நீண்ட பின்னலில் பெரிய குஞ்சம் வைத்துக்கொண்டிருந்தாள்.

அவள் நடந்து செல்கிற அசைவில் குஞ்சம் ஒரு அரைவளையம் போட்டு, துள்ளித் துள்ளித் தொட்டுக்கொண்டிருந்தது. சின்னஞ் சிறிய யானைக் குட்டியொன்று தனது துதிக்கையை ஆட்டி அசைத்து விளையாடுவது மாதிரி இருப்பதாகக் கற்பனை செய்துகொண்டான் கிருஷ்ணமூர்த்தி. பாதையில் வேறு யாருமே இல்லை. பாதை அப்படி இருக்க வேண்டியதும் அவசியம்தான் என்று பட்டது நாகராஜனுக்கு. அவள் எதையுமே கவனிக்காமல்தான் நடந்து சென்றாள். அக்கம்பக்கம் திரும்பிப் பார்க்கவில்லை. அவளைத் தாண்டிச் சென்றவர்கள் எல்லோருமே அவளைப் பார்த்துவிட்டுத்தான் சென்றார்கள் என்பதுகூட அவளுக்குத் தெரியாது. எதிர்ப்படுகிற பெண்களைக்கூட அவள் ஏறிட்டுப் பார்க்கவில்லை. பின்னால் கார் வந்தபோதெல்லாம் அதன் ஓசையைக் கேட்டு அவள் யந்திர ரீதியில் பாதையின் விளிம்புவரையிலும் ஒதுங்கிக்கொண்டாளே

ஒழிய தாண்டிச் செல்கிற கார்களை அவள் திரும்பிப் பார்க்க வில்லை.

அவள் மறைந்து வெகு நேரம் கழிந்த பின்பும் கிருஷ்ண மூர்த்தியாலோ நாகராஜனாலோ பேச முடியவில்லை. மௌன மாக இருப்பது மூலம்தான் அவளுக்குரிய பாராட்டைச் செலுத்த முடியும் என்று பட்டதும் ஒரு காரணமாக இருக்கலாம்.

"தினசரி வருகிறாளா?" என்று கேட்டான் நாகராஜன். தனக்கு அன்று வரையிலும் நஷ்டம் ஏற்பட்டிருந்தால் அது எவ்வளவு என்பது அவனுக்குத் தெரிய வேண்டும்.

"இன்றுதான் வந்தாள்" என்றான் கிருஷ்ணமூர்த்தி.

அவன் சொன்னதும் அது உண்மைதான் என்று நாகராஜனுக்குப் பட்டது.

இரண்டு பேரும் தமது ஆசனங்களில் ஏறி உட்கார்ந்து குறை வேலையையும் அழுதுதீர்க்க முயன்றார்கள். அடிக்கடி தலையைத் தூக்கிப் பார்த்துப் பரஸ்பரம் சிரித்துக்கொண்டார்கள்.

வீரகுமாருக்குத் தெரியாது. 'தாத்தா'வுக்குத் தெரிவதும் தெரியாததும் ஒன்றுதான். ராஜாமணி குழந்தை!

தங்களுக்குள்ளே அந்த அனுபவத்தைக் கட்டிக்காத்துவிட வேண்டும் என்றும், இனி வரும் நாட்களிலும் அதில் யாரும் பங்கு பெறாமல் பார்த்துக்கொள்ள வேண்டும் என்றும் அவர்கள் இரண்டு பேருக்கும் தோன்றிற்று.

மறுநாள் சரியாக நாலே முக்காலுக்கு நாகராஜன் நிலைப்படியில் போய் நின்றான். கிருஷ்ணமூர்த்தி அவன் முன்னால் சென்று சிமெண்டுப் படியில் நின்றுகொண்டான்.

அவள் மறைவதுவரை கவனித்துக்கொண்டிருந்துவிட்டு இருவரும் திரும்பிப் பார்த்தபோது வீரகுமார் கால் கட்டை விரல்களில் நின்றவாறு அவள் நடந்து சென்ற பாதையிலிருந்து கண்களை அகற்ற முடியாமல் நிற்பது தெரிந்தது.

அன்றிலிருந்து அது வழக்கமாகிவிட்டது. அவளுக்கு 'ஒயில்' என்று யார் பெயர் வைத்தார்கள் என்பது நினைவில்லை. ஆனால் அவளுடைய தாயார் இட்ட பெயர் மாதிரி அதைச் சொல்லிக்கொண்டார்கள்.

நாகராஜன் காலையில் ஆபீசுக்கு வருகிறபோது காலேஜ் ரோடு வழியாக வரத் தலைப்பட்டான். இதனால் ஒன்றரை மைல் சுற்று என்பது உண்மைதான். வெங்கடராமன் "டேய், உனக்குப் பயித்தியமா?" என்று கேட்டான். ஆனால் நாகராஜன்

இல்லாத ஒன்று

சைக்கிளில் வந்து இறங்கியதும் 'ம்' என்று கிருஷ்ணமூர்த்தி கண்ணைச் சிமிட்டுவதற்கும், 'ம்' என்று பதில் வருவதற்கும் என்ன அர்த்தம் என்பது ராஜாமணிக்குத் தெரியும்.

நாகராஜனுக்கும் கிருஷ்ணமூர்த்திக்கும் அவளுக்கு எத்தனை ஜம்பர் உண்டு, அது என்ன என்ன கலர், வாயில் சாரிகள் எத்தனை, கிரேப் சாரிகள் எத்தனை என்பவை எல்லாம் தளபாடமாகிவிட்டன. அவள் ஒரே சமயத்தில் மூன்று ஜோடி உடைகள் எடுத்து தினத்துக்கு ஒன்றாக ஒன்பது நாட்கள் அவற்றை மாற்றி மாற்றி உடுத்திக்கொண்டு வருகிறாள் என்பதையும் தெரிந்துகொண்டார்கள். திங்கட்கிழமை போட்டுக்கொண்ட ஜம்பரும் சாரியும் மீண்டும் வியாழக்கிழமை வரும். அவர்கள் ஜோஸ்யம் அநேகமாகப் பலிக்கும்.

நாகராஜன் ஒருநாள் ஆபீஸுக்கு வரவில்லையென்றால் மறுநாள் வந்ததும் கிருஷ்ணமூர்த்தியிடம் எல்லாம் விபரமாக விசாரிப்பான். *என்ன சாரி? என்ன ஜம்பர்? கனகாம்பரமா? பச்சையா? ... ரொம்ப அழகா? பிரமாதமா?*

வெங்கடராமன் அன்று ஒரே சந்தோஷமாக ஆபீஸுக்கு வந்தான். அன்று காலை அவனுக்கு ஆண் குழந்தை பிறந்திருந்தது. வருகிறபோதே அவன் மடியில் சர்க்கரைப் பொட்டலத்தைக் கட்டிக்கொண்டு வந்திருந்தான். அருணாசலத்திடம் ஒரு குலைப் பழம் வாங்கிக்கொண்டு வரச்சொன்னான். பழம் – சர்க்கரை விநியோகம் நடைபெற்றது.

குழந்தை பிறந்து ஒரு வாரம்கூட ஆகவில்லை. வெங்கடராமனுக்கு இடமாற்ற உத்தரவு வந்துவிட்டது. இரண்டு வாரம் லீவு எடுத்துக்கொண்டு லீவு நாட்கள் முடிவடைந்ததும் அவன் திருவனந்தபுரம் போய்ச் சேர்ந்தான். திருவனந்தபுரம் சென்ற பின்பு அவன் எழுதிய முதல் கடிதத்தில் திருவனந்தபுரம் ஆபீசில் பாம்பே கக்கூஸ் இருக்கிறதாகவும், குழந்தை காய்ச்சலில் அவதிப்படுவதாகவும் எழுதியிருந்தான்.

"நாகராஜா, இன்றுதான் காலேஜுக்கு லீவு விடுகிறார்கள்" என்று கத்தினான் கிருஷ்ணமூர்த்தி. ஏஜண்டு அப்போதுதான் வெளிப்புற கேட்டைத் தாண்டிச் சென்றுகொண்டிருந்தார்.

நாகராஜனுக்குத் தூக்கிவாரிப் போட்டது. அவன் முகம் களை இழந்ததை எல்லோரும் கவனித்தார்கள். அன்றுதான் கடைசி நாள்!

நாலரை மணிக்கே வேலை ஓடவில்லை கிருஷ்ணமூர்த்திக்கு. மொத்தத் தொகை போடுகிறபோது இரண்டாவது தடவை

கூட்டினால் முதல் தொகைக்கு வித்தியாசமாக வந்தது. மூன்றாவது முறை கூட்டினால் இரண்டு தொகைக்கும் சம்பந்தமில்லாத புதிய தொகை ஒன்று வந்தது.

அன்றும் அவள் வந்தாள். தார் ரோட்டிலிருந்து பாதையில் திரும்பினாள். மறைந்தாள்.

அவள் மறைந்ததும் கிருஷ்ணமூர்த்திக்குக் கண்ணில் நீர் துளிர்த்துவிட்டது. அன்றுவரை ராஜாமணி அவர்கள் பேச்சையும் தினசரி மாலை அவர்கள் படும் பாட்டையும் கவனித்துக் கொண்டே வருகிறான். நாகராஜனும், கிருஷ்ணமூர்த்தியும், வீரகுமாரும் நிலைப்படியில் நின்றுகொண்டிருப்பதை ராஜாமணி தனது இடத்திலிருந்தவாறே கவனிப்பது வழக்கம். அவர்கள் முகத்தில் ஏற்படுகிற பரவசத்தைப் பார்த்து ஆச்சரியப்படுவான். அவள் மிகவும் நெருங்கி வந்துவிட்டாள் என்பதை அவர்கள் முகத்தைப் பார்த்தே அவன் அனுமானித்து விடுவது உண்டு. அன்று அவள் வருகிற கடைசி தினம் என்ற எண்ணம் அவன் மனதில் எதிரொலித்துக்கொண்டிருந்தது. மாலையில் அவர்கள் எல்லோரும் நிலைப்படி அருகில் நின்றவாறு கண்களில் ஆவல் பொங்கப் பார்த்துக்கொண்டிருந்த போது ராஜாமணி தன்னையும் அறியாமல் நாற்காலியில் முட்டுக் குத்தி உட்கார்ந்து எட்டிப் பார்த்தான். அவன் அப்படிப் பார்ப்பதை வீரகுமார் கவனித்துவிட்டான். "இதோ ராஜாமணியைப் பார்" என்று அவன் கத்தினான். எல்லோரும் திரும்பிப் பார்த்தார்கள். ராஜாமணிக்கு முகம் சிவந்து அழுகைகூட வந்துவிடும் என்று தோன்றியது. தன்னுடைய கற்பு அழிந்துபோனது மாதிரியும், முகமூடியைக் கிழித்து யாரோ அம்பலப்படுத்திய மாதிரியும் இருந்தது அவனுக்கு. ஒரு வாரம் எல்லோரும் அவனைக் 'கோட்டா' பண்ணினார்கள்.

நாகராஜனுக்குக் கல்யாணம் ஆகப்போகிற விஷயம் ஆபீஸுக்கு எப்படித் தெரிந்தது என்பதை அவனால்கூட அனுமானிக்க முடியவில்லை. ஆனால் ஆபீஸில் ஒரே பேச்சாக இருந்தது.

ராஜம், நாகராஜன் குடியிருந்த அதே கிராமத்தில்தான் இருந்தாள். தெருவில் நாகராஜன் வீட்டுக்கு முன்னால் குழாய் இருந்தது. அதே குழாய் இரண்டு வீடு தள்ளியிருந்திருக்குமென்றால் ராஜத்திற்கும் நாகராஜனுக்கும் இத்தனை நெருங்கிய பரிச்சயம் ஏற்பட்டிருக்க முடியாது. நாகராஜன் வீட்டு உள் திண்ணை ஏணிப்படியில் உட்கார்ந்துகொண்டிருந்தால் ராஜம் தண்ணீர் பிடிக்க வருவாள். ஞாயிற்றுக்கிழமை மட்டும் ஒருமணி நேரம் இடைவிட்டு, நாள் பூராவும் தண்ணீர் பிடித்துக்கொண்டிருப்பாள்.

ராஜத்தைப் பற்றிப் பல விஷயங்கள் கிருஷ்ணமூர்த்தியிடம் நாகராஜன் சொல்லியிருக்கிறான். 'ஒயி'லின் அழகு ராஜத்துக்கு உறை போடக் காணாது என்றுகூட ஒரு நாள் அவன் சொன்னான். கிருஷ்ணமூர்த்தி இதை நம்பவில்லை. 'உளறுகிறான் கண் தலை தெரியாமல்' என்று எண்ணிக்கொண்டான்.

நாகராஜனின் மாமி ஐம்பது பவுன் நகையை விட்டுவிட்டு இறந்துபோய் விட்டாள். அவர்களுக்கு ஒரே பெண். மாமாவுக்கும் வயதாகிவிட்டது. திரும்பவும் கல்யாணம் செய்து கொள்ள அவர் எண்ணினாலும்கூட பெண் கொடுக்க யாரும் முன்வர மாட்டார்கள். கிணறு இருக்கிற வீட்டிலிருந்து அவருக்குப் பெண் கொடுக்க யாரும் வர மாட்டார்கள் என்றார் நாகராஜனின் தகப்பனார். நாகராஜனின் தாயாருக்கு அந்த நகையை விட மனமில்லை. பெண் கறுப்புத்தான் என்றாலும், ரொம்பவும் அழகில்லை என்றாலும், ரொம்பவும் அவலட்சணம் இல்லை. கல்யாணம் நிச்சயமாகிவிட்டது.

நாகராஜன் ஒரு வாரம் சவரம் பண்ணிக்கொள்ளாமல் ஆபீசுக்கு வந்தான். தலையைக்கூடச் சரிவரச் சீவிக்கொள்வதில்லை. சட்டைப் பொத்தானும் போட்டுக்கொள்வதில்லை. கிருஷ்ணமூர்த்தியிடம் ராஜம் தற்கொலை செய்துகொண்டு விடுவாளோ என்று பயமாக இருக்கிறது என்றான் நாகராஜன்.

ஆனால் நாகராஜனுக்குக் கல்யாணம் ஆவதற்கு முன்னாலேயே ராஜத்துக்குக் கல்யாணம் ஆகிவிட்டது. மதுரையிலிருந்து மாப்பிள்ளை. கணவனுடன் புறப்படுகிற அன்று நாகராஜனின் தாயாரிடம் சொல்லிக்கொண்டு போக அவள் அவன் வீட்டுக்கு வந்தாள். அவள் நன்றாக அலங்காரம் செய்துகொண்டிருந்தாள். சிரித்துக் கலகலப்பாகப் பேசினாள். துக்கத்தை வெளியே காட்டிக்கொள்ளாமல் தன்னையே ஏமாற்றிக்கொள்கிறாள், பாவம், என்று வியாக்யானம் செய்து கொண்டான் நாகராஜன். அவன் வீட்டுப் படியைவிட்டு இறங்குகிறபோது ராஜம் நாகராஜனைப் பார்த்து, "வருகிறேன். உன் கல்யாணத்துக்கு இருக்க முடியவில்லையே என்ற குறைதான் எனக்கு. முடிந்தால் அவரைக் கூட்டிக்கொண்டு வருகிறேன்" என்று சொல்லிவிட்டுச் சென்றாள். 'அவர்' கூடவே பிறந்த மாதிரிதான் இருந்தது அவள் பேசியது.

பரீட்சையில் ஒயில் முதல் வகுப்பில் வெற்றிபெற்று விட்டாள். அவளுடைய நம்பரைத் துப்பறிந்து கண்டுபிடித்தவன் கிருஷ்ணமூர்த்தி. மாலை ஐந்து மணி ஆனதும் பத்திரிகை வாங்கிக்கொண்டுவர அருணாசலத்தை விரட்டினார்கள் எல்லோரும். பேப்பரைத் திருப்பிப் பார்த்துவிட்டு "பாஸ்"

என்று கத்தினான் கிருஷ்ணமூர்த்தி. அன்று அந்த வெற்றியைக் கொண்டாட ஓட்டலிலிருந்து டிபனும் காப்பியும் வரவழைக்கப் பட்டது. வெங்கடராமனுக்குப் பதில் வந்திருந்த நரசிம்மாச்சாரி இதில் விசேஷ அக்கறை காட்டவில்லை. தோசைக்குப் பதில் உப்புமா தருவித்திருக்கலாம்; உடம்புக்கும் நல்லது என்று மட்டும் சொன்னார்.

வீரகுமார் பேங்குப் பரீட்சை ஒன்று எழுதச் சென்னை சென்றிருந்தான். சென்னையில் சின்னஞ்சிறிய அறை ஒன்றில் கையால் நெஞ்சில் இடித்துக்கொண்டு அவன் வட்டிக் கணக்குப் படிக்கிற போது இங்கு நாம் 'ஒயில்' வெற்றி பெற்ற தினத்தைக் கொண்டாடுகிறோம் என்று கிருஷ்ணமூர்த்தி சொன்னபோது எல்லோரும் அதை ரசித்துச் சிரித்தார்கள்.

இடம் பற்றாது என்ற காரணத்தால் பேங்கு புதிய கட்டிடம் ஒன்றுக்கு மாறிற்று. பழைய ஏஜண்டு போய் புதிய ஏஜண்டு வந்து சேர்ந்தார். வீரகுமாருக்கு அக்கௌண்டண்டாகப் பதவி உயர்வு கிடைத்தது. அவனுக்குத் தனி அறையும் ஒதுக்கப்பட்டது. அவன் முன்போல் சிப்பந்திகளிடம் கூடிக் குலவுவதில்லை. தனது அறையிலிருந்தவாறே மணியை அடித்துக்கொண்டிருந்தான். நாகராஜனுக்கு ஆண் குழந்தை பிறந்தது.

'ஒயில்' என்ற பெண்ணைப் பற்றி இப்போது யாருக்கும் ஞாபகம் இல்லை. நடுவில் அவளுடைய கல்யாணப் படம் பத்திரிகை ஒன்றில் வெளிவந்தது. அவளுடைய கணவன் மீசை வைத்துக்கொண்டிருந்தான். அவன் பெரிய முரடன் என்றும், பெரிய குடிகாரன் என்றும், அவனுடன் அவளுக்குச் சந்தோஷமாக வாழ முடியாது என்றும், தினசரி அவன் அவளைத் தூக்கிப் போட்டு அடிப்பான் என்றும் கிருஷ்ணமூர்த்தி சொன்னான். அதை யாரும் கவனிக்கவில்லை, நம்பவுமில்லை.

ஒருநாள் புதிய ஏஜண்டு அந்த அறைக்குள் நுழைந்தார். அவர் பின்னால் 'ஒயில்' வந்தாள். எல்லோருக்கும் ஆச்சரியமாகப்போய்விட்டது! "இவள்தான் புது டைப்பிஸ்டு. பெயர் கல்யாணி" என்று அறிமுகப்படுத்தினார் ஏஜண்டு. அவளை யாரும் விசேஷமாகக் கவனிக்கும்படி அவள் இருக்கவும் இல்லை. கிருஷ்ணமூர்த்தி மட்டும் அவள் ஏதோ சுயம்வர மாலையுடன் உள்ளே பிரவேசித்திருப்பது மாதிரியும் தன்னை அவள் பார்க்காத தோஷத்தால் வேறு யார் கழுத்திலாவது மாலையைப் போட்டுவிட்டுப் போய்விடக் கூடாதே என்று எண்ணிக்கொண்டது மாதிரியும் தலையை முன்னால் தள்ளிக் கொண்டிருந்தான். இது தெரிந்திருந்தால் சவரம் செய்துகொண்டு வந்திருக்கலாமே என்று எண்ணி வருத்தப்படவும் செய்தான்.

ஆபீஸில் கல்யாணிக்கு விசேஷ 'மவுசு' எதுவும் ஏற்படவில்லை. அவளிடம் அசட்டுத்தனம் நிறைய இருந்தது. அவள் டைப் அடித்த கடிதங்களில் யாராலும் கற்பனை செய்து பார்க்க முடியாத தவறுகள் விழும். நாகராஜன் அந்தத் தவறுகளைப் பொறுமையாக எடுத்துக் காட்டுவான். அவன் யந்திரரீதியிலும் கடமை உணர்வுடனும் அவளிடம் பழகினான். ஏதாவது ஒரு தப்பைச் சுட்டிக்காட்டுகிறபோது அவள் உதடு அசிங்கமாகக் கோணும். எதற்கு உதட்டை இப்படிக் கோணிக்கொள்கிறாள் என்று எண்ணுவான் ராஜாமணி. 'பாவம், என்ன செய்வாள். அவளுக்கு அப்படித்தான் கோணும்' என்று தனக்குத் தானே சமாதானம் தேடிக்கொள்வான். "பார்த்து அடிக்கணும்டீ அம்மா" என்பார் நரசிம்மாச்சாரி. அவர் குரலில் வெளியாகும் குழைவு எல்லோர் மனசையும் தொடும். கிருஷ்ணமூர்த்தியின் மேசை முன்னால் சென்று கல்யாணி ஏதாவது சாமான் கேட்டால் அவன்கூட அவள் முகத்தைப் பார்க்காமலே டிராயரிலிருந்து எடுத்துக் கொடுப்பான். இதையெல்லாம் நினைத்து மிகவும் ஆச்சரியப்படுவான் ராஜாமணி. அவனுக்குப் பல விஷயங்கள் ஒரே குழப்பமாக இருந்தன.

கல்யாணிக்குப் பிரசவ லீவு கொடுக்கும்படித் தலைமை காரியாலயத்திலிருந்து உத்தரவு வந்துவிட்டது. எல்லோரும் சேர்ந்து அவளை வழியனுப்பி வைத்தார்கள். எந்த ராத்திரி வேண்டுமென்றாலும் என்ன உதவி வேண்டுமென்றாலும் செய்யத் தயாராக இருக்கிறோம் என்று எல்லோர் சார்பிலும் சொன்னான் நாகராஜன். அவன் அப்படிச் சொன்னது எல்லோருக்கும் திருப்தியாக இருந்தது.

ஆபீசில் சூழ்நிலை வரவர ரொம்பவும் மாறிக்கொண்டு வருவது மாதிரிப்பட்டது ராஜாமணிக்கு. கிருஷ்ணமூர்த்திக்கு இன்ஷூரன்ஸ் கம்பெனி ஒன்றில் நல்ல வேலை கிட்டவே பேங்கு வேலையை ராஜினாமா செய்துவிட்டுப் போய்விட்டான். ஆபீசில் ராஜாமணிக்கு வலதுபுறம் நரசிம்மாச்சாரி உட்கார்ந்து கொண்டிருப்பார். நாற்காலியில் காலைத் தூக்கி மடித்து சம்மணம் கூட்டி உட்கார்ந்துகொள்வார். தும்பைப் பூவாய் நரைத்த தலைக்கு மொட்டை அழகாகத்தானே இருக்கும். காலர் இல்லாத சட்டை. சட்டையின் கைகள், கை முட்டோடும் நிற்காமல் மணிக்கட்டுக்கும் வராத தனி ஜாதி. அரைமுழம் குறைவாகவோ அதிகமாகவோ எடுத்தால் அழகான சட்டையாகி விடுமே!

நாகராஜனோ வேறு ஜன்மம் எடுத்துவிட்டான் என்று தோன்றிற்று. அவன் வெற்றிலை போட்டுக்கொண்டு தலையைத் தூக்காமல் பொறுமையாக வேலை செய்தான். குழந்தை தவழ்ந்து

விளையாடுகிறது சார் என்று நரசிம்மாச்சாரியிடம் சொல்லுவான். எல்லாக் குழந்தைகளும் தவழ்ந்து விளையாடத்தானே செய்யும்!

முன்னெல்லாம் நாகராஜன் மத்தியான உணவைப் பொட்டலமாகக் கட்டித் தோல்பைக்குள் நாசூக்காக வைத்துக் கொண்டு வருவான். இப்போது தோல்பை போன இடம் தெரிய வில்லை. அதற்குப் பதில் கையில் ஒரு தூக்குப் பாத்திரம்! சற்றுப் பெரியது. அதைத் தூக்கிக்கொண்டு மணிமேடை வழியாக எப்படி நடந்து வருகிறான் என்பது ராஜாமணிக்குப் புரியவே இல்லை. வளைந்த பிடிகொண்ட குடையைத் தோளில் தொங்கப் போட்டுக்கொண்டு அவன் ஆபீசை விட்டு இறங்கிச் செல்கிறபோது கன்னத்தில் ஒரு அறைவிட வேண்டும் போலிருக்கும் ராஜாமணிக்கு. தன்னைச் சுற்றி நாலு புறமும் கிழடுகள் சூழ்ந்து கொண்டுவிட்டது மாதிரி இருந்தது அவனுக்கு.

இதையெல்லாம் எண்ணுகிறபோது கல்யாணியின் குழந்தைக்குத் தொட்டில் போடுகிற அன்று நடந்த விஷயங்கள்தான் அவன் மனதில் திரும்பத் திரும்ப ஞாபகத்துக்கு வரும்.

கல்யாணியின் கணவர் எல்லோரையும் உட்காரவைத்து ஆளுக்கு ஒரு தம்ளர் ஷர்பத் மட்டும் கொடுத்தார். விசேஷமாக எதுவும் தயார்செய்ய ஆள் வசதி இருக்கவில்லை. குழந்தையைக் கொண்டு வரச் சொல்லுங்கள் ஸார் என்றான் நாகராஜன். கல்யாணி குழந்தையுடன் வந்தாள். நாகராஜன் தோளில் கிடந்த டர்க்கி டவலை எடுத்து மடியில் விரித்து குழந்தையைப் பதனமாக வாங்கி மடியில் போட்டுக்கொண்டான். ராஜாமணிக்கு ஒரே கூச்சமாக இருந்தது. நரசிம்மாச்சாரியும் நாகராஜனும் குழந்தையின் முகத்தை வெகுநேரம் கூர்ந்து பார்த்துக் கொண்டிருந்தார்கள். குழந்தை அவள் அம்மா ஜாடைதான் என்றார் நரசிம்மாச்சாரி. கல்யாணி சிரித்தாள். நாகராஜனுக்குத் திடீரென்று என்ன தோன்றிற்றோ, ஜேபியில் கையை விட்டு ஒரு முழு ரூபாய் நாணயத்தை எடுத்துக் குழந்தையின் பிஞ்சு விரல்களிடையே திணித்தான். எதுக்கு ஸார் என்று தணிந்த குரலில் சொன்னார் கல்யாணியின் கணவர். கல்யாணியின் முகத்தில் ஏற்பட்ட பரவசத்தை ராஜாமணி கவனித்தான். நரசிம்மாச்சாரிக்கும் உற்சாகம் கிளம்பிவிட்டது. அவர் குழந்தையைக் கையில் எடுத்துத் தொட்டிலில் கிடத்தியபடி ஒரு தாலாட்டுப் பாடலை முனக ஆரம்பித்தார். வாயைத் திறந்து பாடுங்களேன் ஸார் என்றான் நாகராஜன். இதை அவன் கேலியாகச் சொல்லவில்லை. அப்படி யார் சொல்லப் போகிறார்கள் என்று காத்துக்கொண்டிருந்த மாதிரி உடனேயே அவர் தாலாட்டுப் பாட ஆரம்பித்துவிட்டார். தெலுங்கு பாஷையிலுள்ள ஒரு தாலாட்டு அது. எல்லோரையும்

பார்த்துக்கொண்டே அவர் உரக்கப் பாடினார். கல்யாணியும் அவள் புருஷனும் சிரிப்பாய் சிரித்தார்கள். ராஜாமணிக்கு அங்கு நிற்க முடியவில்லை. அவன் உடம்பிலிருந்து சதையை யாரோ பிய்த்துப் பிய்த்து எடுப்பது போலிருந்தது. அவன் வாசல் திண்ணைக்கு வந்து கைக்குட்டையால் வாயைப்பொத்திக் கொண்டு சிரிப்பதும் சன்னல் வழி உள்ளே பார்ப்பதுமாக இருந்தான். பாடல் தெய்வகானம் போலிருந்தது என்று நாகராஜன் நரசிம்மாச்சாரியைப் பாராட்டினான். அவள் இருந்து பாடணும் கேட்கணும் என்றார் நரசிம்மாச்சாரி. காலஞ் சென்ற அவர் மனைவி தாலாட்டு, கீர்த்தனங்கள், அஷ்டபதி எல்லாம் மிகவும் அருமையாகப் பாடுவாள் என்று அடிக்கடி அவர் சொல்வார். அப்படிச் சொல்கிற ஒவ்வொரு சந்தர்ப்பத்திலும் அவர் கண்கள் நிறைந்துவிடும். அன்றும் நிறைந்தது. அதை மறைத்துக்கொண்டார் அவர்.

எல்லோரும் விடைபெற்றுக் கொள்கிறபோது கல்யாணி நாகராஜனைப் பார்த்து, ஸார், உங்கள் பையனுக்குத்தான் இவளைத் தரப்போகிறேன் என்றாள். நம்ம பயல் அதிருஷ்டக்காரன் என்றான் நாகராஜன். எல்லோரும் சந்தோஷமாகச் சிரித்தார்கள்.

'தனிமைப்பட்டுப் போனோம்' என்ற உணர்வு ராஜாமணிக்கு நாளுக்குநாள் அதிகமாகிக்கொண்டே வந்தது. கல்யாணிக்கும் நாகராஜனுக்கும் நரசிம்மாச்சாரிக்கும் பொதுவான விஷயங்கள் எவ்வளவோ இருந்தன. குடும்ப விஷயங்களைச் சலிக்காமல் பேசிக்கொண்டிருந்தார்கள் மூவரும். கல்யாணியின் குழந்தைக்குச் சுகமில்லை என்றால் நாகராஜன் தன்னுடைய குழந்தைக்கு வாங்கியதில் மிச்சமிருக்கும் மருந்தைக்கொண்டு வந்து கொடுப்பான். நரசிம்மாச்சாரிக்கு அலோபதியில் நம்பிக்கை கிடையாது. அவர் தமது பேரன் பேத்திகளுக்கு ஹோமியோபதி மருந்துதான் கொடுத்துவருவதாகச் சொன்னார். பேங்கில் தங்கள் பெயருக்குப் புதிய கணக்குகள் திறந்து அதில் பணத்தைப் போட்டு வந்தார்கள் நாகராஜனும் கல்யாணியும். தன்னுடைய பெண்ணின் பதினைந்தாவது வயதில் திரும்பக் கிடைக்கும்படி கல்யாணி இன்ஷூரன்ஸுக்குப் பணம் கட்டி வந்தாள்.

ராஜாமணிக்கு இதொன்றும் பிடிக்கவில்லை. எப்படியும் போகட்டும் என்று விட்டுவிட்டான் அவன். தன்னைப்பற்றி எண்ணுவதற்கே அவனுக்கு நேரம் சரியாக இருந்தது. தான் ரொம்பவும் உயரமாக வளர்ந்திருப்பதாக அவனுக்கே தோன்றிற்று. அன்றாடம் சவரம் செய்துகொள்வதால் கன்னத்தில் பாசி படர்ந்திருந்தது. ரகசியமாக சிகரெட் குடித்தாலும் உதடுகள் கறுக்கத் தானே செய்யும்! கைக்குட்டையில் நிறையப் பவுடரைப்

போட்டுத் தேய்த்துச் சதா ஜேப்பில் வைத்திருப்பான். அடிக்கடி முகத்தைத் துடைத்துக் கொள்வதால் அவன் முகத்தில் எண்ணெய் வழிந்த நாளே கிடையாது. தினசரி தூய வெள்ளைச் சட்டை போட்டுக்கொள்கிறான் என்பதைத்தானே பார்க்கிறவர்கள் தெரிந்துகொள்ள முடியும்? ஆபீஸ் விட்டு வீட்டுக்குச் சென்றதும் அவன் வண்ணானாக மாறிவிடுவது அவனுக்கு மட்டும் தெரிந்த ரகசியம்.

வருடக் கடைசி. இன்னும் இரண்டு தினங்களுக்குள் கணக்குகள் முடிவடைய வேண்டும். ஏஜண்டுகூட ஆறு மணிக்குத்தான் பேங்கை விட்டுச் சென்றார். வீரகுமார் அவன் அறையிலிருந்தவாறே அதைக் கொண்டா இதைக் கொண்டா என்று சத்தம் போட்டுக்கொண்டிருந்தான்.

ராஜாமணிக்கு வேலை ஓடவில்லை. அவன் தலையைத் தூக்கிப் பார்த்தான். மணி ஆறரை. இரண்டு கைகளையும் உயரத் தூக்கி முதுகை வளைத்துச் சோம்பல் முறித்தான். கைக்குட்டையை எடுத்து முகத்தைத் துடைத்துக்கொண்டே நிலைப் படியில் சென்று நின்றவாறு தார் ரோட்டைப் பார்த்தான்.

அப்படி அவன் பார்த்துக்கொண்டிருக்கும்போது தூரத்தில் ஒரு பெண் வருவது தெரிந்தது. அவளைப் பார்த்துவிட்டுப் போவோம் என்ற எண்ணத்தில் அங்கேயே நின்றான்.

அந்தப் பெண்ணுக்குப் பதினைந்து அல்லது பதினாறு வயதிருக்கும். இரட்டைப் பின்னல் போட்டுக்கொண்டு மிலிட்டரி நடை போட்டு வந்தாள். அந்தப் பெண்ணின் தேகஅமைப்பு ராஜாமணியின் தேக அமைப்பு மாதிரிதான் இருந்தது. தன் சகோதரி என்று சொன்னால் யாருமே நம்பிவிடுவார்கள் என்று எண்ணிக்கொண்டான் ராஜாமணி. பக்கத்தில் வந்தபோதுதான் அவன் கவனித்தான். அந்தப் பெண்ணுக்கும் காது சற்று முன்புறம் வளைந்திருந்தது. அதை அவள் தலைமயிரால் மூடி மறைக்க முயன்றிருந்தாள். அவனுக்கு நேர் எதிராக வந்ததும் யதேச்சையாக அவன் நின்று கொண்டிருந்த திசையைப் பார்த்தாள் அவள். ராஜாமணி அவளைப் பார்த்துச் சிரித்தான். அந்தப் பெண்ணும் பதிலுக்குச் சிரித்துவிட்டுச் சென்றாள். அவள் சிரித்த வினாடியில் உள் நெஞ்சை ஏதோ சுட்டுக்கொண்டு இறங்குவது மாதிரி இருந்தது. அன்றுதான் அவன் ஒரு பெண்ணைப் பார்த்துச் சிரித்திருக்கிறான். இந்த தைரியம் அவனுக்கு எப்படி வந்தது என்பது அவனுக்கே தெரியவில்லை. அவளும் சிரித்தாளே!

"டேய் அப்பா, கொஞ்சம் டிரையல் பாலன்ஸைப் பார்த்துச் சொல்லு" என்றார் நரசிம்மாச்சாரி.

ராஜாமணி தனது ஆசனத்தைப் பார்த்து ஓடினான்.

"என்ன ஸார் சொன்னேள்?" என்று தயங்கியவாறு கேட்டுக் கொண்டே ஒரு நீண்ட பெருமூச்சு விட்டான் ராஜாமணி.

நரசிம்மாச்சாரி அவன் கேட்ட கேள்விக்குப் பதில் சொல்லாமல் நாகராஜனைப் பார்த்து, "ஏன் ஸார், இந்தப் பயல் அடிக்கடி பெருமூச்சு விட்டுக்கொண்டே இருக்கிறான்?" என்று கேட்டார்.

நாகராஜன் ராஜாமணியின் முகத்தைப் பார்த்துச் சிரித்தான். பியூன் அருணாசலமும் சிரித்தான்.

கல்யாணிதான் பதில் சொன்னாள் :

"ராஜாமணி தேடறான் ஸார். அவனுக்கு இன்னும் அகப்படவில்லை."

இப்படிச் சொல்லிவிட்டு, அவன் உஷ்ணமாக எடுத்துக் கொண்டு விடாமலிருக்க, அவனைப் பார்த்துச் சிரித்தாள்.

ராஜாமணி தலையைக் கவிழ்த்துக்கொண்டான்.

நவசக்தி வார இதழ், 1960

எங்கள் டீச்சர்

அந்தக் காலத்து மகாராஜாக்கள்தான் கல்வித் தேவதைக்கு எத்தனை பெரிய மனசுடன் ஆராதனை செலுத்தியிருக்கிறார்கள்! இல்லாவிட்டால் இந்த பிரம்மாண்டமான கட்டடம் இங்கு எழும்பி விடுமா? ஒரு ஹைஸ்கூல் என்று சொன்னதும் 'ஆ!' என்று வியந்து போகிறார்கள். கல்லூரிகள் கூட எங்கும் இப்படி இல்லையென்று அயலூர்வாசிகள் சொல்லக் கேட்டிருக்கிறேன்.

அப்பொழுது நான் இந்தப் பள்ளியில் எட்டாவது வகுப்பு படித்துக்கொண்டிருந்தேன் – இரண்டாவது வருஷமாக. நான் தோற்க ஆரம்பித்தது அந்த வருஷத்திலிருந்துதான் என்று ஞாபகம்.

அந்த நாட்களில்தான் எலிசபெத் தாமஸ் வந்து சேர்ந்தார். வட திருவிதாங்கூரைச் சேர்ந்தவர். வருகிறார் வருகிறார் என்று கிடந்தது. வந்துவிட்டார்.

பத்மாவதி டீச்சருக்கு ஒரு பெண் துணையில்லாமல், முப்பது நாற்பது ஆசிரியர்கள் மத்தியில் ஒற்றைக்கு ஒருத்தியாய் வேலை பார்ப்பது நரக வேதனையாகத்தான் இருந்திருக்கும். வகுப்பிலேயே குறைபட்டுக் கொள்வாராம். 'பி' பிரிவைச் சேர்ந்த மாணவர்கள் எங்களிடம் சொல்வார்கள். "எப்படியும் இந்த ஸ்கூலை விட்டுப் போய்விட்டால் போதுமென்றாகி விட்டது" என்பாராம். இன்ஸ்பெக்டர் வருகிறபோது டீச்சர் தம்முடைய குறையை முறையிடப் போவதாகவும் அவர்கள் பேசிக்கொண்டனர். "எனக்கு என்னவோ பத்மாவதி டீச்சர் ராஜினாமா செய்துவிட்டுப்

போய்விடுவார் என்றுதான் படுகிறது” என்று நிலைமையைப் பல கோணங்களில் ஆராய்ந்ததின் விளைவாக முடிவுக்கு வந்த பாவனையில் சொன்னான் சேஷன். அவன் பாவங்களில் பெரியவன். உயரத்திலும் பெரியவன் தானே? சண்டை மூண்டு விட்டால் பென்சிலைத் தரையில் தேய்த்துக் கூராக்கி எதிரியைக் குத்திக் கிழிக்க வருவதில் வல்லவன். அந்த நாட்களில் அவனுடைய பெயர் ஸ்கூல் வட்டாரங்களில் மிகவும் பிரபலமாக இருந்தது.

பத்மாவதி டீச்சரின் குறை நிவர்த்தியாகி விட்டது. இன்ஸ்பெக்டரின் விஜயம் வீண்போகவில்லை. எலிசபெத் தாமஸ் வந்து சேர்ந்தார்.

அசெம்பிளி ஹால் முன்னால் மாணவர்கள் கும்பலாகக் கூடி விட்டனர், புது டீச்சரைப் பார்க்க. பெண்களோ, ஹாலுக்குள் பக்கவாட்டிலிருந்து கம்பீரமாக மேலே செல்லும் ஏணியின் விசாலமான படியின் விளிம்பில் நடுப்பாகத்தை மட்டும் அழுத்திப் பிடித்துக்கொண்டு, ஒருவர் மேல் மற்றொருவர் துவண்டு விழுந்தும், அருகில் நிற்கும் பெண்ணை விஷமத்தன மாகக் கீழ்ப்படிக்குத் தள்ளியும், கிலுகிலுவென நகைத்தும் அமர்க்களப்படுத்தியவாறு நின்றுகொண்டே உள்ளே பிரவேசித்த வாத்தியாரம்மாவை வெகு நுணுக்கமாக ஆராய்ந்தார்கள்.

பத்மாவதி டீச்சர், எதிர்சாரி ஏணிப்படி வழியாக, படிகளில் கால் இடறாது சாக்லேட் கலர் பட்டுச் சேலையை இடது கை விரலால் நாசூக்காகத் தூக்கிப் பிடித்தபடி இறங்கி, மிடுக்குடன் நடந்துவந்து எலிசபெத்தின் கைகளை அன்புடனும் முகத்தில் செட்டான சிரிப்புடனும் பற்றி, ஒரு குழந்தையை அழைத்துச் செல்வது போல் வெயிட்டிங் ரூமுக்கு அழைத்துச் சென்றார். நிகழ்ந்தது இவ்வளவுதான். அந்த வேளையின் சாமர்த்தியம்தானோ என்னவோ! எல்லாம் கடவுளின் ஜோடனை போல் கண்கொள்ளாக் காட்சியாக அமைந்து விட்டது.

“யாரடீ அழகு?” என்று ஒரு குட்டி, தோழியின் தோளைச் சுரண்டிக் கேட்டது. ஹெட்மாஸ்டர் பின்னால் நிற்பதை அது கவனிக்கவில்லை. அவர் கையை உயர்த்தி “இங்கே என்ன கூட்டம்?” என்று கத்தியதும், முட்டு வரையிலும் பாவாடையைச் சுருக்கியவாறு தெறித்தன அத்தனையும். (அடி அசடுகளே, எத்தனை நாட்கள்தான் இப்படியே இருக்கப் போகிறீர்கள்!)

ஆனால் அவ்விருவரும் ஜோடியாய் வருகையில், அந்தக் குட்டி கேட்ட கேள்வி யாருடைய மனசில்தான் எழவில்லை? பதிலோ நாளுக்கு ஒன்றாக, வேளைக்கு ஒன்றாக, கோணத்துக்கு ஒன்றாக மாறி மாறித் தோன்றும். இருந்த அழகு அத்தனையும் பாரபட்ச மின்றி ஆளுக்குப் பாதியாகப் பங்கு வைக்கப்பட்டிருக்கையில்

அதற்கு மேல் மனிதனுடைய குதர்க்கத்துக்கு விடை ஏது? ஆனால் பத்மாவதி டீச்சரின் அலங்காரம் ரொம்பவும் பகட்டாகி விட்டது.

இருவருக்கும் ஏறத்தாழச் சம வயது. ஜோடியாக அவர்கள் வந்தால் சந்தோஷமும் துக்கமும் நெஞ்சை நிரப்பும். காலை இளம் வெயிலில் இருவரும் மெல்ல அசைந்தாடி வருவார்கள். பூவும் சிரிப்பும் மெல்லிய வார்த்தைகளுமாக இருக்கும். காம்பௌண்டைத் தாண்டி, கட்டடத்தை வந்தடைய வெகு நேரமாகும். இடைவெளித் தூரம் குறையக்குறைய, முடிந்த மட்டும் ஒன்றாகப் பொழுதைக் கழிக்க விழையும் மனசின் உள்ளுணர்வில் கால்கள் பின்னிட்டு நடை பம்மும். இரண்டு எட்டுக்கு ஒரு தடவை நிற்பதும், பேசுவதும், நகர்வதும், நகர்வதுபோல் பாவனை கொள்வதும், நின்ற இடத்திலேயே நிற்பதுமாக எத்தனை பொழுதைக் கழித்துவிட முடியும்? மாடி வராண்டாவின் தூவானக் கூரை ஜோடிக்கால்களை மறைக்கும் வரையிலும் அங்கேயே நிற்போம். அவர்கள் மறைந்த சில வினாடிகளுக்கெல்லாம் 'பரீட்சை ஹால்' ஏணியின் வாயிலில் ஜோடிப் பூவும் தலையும் முளைத்தெழும் காட்சியின் வினோதம் எங்களுக்கு ஒரு நாளும் அலுத்ததில்லை.

எங்கள் மனசும் எண்ணமும் அவர்களைச் சுற்றிப் படிய, எங்கள் மேல் அவர்கள் கொண்டிருந்த பாசமும், பாடம் கற்றுத் தருகையில் வெளிப்பட்ட அவர்கள் திறமையும் மட்டுமல்ல காரணங்கள். அவர்கள் ஒருவருக்கொருவர் கொண்டிருந்த நேசமும் தோழமை உணர்ச்சியும் எங்கள் மனசை வெகுவாகக் கவர்ந்தன. அவர்கள் மனசுக்குள் மலர்ந்திருந்த அந்தரங்கம் எங்கள் இதயங்களிலும் எதிரொலித்தது. அவ்வெண்ணமே சுகந்தமாக இருந்தது. அவர்கள் மனப் பிணைப்புக்குத் தெய்வ சௌந்தரியம் ஏற்ற நிஜமும் கற்பனையுமாக மாணவர் உள்ளம் புனைந்த கதைகள் அநேகம்.

நட்பின் சுருதி கலையாமல் அப்படியே அவர்கள் இருந்திருந்தால் எவ்வளவோ நன்றாக இருந்திருக்கும். எனினும், எதுவும் நாம் ஆசைப்படுகிறபடி நடந்துவிடக் கட்டாயம் இல்லை.

எலிசபெத் தாமஸுக்கும் பத்மாவதிக்கும் நடுவில் வெப்பக் காற்று வீச ஆரம்பித்து விட்டது.

எங்களுக்கும் 'பி' பிரிவு மாணவர்களின் தரத்துக்கும் ஏணி வைத்தாலும் எட்டாது. எல்லாப் பரீட்சைகளிலும் சிகர எண் குத்தகை அவர்களுக்குத்தான். இதற்கு 'பி' பிரிவு தலையாய மூளைகளின் சேமிப்புக் கிடங்கு என்பது அர்த்தமல்ல. அவர்களுடைய விடைத் தாள்கள் பத்மாவதி டீச்சரின்

திறமைக்கு அத்தாட்சி. மண்டை ஓட்டைக் கழற்றிப் பாடங்களை உள்ளே வைத்து மூடி விடுவதில் அவர் காட்டுகிற சாமர்த்தியம் அலாதியானது. அவருடைய திறமையை ஆசிரியர்கள் அனைவருமே – பொறாமை அவர்கள் மனத்தைக் களங்கப்படுத்தியிராத வரை – ஒப்புக்கொள்வார்கள். சென்ற வருஷம் 'சீதாலக்ஷ்மி அம்மாள் நினைவுப் பரிசு' வழங்குகையில், "ஸ்ரீமதி பத்மாவதி அம்மாள் மனசு வைத்தால் ஒரு பெருச்சாளிக்குக் கூட 'பித்தக்கோரஸ் தீர'த்தைக் கற்றுக்கொடுத்துவிடுவார்" என்று ஹெட்மாஸ்டர் சொன்னது முக்காலும் உண்மை.

அந்த ஆண்டும் கால் வருஷப் பரீட்சையில் பத்மாவதி டீச்சரின் மாணவனான பி. ராமன்தான் கணக்கில் முழுசாக நூறு மார்க்கையும் தட்டிக்கொண்டு சென்றான். எங்கள் வகுப்பில், படிப்பில் சூடிகை என்று கருதப்படும் கண்ணாடிக்காரி சரோஜினிக்கு எழுபதுக்கு மேல் எம்பவில்லை. மொத்த மாணவர் நாற்பத்தியேழு பேரில் நான் உள்பட முக்கால்வாசி பெயில். ஒற்றை இலக்கம் ஒரு டஜனுக்கு மேல். இரண்டு மூன்று பேர்களுக்கு சைபர்!

இந்த நிலைமையில்தான் நாங்கள் எலிசபெத் டீச்சரிடம் எங்களை ஒப்படைத்துக்கொண்டோம். வகுப்புக்கு வந்த முதல் நாளே, கால் வருஷப் பரீட்சையில் எங்களுக்குக் கிடைத்த மார்க்குகளை வரிசையாகக் கேட்டுக்கொண்டு வந்தார். அவமானமாகத்தான் இருந்தது. எவ்வளவு ஏமாற்றம் ஏற்பட்டிருக்கும்! இருந்தாலும் வெளியே காட்டிக் கொள்ளாமல் 'ஒரு சுலபமான கணக்கு' என்று சொல்லியவாறு கரும்பலகையில் எழுத ஆரம்பித்தார். அந்தச் சுலபமான கணக்கும் எங்களைப் பெரும்பாடு படுத்தி விட்டது. அநேகருக்கு வழிவழியாய் வந்தும் விடை வரவில்லை. தொடர்ந்து சோதித்ததில் ஏழாம் வகுப்புக் கணக்குகள் கூடப் பலருக்கு எட்டவில்லை என்பதும் வெளிச்சமாயிற்று. எலிசபெத் தாமஸ் சிரித்தவாறு, "கீழ்வகுப்பிலிருந்து கைகளைத் தரையில் ஊன்றி நகர்ந்து நகர்ந்து வந்திருக்கிறீர்கள் போலிருக்கிறது" என்றார்.

அசட்டுச் சிரிப்புச் சிரித்தோம்.

"போனது போகட்டும். மேல் வகுப்புக்கு உங்கள் அத்தனை பேரையும் சிப்பாய் மாதிரி அணிவகுத்துப் போகவைக்க என்னால் முடியும்" என்றார்.

கை தட்டாத குறைதான். மகிழ்ந்து போனோம்.

கணநேர மௌனத்துக்குப்பின், "உங்கள் ஒத்துழைப்பும் கொஞ்சம் தேவை" என்று சொல்லி முடித்தார். வெகு அழகாக இருந்தது.

தலைகள் பலமாக அசைந்தன.

முதல் நாளே அவர் எங்களை முந்தானையில் கட்டிக் கொண்டு விட்டார்.

அன்றிலிருந்து அவர் மேற்கொண்ட உழைப்பு கடினமானது. அடியைப் பிடித்துச் சொல்லித்தர ஆரம்பித்தார். எத்தனை தடவை வேண்டுமென்றாலும் ஒரே பாடத்தைத்தான், திரும்பத் திரும்பச் சொல்லித் தர அலுக்காத மனசு அவருக்கு. வாரம் தவறாமல் வகுப்புப் பரீட்சைகள் நடந்தன. ஒவ்வொரு நாளும் வீட்டுப் பாடம். இதற்குமுன் கடமையிலிருந்து தவறிவிட்ட ஆசிரியர்களுக்காகவும் எங்களுக்காகவும் அவரே தண்டனை அனுபவித்துக்கொண்டார் போலும். அவர் மேற்கொண்ட சிரமமும் சிரத்தையும் எங்களைக் கடைத்தேற வைப்பதில் அவர் காட்டிய கருமவைராக்கியமும் அவர் பேரில் மிகுந்த அனுதாபத்தை ஏற்படுத்தின. அவருடைய திட்டம் வெற்றி பெறுவதற்காகவே நாங்கள் மனசைக் கொடுத்துப் படிக்க ஆரம்பித்தோம் என்றும் சொல்லலாம். அத்துடன் அவர் பாடம் சொல்லித் தந்த முறையும் கவர்ச்சிகரமானது. எண்களை ஜீவகாருண்யத்துடன் பார்க்கத் தெரிந்துகொண்டோம்.

ஒரு நாள் டீச்சர் பேசிய பேச்சு எங்களைத் திகைப்பில் ஆழ்த்தி விட்டது. "இந்த வருஷம் 'சீதாலக்ஷ்மி அம்மாள் நினைவுப் பரிசு' நமக்குத்தான் கிடைக்கப்போகிறது" என்று ஒரே போடாய்ப் போட்டு விட்டார். என்ன இது! எங்களால் அதைப் பெற முடியுமா? இறுதிப் பரீட்சையில் கணக்கில் முழுசாக நூறு மார்க்கையும் வாங்கிவிடுவது இலேசான காரியமா?

நாங்கள் வாயைத் திறக்கவில்லை.

"என்ன ஒருவரும் பேசக் காணோம் . . . சரோஜினி . . . என்ன?" என்று தூண்டினார் டீச்சர்.

சரோஜினி குண்டலம் அசையத் தலையைக் கவிழ்த்துக் கொண்டாள்.

"பரிசு இந்த வருஷம் நமக்குத்தான் கிடைக்கப்போகிறது. சர்வ நிச்சயம்" என்றார் மீண்டும்.

நாங்கள் குளிர்ந்துபோனோம். ஏன், அவர் வாக்கு பலிக்கக் கூடாது என்பதுண்டா? உறுதியினாலும் உழைப்பாலும் எதைத்தான் சாதிக்க முடியாது?

நாள் ஆகஆகப் பரிசு அந்தத் தடவை எங்களுக்குத்தான் என்ற நம்பிக்கை எங்கள் மனத்திலும் பலத்துவிட்டது. 'பி' பிரிவு மாணவர்கள் எதிர்ப்பட்டால் தலை நிமிர்ந்து நடந்தோம்.

இது காரணமாக ஒரு தடவை சண்டைகூட மூண்டது.

ஒருநாள் காலையில் எங்கள் வகுப்புக்கு முன்னால் நான், ரவீந்திரன் தம்பி, தேவேச சர்மா, கோலப்பன், கிருஷ்ணசாமி, அப்புக் குட்டன், சாமு ஆகியோர் நின்றுகொண்டிருந்தபோது சேஷனும் அவனுடைய சகாக்களும், பி. ராமனும் அவனுடைய விசிறிகள் சிலரும் அங்கு வந்து சேர்ந்தனர்.

ஏதோ பேச்சுவாக்கில் கிருஷ்ணசாமி, “இந்த வருஷம் பரிசை நாங்கள் கொத்திக்கொண்டு போகப் போகிறோம்” என்று சொல்லி வைத்தான். அவ்வளவுதான், சேஷன் ஆயத்தமாகி விட்டான்.

“யார் சொன்னது?”

“டீச்சர்தான் சொன்னார்.”

“உங்கள் டீச்சருக்கு ஜோஸ்யம் தெரியுமோ?”

கோலப்பன் முன்னால் வந்தான்.

“ஜோஸ்யம் தெரியாது. நன்றாகப் பாடம் சொல்லித்தரத் தெரியும். மாணவர் திறனை மதிக்கத் தெரியும். போய்விட்டு வா” என்றான்.

கோலப்பன் ஆகஸ்டு தியாகி. பிரிட்டிஷ் சாம்ராஜ்யத்தை எதிர்த்துப் புரட்சி செய்ததையொட்டி ஒருநாள் இரவு சிறைவாசம் செய்தவன். அவன் வார்த்தைகளில் சொல்வதென்றால் ‘தமிழின் ஓர் எளிய காதல’னும்கூட. அவனுக்கு எதிராக வருகிறவனை மாணவர் சமூகம் பகிஷ்கரிக்கும் நிலை அந்நாளில் இருந்தது.

சண்டை முற்றி விட்டது.

“பி. ராமனைக் கணக்கில் முறியடிக்க இந்தியாவில் ஒரு பயலும் இல்லை” என்றான் சேஷன்.

“பி. ராமன் சாப்பிட்டான்” என்று கீச்சுக் குரலில் கத்திய சாமு, தொடர்ந்து “சாப்பாட்டு ராமன்” என்று திருத்தமும் செய்தான்.

“பல்லை உடைத்துவிடுவேன்” என்றான் சேஷன்.

“உடை, பார்ப்போம்” என்று சொல்லியவாறு அவன் அசௌகரியப்பட வேண்டாம் என்று எண்ணியது போல் சாமு தன் முகத்தை சேஷன் முகத்தருகேகொண்டு சென்றான்.

சேஷன் சாமுவின் பல்லை உடைக்கவில்லை. சும்மாவும் இருந்தானில்லை. சாமுவை பிடித்துத் தள்ளியவாறு “பத்மாவதி

டீச்சருக்கு ஜே!" என்று கத்தினான். அவனுடைய சகாக்களும் "ஜே!" என்று கத்தினார்கள். இதற்கு மேல் ஆகஸ்டு தியாகியால் சும்மா இருக்க முடியவில்லை. அந்த பள்ளிக்கூடமே அதிரும் குரலில் "எலிசபெத் டீச்சருக்கு" என்றான். நாங்கள் அடிவயிற்றிலிருந்து "ஜே!" என்று கத்தினோம்.

"மகாத்மா காந்திக்கு . . . !"

"ஜே!"

சேஷன் பென்சிலை உருவித் தரையில் தேய்க்க ஆரம்பித்து விட்டான். ரத்தம் சிந்தப்பட்டிருக்கும் என்றுதான் எண்ண வேண்டியதாக இருக்கிறது. நல்லவேளை, மணி அடித்து விட்டது. நாங்கள் வகுப்புக்குள் புகுந்தோம்.

இந்த விஷயம் எலிசபெத் டீச்சர் காதில் விழுந்ததும், "எதற்கு அவசியமில்லாத சண்டை?" என்று எங்களை கடிந்து கொண்டார். அதுமட்டுமல்ல. நாங்கள் பத்மாவதி டீச்சரை கேலி செய்தோமென்று அவரே புகார் செய்ததாகவும் டீச்சர் சொன்னார்.

கோலப்பன் எழுந்து நின்று, "நம்மால் பரிசு பெற முடியாது என்கிறார்கள். இழிவுபடுத்துகிறார்கள்" என்று உரக்கச் சொல்லிவிட்டு "ரத்தம் கொதிக்குது" என்று முணுமுணுத்தான்.

எலிசபெத் டீச்சரின் தன்னம்பிக்கையும் எங்களுடைய உழைப்பும் வீண்போகவில்லை. அரை வருஷப் பரீட்சையில் மார்க்குகளை அள்ளிக்கொண்டு வந்துவிட்டோம். சரோஜினிக்கு நூற்றுக்கு நூறு. கண்ணாடிக்காரி கொடியை நட்டுவிட்டாள். விடைத்தாள்களைத் திருத்திய பத்மாவதி அம்மாளே தன் கையால் போடும்படி ஆகி விட்டது.

கணக்கு மன்னன் பி. ராமனுக்கு அந்தப் பரீட்சையில் கிடைத்த மார்க் இப்போது என் நினைவில் இல்லை. ஆனால் நூற்றுக்கு நூறு பெறவில்லை என்பது நிச்சயம். ஏனெனில் பி. ராமனும் அவனுடைய விசிறிகளும் சேஷன் கூட்டாளிகளும் எங்கள் டீச்சர் ரொம்பவும் கடினமாகக் கேள்வித் தாளை அமைத்துவிட்டதாகக் குற்றம் சாட்டினார்கள்.

"மூளை வேணும்டா, மண்டுகளா!" என்றான் கோலப்பன்.

மீண்டும் சண்டைக்கும் சச்சரவுக்குமான சூழ்நிலைதான் நிலவி வந்தது.

"ஸ்கூல் விட்டு வெளியிலே வாங்க. அப்பொழுது தெரியும்" என்று கறுவினான் சேஷன்.

“ஹா, மூட்டை! ஹா, கொசு! ஐயோ பயமாயிருக்கே!” என்று கோலப்பன் ‘பி’ பிரிவு மாணவர்களின் வயிற்றெரிச்சலைக் கிளப்பி விட்டான்.

விடைத்தாள்களை விநியோகம் செய்த அன்று தலைமையாசிரியர் எங்கள் வகுப்புக்கு வந்து, எங்கள் முன்னிலையிலேயே டீச்சரை வெகுவாகப் பாராட்டினார். ஒரு ஆசிரியைக்கு இதை விடவும் மகிழ்ச்சி அளிக்கும் விஷயம் ஏது? பூரித்துப்போய்விட்டார். நாணத்தால் முகம் சிவந்து பார்வை காலடியில் லயித்து விட்டது. தலைமையாசிரியரை வழியனுப்ப எழுந்து நின்ற எங்களை மீண்டும் உட்காரச் சொல்லவும் பிரக்ஞையின்றி, விழிகள் எங்கள் திசை பார்த்திருக்கை யிலும் எதையும் உணராத ஒன்றாகி, காலமும் இடமும் மன வெளியிலிருந்து கழன்று போய்ச் சுயலயிப்பில் மிதந்தபடி நின்று கொண்டிருந்தார். பெருமிதம் கண்களிலும் முகத்திலும் பிரவாகம் எடுத்து ஓடியது.

விழிகளில் பார்வை திரும்பியதும் டீச்சர் சிரித்தார். போகப் போகக் குழந்தை மாதிரி வாய்விட்டே சிரிக்க ஆரம்பித்துவிட்டார். நாங்களும் சிரித்தோம். சிறந்த மாணவர்களுக்கு உதாரணமாக நாங்கள் திகழ்கிறோம் என்று தாராளமாகப் பாராட்டினார். சரோஜினியின் அருகே சென்று அவள் முதுகில் தட்டிக் கொடுத்தார். சரோஜினி எழுந்து நின்றாள். அப்பொழுது சரோஜினி முணுமுணுத்தது எங்கள் காதில் விழவில்லை. ஆனால் அவளுடைய உதடுகள் அசைய அசைய டீச்சரின் முகம் கோரமாக மாறியது. அவரால் நிற்கவும் முடியவில்லை. அப்படியே நாற்காலியில் உட்கார்ந்துகொண்டார். எங்கள் முன்னால் உடைபட்டுவிடக் கூடாது என்ற வீம்பில் துக்கத்தை விழுங்கிப் பார்த்தும் அது திமிறிக்கொண்டு வந்தது. கழுத்தும் முகமும் உப்பிச் சிவந்து விட்டன. டீச்சர், என்ன இது?

மணி அடித்தது.

டீச்சர் எழுந்து நின்றார்.

“சரோஜினி, டீச்சர் சொன்னதாகவா அந்தப் பெண் சொன்னாள்?”

டீச்சரின் முகத்தையே பார்த்துக்கொண்டிருந்தோம்.

“ஆமாம், டீச்சர்!”

டீச்சரின் கண்கள் நிறைந்துவிட்டன. அவர் கண்கள் எங்கள் முகங்களைச் சந்திக்காமல் எதிர்ச் சுவரில் படிந்தன.

ஈனசுவரத்தில், “கேள்விகளைச் சொல்லித் தந்தேனா?” என்று கேட்டார். அந்தக் குரலே மனத்தைத் தொட்டது.

அவர் கேட்ட கேள்வியின் பொருள் அப்பொழுது எங்களுக்கு மட்டுப்படவில்லை. ஒன்றும் பேசக்கூடாமல், பிண்டம் பிண்டமாய் விழித்தபடியிருந்தோம்.

"சொல்லித் தந்தேனா?" என்று கேட்டார் மீண்டும்.

அவர் எங்கள் பதிலை எதிர்பார்த்து நிற்கையில், அமைதியில் கரைந்த அந்த ஒரு நிமிஷமும் மனத்தைப் பிழிந்துவிட்டது. "உண்மை கடவுளுக்குத் தெரியும்" என்று முனகியவாறு அவர் வெளியேறிச் சென்று விட்டார்.

எங்கள் டீச்சர் மேல் மலை போல் ஒரு அபாண்டத்தைச் சுமத்த பத்மாவதி டீச்சருக்கு எப்படித்தான் மனசு வந்ததோ? கேள்விகளைப் பரீட்சைக்கு முன்னாலேயே எங்களிடம் சொல்லியிருக்கிறாராம். என்ன கொடுமையான வார்த்தை!

உண்மை எங்கள் மனச்சாட்சிக்குத் தெரியும். எங்களிடம் அவர் எதுவுமே சொல்லவில்லை. சொல்லப்போனால் எங்கள் டீச்சர்தான் கேள்விகளை அமைத்தார் என்பதுகூட அன்றுவரை எங்களுக்குத் தெரியாது. மறந்தும் இதுபற்றி அவர் பிரஸ்தாபித்தது இல்லை. மாதிரிக் கேள்விகளைப் போட்டுக் கோடி காட்டியதாகவும் நினைவு இல்லை. வெறும் அபாண்டம். முன்னால் சொல்லித்தந்து பின்னால் தட்டிக் கொடுத்துத் தன்னையே ஏமாற்றிக்கொள்ளும் அசடா எங்கள் டீச்சர்! மண்ணைப் பொன்னாக்கத் தெரிந்தவர் அவர். அவர் தண்ணீர் வார்த்தால் எருக்கில் ரோஜா மலராதா? ஆள் ஆளாய் வந்து எங்களைப் பார்த்து உதட்டைப் பிதுக்கிவிட்டுச் சென்ற ஆசிரிய சிகாமணிகள் எத்தனை பேர்? 'எடுத்த எடுப்பிலேயே உங்களால் எதைத்தான் சாதிக்க முடியாது?' என்று கேட்டு நம்பிக்கையின் ஒளியை எங்கள் இதயங்களில் பாய்ச்சியவரல்லவா அவர்! தலை நிமிரச் சொன்னார். நிமிர்ந்தோம். இது ஒரு தவறா?

நன்றாகச் செய்து விட்டோம் என்பதால் நம்ப முடியாமல் ஆகிவிடுமா? சாட்சாத் சரஸ்வதி, உங்கள் மாணவர்கள் அத்தனை பேரையும் மடியில்போட்டுக்கொண்டிருக்கிறாள் என்றே இருக்கட்டுமே. எங்களையும் அவள் ஓரக்கண்ணால் பார்க்கக் கூடாது என்பதுண்டா? சொன்னவர் திறமையும் கேட்டவர் உழைப்பும் காற்றிலா போய் விடும்? அசூயை . . . வெறும் அசூயை . . . இல்லை டீச்சர், நீங்கள் சொல்லித்தரவில்லை.

மறுநாள் எலிசபெத் டீச்சர் வரவில்லை. இனிமேல் அவர் வரமாட்டார் என்று ஹேஷ்யம்கூட குப்பென்று கிளம்பி விட்டது. அப்படியானால் எங்கள் கதி என்னாகும்? பழையபடி 'ரிங் மாஸ்டர்'களிடம் அகப்பட்டு அல்லல்பட வேண்டும் என்பதுதான் எங்கள் தலைவிதியா?

நல்லவேளை. மறுநாள் மணி அடித்துக்கொண்டிருக்கையில், அலை அலையாய் எழுந்த மணியின் நாதத்துக்கு ஆட்பட்டு வர வேண்டாம் என்றிருந்த மனவுறுதி தளர்ந்து ஓடிவந்தவர் போல், டீச்சர் உள்ளே நுழைந்தார்.

அன்றும் சரி, அதற்குப் பின் வந்த நாட்களிலும் சரி, அவரையும் பத்மாவதி டீச்சரையும் எந்த சந்தர்ப்பத்திலும் நாங்கள் ஒன்றாகப் பார்த்ததில்லை. அவர் வேறு இவர் வேறு என்றாகிவிட்டது. பள்ளிக் கூடத்திலும் நடமாட்டம் ஆளுக்கொரு இடமாய்ப் பதிந்துவிட்டது. ஜோடிக்கால்கள் மறைந்ததும், ஜோடித்தலைகள் முளைத்ததும், நின்று நின்று பேசியதும், சேர்ந்து சிரித்ததும் . . . எல்லாம் பழங்கதைகள் ஆகிவிட்டன.

அன்று வகுப்புக்குள் நுழைந்த டீச்சர் ஒரு துயர சம்பவம் நடந்த சுவட்டையே காட்டிக்கொள்ளவில்லை. எப்பொழுதும் போல் சிரத்தையோடும் உற்சாகத்தோடும் பாடங்கள் எடுத்தார். கொப்புளிக்கும் பேச்சாகவே இருந்தது.

இறுதிப் பரீட்சை நெருங்கிக்கொண்டிருக்கும்போது டீச்சர் மீண்டும் ஒருநாள் அந்தப் பழைய பேச்சையே தூக்கிப் போட்டார். ஒரு துயர சம்பவத்தையும் ரசாபாசமான தூஷணையையும் ஞாபகப்படுத்தக்கூடிய அப்பேச்சு, சிறிதும் தயக்கம் இன்றி அவர் வாயில் பிறக்குமென நான் எண்ணவே இல்லை.

சீதாலக்ஷ்மி அம்மாள் நினைவுப் பரிசு எங்கள் வகுப்புக்குக் கிடைக்க வேண்டுமாம்!

"நமக்குத்தான் கிடைக்கும். வேண்டுமென்றால் பாருங்களேன்." எங்களுக்கு எதிராகச் சவால் விடும் பாவனையில் சொன்னார்.

"இந்தத் தடவை பரிசு நமக்குத்தான் டீச்சர்" என்றான் கிருஷ்ண சாமி.

"உனக்கும் அப்படித்தான் தோன்றுகிறதா? பேஷ், பேஷ்!" என்று சொல்லி சந்தோஷப்பட்டார்.

என்ன வேடிக்கை! இந்த அசட்டுக் கிருஷ்ணசாமி சொல்வதைக்கூடத் தேவ வாக்கு மாதிரி எடுத்துக்கொண்டு சந்தோஷப்படுகிறாரே!

"ஆனால் ஒரு விஷயம்" என்று சொல்லிவிட்டு, தம் கை நகத்தைப் பார்த்தபடி ஒரு கணம் மௌனத்தில் ஆழ்ந்தார். "கேள்வித் தாள்கள் இந்தத் தடவை வெளியூரில் தயாராகின்றன. முன்புபோல் சொல்லித் தர முடியாது" என்று சொல்லிவிட்டுத் துயரம் தோய்ந்த சிரிப்புச் சிரித்தார்.

நெஞ்சில் தைத்த முள் அப்படியேதான் இருக்கிறது என்பதை அன்று அவ்வார்த்தைகள் எனக்கு உணர்த்தின . . . காலம் முள்ளைப் பிடுங்க விட்டுவிடாமல் கையால் பொத்திப் பேணுகிறார் போலும்.

இறுதிப் பரீட்சையில் நாங்கள் பரிசு பெற்று விட்டோமென்றால் அவருடைய திறமையும் எங்களுடைய தரமும் நிருபணமாகிவிடாதா? அவ்வாறு நிகழ்ந்து, பரிசைத் தலைமையாசிரியர் எங்கள் டீச்சரின் கரங்களில் அளிக்கும்போது எழும் கரகோஷம், அபாண்டத்தை உமிழ்ந்த ஆத்மாவை எத்தனை வலுவாய்த் தாக்கும்? அந்த கணத்திலேயே சத்தியம் வெளிப்பட்டு அவர்மீது படிந்திருக்கும் களங்கமும் ஓடிப்போய்விடாதா? இத்தனைக்கும் அவர் எங்களை அல்லவா அப்போது நம்பிக்கொண்டிருக்கிறார்?

பரீட்சையும் வந்துவிட்டது.

போர்முனைக்குச் செல்லும் யுத்த வீரர்களின் மனநிலையை டீச்சர் எப்படியோ எங்களுக்கு ஏற்படுத்தி விட்டார். எங்களுடைய வீரத்தையும் சாகசத்தையும் கடைசிக் கண்ணியாக நம்பி ஒரு தேசமே காத்துக்கொண்டிருப்பதுபோல் ஒரு பிரமை. பழைய பாடங்களைப் புரட்டிப் புரட்டிச் சொல்லித்தருவதும் தனித்தனியாக எங்கள் சந்தேகங்களைத் தீர்த்து வைப்பதும், சனிக்கிழமைகளைக்கூட விட்டுவைக்காமல் வகுப்புகள் நடத்துவதுமாகச் சதா சர்வ காலமும் இதே வேலையில் அமுழ்ந்திக் கிடந்தார் டீச்சர்.

எந்தக் கோணத்தில் அலசிப் பார்த்தாலும், அவருடைய ஆசை அவசியம் நிறைவேறியிருந்திருக்க வேண்டிய ஒன்று என்ற முடிவுக்குத்தான் வரமுடியும். அதிலிருந்து பிறக்கும் சந்தோஷத்தை அடைய அவர் முற்றிலும் தகுதியானவர். அவரைப் போன்ற ஒருவரின் ஸ்பரிசம் படுகிறபோதுதான் கிண்ணமோ தம்ளரோ பரிசாகிறது. அவர் கையில் அதை அளிப்பதற்கும், அந்தக் காட்சியை பார்ப்பதற்கும், அந்த நிமிஷத்தில் கரகோஷம் செய்வதற்கும் ஒருவருக்குச் சந்தர்ப்பம் கிடைப்பதுகூட ஒரு விதத்தில் அதிர்ஷ்டம் என்றுதான் சொல்ல வேண்டும்.

எங்களுக்கு அந்த அதிர்ஷ்டம் வாய்க்கவில்லை.

இறுதிப் பரீட்சை என்பதே எங்களைவிடவும் எலிசபெத் டீச்சரை சோதிக்க வந்த ஒன்றாகிவிட்டது. கனவு பொய்த்து விட்டது என்பது கூடப் பெரிசல்ல; அதைத் தாங்கிக்கொள்ளலாம். எல்லோர் முன்னிலையிலும் அவமானப்பட்டு, தலை கவிழ்ந்து நிற்கும்படி ஆகிவிட்டது. அந்தக் கணநேரப் பலவீனத்துக்கு

அவர் ஆட்பட்டுவிட்டதை விதி என்று சொல்லலாம்; பலவீனம் என்றும் சொல்லலாம். இங்கும், எங்கும் போல் வார்த்தைகள் அர்த்தமற்றவைகளாகவே ஒலிக்கின்றன. ஆனால் எலிசபெத் டீச்சர் போன்ற ஒருவரின் வாழ்வில் இதுபோன்றதொரு அற்ப நிகழ்ச்சி ஊடுருவி விடுவதில் அமைந்திருக்கும் சோகம், இருபது ஆண்டுகளுக்குப் பின்னால் இன்று எண்ணிப் பார்க்கையிலும் மனசைத் தொடுகிறது.

கடைசி நாள் கணக்குப் பரீட்சை நடந்துகொண்டிருக்கையில் அந்தச் சம்பவம் நடந்தது.

பரீட்சை சமயம் முடிய ஐந்து நிமிஷங்கள்தான் இருந்தன. அப்பொழுது விடைத் தாள்களைக் கொடுப்பதற்காக சரோஜினி எழுந்து நின்றாள். அவள் அருகே வந்த எலிசபெத் டீச்சர் "இன்னும் ஐந்து நிமிஷம் இருக்கிறதே, மீண்டும் பாரு" என்று மெல்லிய குரலில் சொன்னது இரண்டொரு மேஜைகள் தள்ளியிருந்த என் காதில் விழுந்தது. டீச்சர் குரலில் வித்தியாசம் தொனித்த உணர்வில் நான் அவர் முகத்தைக் கவனித்தேன். முகம் எதையோ இழந்து விட்டிருந்தது.

டீச்சர் சொன்னதற்காக மீண்டும் அமர்ந்து விடைத்தாள் களைப் புரட்டினாள் சரோஜினி.

கடைசி மணியும் அடித்தது.

எலிசபெத் டீச்சர் அவசரமாகச் சரோஜினி அருகில் வந்து, "கடைசிக் கணக்கு வரையும் பார்த்தாயா? என்ன அவசரம்?" என்று குளறியபடி, அருகே அமர்ந்திருந்த மாணவர்களிடம் விடைத்தாள்களை வாங்கிக்கொண்டே சென்றார்.

சரோஜினி சர்ரென்று கடைசிப் பக்கம் திருப்பி, கீழுதட்டைப் பல்லால் கடித்தபடி, ஏதோ திருத்தம் செய்வதை பார்த்தேன்.

"உங்கள் நடவடிக்கையை நான் ஆட்சேபிக்கிறேன்" என்ற குரல் ஹால் நெடுகிலும் எதிரொலித்தது.

பத்மாவதி டீச்சர் பத்ரகாளி மாதிரி நின்றுகொண்டிருந்தார். எலிசபெத் டீச்சர் அவர் நின்ற பக்கம் திரும்பிப் பார்க்கவில்லை. அவர் தம் முகத்தை யாரும் பார்க்க விடாமல் ஜன்னலைப் பார்த்தபடி நின்றுகொண்டிருந்தார்.

தடதடவென்று ஓசையெழப் பத்மாவதி டீச்சர் மேலே சென்றார். எலிசபெத் டீச்சர் முதல்நாள் வந்த அன்று அதே ஏணிப்படியில் பத்மாவதி டீச்சர் இறங்கி வந்த சித்திரம் என் மனசில் விரிந்தது.

விசாரணை ஆரம்பமாயிற்று.

ஆரம்பத்தில் ஹெட்மாஸ்டர் கேட்ட கேள்விகளுக்கு எலிசபெத் டீச்சர் பதில் ஏதும் சொல்லாமல் அப்படியே சிலையாய் நின்றுகொண்டிருந்தார். அவருடைய மனசு பாறையாய் உறைந்து விட்டாற் போல் இருந்தது.

"இதுதான் என்னுடைய கடைசிக் கேள்வி" என்று கூறிவிட்டு தலைமையாசிரியர், "கடைசிக் கணக்கு வரையிலும் பார் என்று சரோஜினியிடம் கூறியபோது அவள் தவறாக எழுதியிருந்த விடையைத் திருத்திவிட வேண்டும் என்ற எண்ணம் உங்கள் மனசில் இருந்ததா?" என்று கேட்டார்.

நீண்ட நேர மௌனத்துக்குப் பின் டீச்சர், "இருந்தது" என்று சொன்னார்.

ஹெட்மாஸ்டர் மாடிக்குச் சென்றுவிட்டார்.

நான் வராண்டாவுக்கு வருகையில், எங்கள் டீச்சர் கிழக்கோரச் சுவரண்டையில் ஒரு நிழல் மாதிரி நகர்ந்து கொண்டிருப்பதைப் பார்த்தேன்.

அதற்குப் பின் நான் அவரை சந்திக்கவில்லை. வேலையை ராஜினாமா செய்துவிட்டுக் கோட்டயத்துக்கே சென்று விட்டதாகப் பையன்கள் பேசிக்கொண்டனர்.

கல்கி தீபாவளி மலர், 1962

தயக்கம்

ஏணிப்படி கிறீச்சிட்டதும் குழந்தையின் பிஞ்சுக் கால்கள் இரண்டையும் தூக்கித் துணியை மடித்துச் சொருகிக்கொண்டிருந்த வேலு திரும்பிப் பார்த்தான்.

பனங்கையிலிருந்து கீழே தொங்கும் கயிறு பிரம்பு போல் விறைப்புற்றது.

"வேலு!"

"அண்ணேய்...ன்னா வந்துட்டேன்."

சிறு தலையணைகளைக் குழந்தையின் பக்கவாட்டில் அணைத்து வைத்துவிட்டு நாலு படிகள் இறங்கி வேலு, உமைதாணு பிள்ளை முன்னால் வந்து நின்றான். அப்போது இருவர் உயரமும் சமமாக இருந்தது.

"கோயில்லயே வெச்சுக்கிடலாமே, நல்ல நாளு பார்க்கட்டுமான்னு கேக்காரு அவரு."

வேலு பதில் சொல்லவில்லை. மூக்கால் முட்டைத் தொடப் போவதுபோல் முதுகை வளைத்துத் தலையைத் திருப்பிப் பார்த்தான். வாசல் திண்ணை ஜன்னல் வழியாகப் பாதி முதுகு தெரிந்தது. உடற்கட்டைப் பறைசாற்றும் முதுகு அது.

குழந்தை சிணுங்கும் ஓசை எழுந்தது.

"பாலு குடிச்சா?"

"இல்லே."

"என்ன சொல்ல?"

சுந்தர ராமசாமி

வேலு வாய் திறவாமல் நின்றான்.

“வேலு, வளைய வளைய யோசிக்குதுக்கு ஒண்ணுமில்லே. அலை ஓஞ்சு நீராடக் களியுமா? ஒவ்வொரு தூணாட்டு இடிஞ்சு வுளுது. நாம் என்ன செய்ய? அதுக்காகச் சுட்டி . . .”

உமைதாணு படியிறங்கி வாசல்திண்ணையை நோக்கிச் சென்றார். அவன் மேலே வந்தான். இதற்குள் அழுகை வலுத்துவிட்டது. வேலு குழந்தை எதிரே வந்து நின்றுகொண்டு, “லேய்! மாமன் கிட்டேப் போயி ரெண்டு வார்த்தை பேசுதுக்குள்ளே கத்துதியா நீ? படுக்காளி! ஒனக்கு அவ்வளவு குறும்பா? உங்கம்மை இப்படி கண்ணுக்குள்ளே வெச்சுப் பாப்பாளாலே உன்னே?” என்று இரைந்தான். குழந்தை வீரிட்டுக் கத்த ஆரம்பித்தது.

“லேய், லேய்! தமாஷுக்கு லேய்! காரியமாட்டு எடுத்துக்கிட்டியா? அட பயித்தாரப் பயலே!” குழந்தையை இரு கைகளிலும் ஏந்தியெடுத்து உடம்பைப் பக்கவாட்டில் ஆட்டி அசைத்தபோது, “என்ன ரோஸம் பயலுக்கு!” என்று அவன் வாய் முணுமுணுத்தது.

“அப்பம் நான் வறேன்” என்று அடித்தொண்டைக் கரகரப்பில் ஒரு குரல் கேட்டது. வேலு ஜன்னலோரம் சென்று கீழே பார்த்தான்.

வேலாயுதப்பெருமாள் பிள்ளை சந்து வழியாக விறுவிறு வென்று நடந்து தெருவில் இறங்குகிறார். நடையில் உற்சாகத்தின் மிதப்பு. சலவை செய்த ஒற்றை வேட்டியோடும், தோளில் சுத்தமான துவர்த்து முண்டோடும் வேலுவுக்குக் காட்சி கிடைத்தது இன்றுதான். பேஷய்யா பேஷ்! அவர் என்ன செய்வார்? அவருடைய வேலைக்கு அழுக்குக் கோலம் தானே சாத்தியம்? அழுக்காய் இருந்தால்தான் என்ன? குளித்தால் ஆயிற்று. அல்வா கிளறிக் கிளறி புஜங்கள் பருத்து முதுகு அபாரமாய் விரிந்து விட்டதே. தொந்தி சரியாது உடம்புக்கும் அங்கங்களுக்கும் சௌகரியமான இணக்கத்தோடு ஒரு ஆத்மாவை ஓட்டல் பின் கட்டில் காண முடிவது அபூர்வம் தானே? பெண்ணழகை அண்ணன் கவிதையில் பன்னிப்பன்னி வருணிக்கிற போதெல்லாம் சலிக்காமல் குறிப்பிட்டுவரும் இடையின் உரல் ஒடுக்கம், அந்த வட்டாரத்திலேயே எந்த பெண்ணுக்கும் இல்லாமல் வேலாயுதப்பெருமாள் பிள்ளை ஒருவருக்குத்தான் கிடைத்திருக்கிறது. சொர்ணத்துக்குக்கூட கிடைக்கவில்லை. இருந்தாலும் பீப்பாய் இல்லை, சொர்ணம். அப்பாவுடைய ஆகிருதி பெண்மைக்குத் தோதாய் மகளுக்கும் கிடைத்து விட்டது. முதுகு விரிசலும், வாழைக் கன்றுபோல் புறங்கழுத்தும், தோளின் திட்பமும், கொஞ்சம் நறுவிசாய்ப்

பெண்மையின் காந்தியோடு அச்சு அசல் அப்பாவுடையதுதான். வடிவழகு மனசில் படரும் மாத்திரத்தில் ரத்தம் உஷ்ணமேற்றிக் கொண்டுவிடுகிறது. என்ன துல்லியம்! இடுப்புக்கு மட்டும் தாயைக் கொண்டுவிட்டதோ? யாருக்குத் தெரியும்?

வேலாயுதப்பெருமாள் பிள்ளையிடம்தான் கேட்க வேண்டும். இந்த அண்ணனும் விட்டானில்லை. சரம காவியத்தில் மதனிக்கும், "கைப்பிடி ஒன்றுக்குக் காணாச் சிற்றிடை" என்று ஒரு போடு போட்டுவிட்டானே. பேஷய்யா பேஷ்! பொய் என்று சொல்லிவிடலாமா? கற்பனை. கவிஞனின் கற்பனை. மற்றபடி மதனிக்கு என்ன, அழகிதானே! அபார அழகி. எல்லா மதனிகளைவிடவும் – கோசலை அக்காள், பாப்பா எல்லோரைவிடவும். கல்யாணம் கழிந்த புதிசில் அண்ணன் காற்றோடு மிதக்க அல்லவா ஆரம்பித்துவிட்டான். பாவம் அண்ணன். துக்கமும் சரி, சந்தோஷமும் சரி, நெஞ்சோடு நிற்காது அவனுக்கு. சேரச் சேர எதிர்பட்டவர்கள் முன்னெல்லாம் வாரி இறைத்து நெஞ்சைக் காலிசெய்துகொண்டிருந்தால்தான் நிம்மதி. அண்ணன் துள்ளின துள்ளலைப் பார்த்துவிட்டுப் பொன்னையா அண்ணனும் சுப்பையா அண்ணனும் மறைமுக மாக எவ்வளவு கேலி செய்திருக்கிறார்கள்! அப்போதுகூட அண்ணனுக்கு விளங்கவில்லை. மதனிக்குத்தான் விளங்கிற்று. அப்படி அமையும் என்று அண்ணன் என்ன, யாருமே எதிர்பார்க்கவில்லை. மரச்சீனி நட மண் எடுத்தவனுக்கு புதையல் கிடைத்த மாதிரி ஆகிவிட்டது. ஏற்கனவே ரொம்பவும் கற்பனை செய்துகொண்டிருந்திருப்பான் போலிருக்கிறது. கேட்பானேன்? காவிய நாயகிகள் அத்தனை பேரோடும் ரொம்பவும் கிட்டிய உறவுதானே! கவியில் பெண்மையை வடிக்கத் திண்ணையில் அமர்ந்து தலையைப் பிய்த்துக்கொண்டிருந்தவன் முன்னால் பெண்மையே கவிதையாகப் படியேறி வந்தால் திம்திம்மென்று குதிக்கத்தானே செய்வான்! பின்னால் அம்மை சொன்னாள். பாவி, குதிச்சுக் குதிச்சு இப்பம் கொட்டிப்புட்டியே! வார முடியுமா, அள்ள முடியுமா?

யோசனையில் ஆட்டம் நின்றுவிட்டதைக் குழந்தை லேசாகச் சிணுங்கி ஞாபகப்படுத்தியது. கைகளை மேலும் கீழும் அசைத்தவாறு இடதுபக்க ஜன்னலைவிட்டு வலதுபக்க ஜன்னல் முன் சென்று வெளியே பார்த்தான் வேலு.

சிறு முற்றம். எதிரே, தெருவைப் பார்க்க இருந்த வீட்டின் பின் வாசல்படிகள். வலது காலை ஒரு தடவை மண்ணில் ஊன்றி மறுபக்கம் தாவிவிடலாம். குஞ்சு அணில்கூட இந்தக் கூரையிலிருந்து நூல் கண்டுபோல் சுருண்டு உயர்ந்து அப்பால் குதித்துவிடுகிறது. இறப்புக் கைக்கு இறப்புக் கை இழுத்துக் கட்டப்பட்ட கொடிகள்.

ஒரு அடி ஒன்றரை அடி அகலத்தில் வரிசையாக ஏழெட்டு. சொல்லச் சொல்லப் பல நாட்கள் யாரும் காது கொடுத்துக் கேட்காமல் ஈரத் துணியெல்லாம் ஏணிமேல் உலர்த்தி, கொல்லை மண் சுவரில் அழுக்குப் படியப்போட்டு, தாழ்வாரத்தில் குறுக்கும் மறுக்குமாக – பச்சையும் கறுப்பும் கலந்து ஒளி தண்ணென்று கண்ணுக்குக் குளிர்ச்சியாகவும் மனசுக்கு இதமாக வும் இருந்தாலும் – நடமாட்டத்துக்கு அசௌகரியமாய்க் கட்டி, முருங்கை மரத்தில் சுற்றியதில் கம்பளி பூச்சி ஊர்ந்துவிட்டதோ என்னமோ. மதனி இரண்டு கைகளையும் முழங்கால்களையும் மாறிமாறிச் சொறிந்துகொண்டு ஒரு நாள், ‘கேட்பார் இல்லையா, நாதி இல்லையா?’ என்று கத்தியபோது, அவள் முகத்தை ஏறிட்டுக்கூடப் பார்க்காமல் குத்திட்டு உட்கார்ந்துகொண்டிருந்த பொன்னையா அண்ணன் இரவு வந்தபோது, நல்ல வேளை கம்பிச் சுருளோடு வந்தான்.

மறுநாள் காலை – வெள்ளிக்கிழமை, கடையில்லை அவனுக்கு – இழுத்துக்கட்ட ஆரம்பித்துவிட்டான். மதனி கிளிப்பச்சைச் சேலையும் கறுப்புப் பட்டு ஜம்பருமாக இரண்டு கைகளையும் இடுப்பில் ஜம்மென்று வைத்தபடி நின்று – நின்ற நிலையும், எண்ணெய்க் குளியல் காய்ந்த முடியும், முந்தானை நுனியும் காற்றில் பறந்த தினுசும் கண்முன் நிற்கிறது – மேற்பார்வையிட ஆரம்பிக்கிறாள். “இளுத்துக் கட்டுடேய், பொன்னையா. வேலு, நின்றுகிட்டு உறங்காதே. கம்பியெ எதமா விட்டுக்கொடு.” எதிர்வீட்டுப் பின்திண்ணையில் அமர்ந்து புரூஃப் பார்த்துக்கொண்டிருந்த அண்ணன் “கொடியைப் பார்க்கின்றாள் கொடி” என்கிறான். மதனி முகத்தில் ஏவி வேலை வாங்குவதன் மிகையான கற்பனையின் பெருமிதம். வேலை முடிந்ததும், “பொன்னையா, சொவத்திலே எளுதிப்போடு மயினி சொன்னான்னு. அடுத்த வருஷம் உனக்கு ஆம்புளெப் புள்ளே, போ” என்கிறாள். பொன்னையா அண்ணன் காலைத் தட்டியவாறு எவ்வித பாவமுமின்றி உள்ளே நுழைந்து நிலைப்படிமேல் மட்டையைத் துழாவுகிறான். கூடியமட்டும் செவிடாக இருந்து விடுவது அவன் கொள்கை. சிரிப்பதும் பலவீனம். ஏழெட்டுக் குழந்தைகளை முகம் பாராமல் வரிசையாகத் தாண்டிச் சென்று விடக்கூடியவன் அவன். மதனி வாக்குப் பலிக்கவில்லை. “இந்த வீட்டில் இருக்கிற வரைக்கும் பிஞ்சுக் காலெக் கண்டுக்கிட முடியாது” என்று முத்தாய்ப்பாகக் கத்திவிட்டுத் தான் இறங்கிச் சென்றாள் பொன்னையா மதனி. பொன்னையா அண்ணன் தையல் பிரிக்காத உதடுகளோடு கை வண்டி பின்னலே சென்றான். வருஷந்தோறும் ஆசுபத்திரிக்குப் போவதிலும் குறைவில்லை; யாராவது வந்து ‘காய் விளுந்து’ என்று சொல்லிவிட்டுப் போவதிலும் குறைவில்லை.

செட்டிக்குளத்தில் தண்ணீர் இருந்தால் ஆறு மணிக்கெல்லாம் இடைவெளியில்கூடக் கம்பி தெரியாமல் கொடி நிறைந்துவிடும். மதனியின் சேலையும் ஜம்பரும் முதலில் வந்து விழுந்து காலை வெயிலுக்குத் தோதான இடத்தைப் பிடித்துக்கொண்டு விடும். துணியின் ஆயுளை நீடிக்க வைப்பதில்தான் எத்தனை அக்கறை கொண்டிருந்தாள்! மடிப்பதிலும், கொசுவி விசுறுவதிலும், உதறுவதிலும், ஈரத்தோடு தடவி நலுங்கல் எடுப்பதிலும் எத்தனை பதபாகம்! அரைக் குழந்தையை ஆளுவது போலவே இருக்கும். பின்னால் அம்மையின் கண்டாங்கி, கடும் பச்சையாக, மறுநாள் கடும் நீலமாக, எல்லாம் 'கடும் கடும்' தான். அடுத்தாற் போல் பொன்னையா மதனியின் உடுமாற்றுச் சேலை; சுப்பையா மதனியின் சேலை, ஜம்பர்கள்; கோசலையின் வாயில் ஸாரி, வாயில் ஜம்பர்; பாப்பாவின் தாவணி, டேப் பாடீஸ், ஸாட்டின் பாவாடை; வள்ளியின் குஞ்சுப் பாவாடை, குஞ்சு ஜம்பர்; சுபாஷின் குட்டி நிக்கர், குட்டிச் சட்டை . . .

இப்பொழுது கொடி காலியாகிவிட்டது. ஒரு ஓரத்தில் எதிர்வீட்டு ஆத்தாள், பாழை அடைக்கும் விருதா முயற்சியில் அழுக்கு நிறச் சேலையை விட்டெறிந்திருக்கிறாள். ஆங்காங்கே மண் புழுவை உள்ளே வைத்துவிட்ட மாதிரி கிழிசல்களின் தையல்கள். வண்ண வண்ணமாய்க் காற்றில் ஆடியாடி அலை பாய்ந்து, பாய் மரமாய் உப்பி விரிந்த அழகு அழிந்துபோய் வெறுமையின் பாழ் பரவி விட்டதை ஆத்தாளின் வைதவ்யப்படுதா நன்றாகத் துலக்கிக் காட்டுகிறது. பேஷ்!

குழந்தை தூங்கிவிட்டது. தூளியை முழங்கையால் விரித்து சின்னத் தலையணையைக் கால் கட்டைவிரலில் இடுக்கி தூளிக்குள் தூக்கிப் போட்டு, அசைத்துச் சரிப்படுத்தி, குழந்தையைப் பதமாக உள்ளே கிடத்தினான். வேலுவின் இடது கை குழந்தையின் முதுகிலிருந்து நழுவி வெளிவந்த வினாடியில் குழந்தை வாழைமட்டைக் கைகளைக் குப்பென்று மேலே தூக்கி முதுகை நெளித்து முகத்தைச் சுளித்துச் சிணுங்கியது. "தூங்கப்போவ் தூங்கு. என் ராசால்ல தூங்கு" என்று முனகியவாறே தூளியை லேசாக ஆட்டினான்.

ஏணிப்படி கிறீச்சிட்டது. உமைதாணு மேல்படியில் வந்து நின்றார்.

"உறங்கிட்டா?"

"ம்."

"வாற இருந்தவன் மறந்து அந்தால குளிக்குதுக்குப் போயுட்டேன்" என்று சொல்லியவாறு தூளிக்கு முன்னால் வந்து

குழந்தையைப் பார்த்தார். அவர் முகம் மலர்ந்தது. அப்படியே ஆழ்ந்து நின்றார் ஒரு நிமிஷம்.

"பாப்பாவுக்குச் சாடைதானோவ்?"

"மாப்ளைக்குச் சாடையாட்டுப் பொறந்திருந்தா சில்லற அவலச்சணமா வளியும்?"

உமைதாணு சிரித்தார். "மாப்ளே வாறானாம், கடுதாசி வந்துது இப்பம்" என்று மடியில் நாலாக மடித்துச் செருகியிருந்த கார்டை வேலு முன்னால் நீட்டினார்.

வேலு கை நீட்டி வாங்கிக்கொண்டவன், படித்துப் பார்க்க அக்கறை காட்டாமல், "இப்பம் எதுக்கு வாறாராம்?" என்று கேட்டான்.

உமைதாணு பதில் சொல்லவில்லை.

"அப்டீன்னு சொன்னா அண்ணைக்கே எங்கூட வாறதுக்கு என்ன?"

உமைதாணு மௌனமாக நின்றார்.

"பத்துநாப் புள்ளெயெத் தூக்கிக்கிட்டு ஒத்தேல வந்தேம்லா..."

"யாருட்டெக் கேக்குதுக்கு டேய்?" – குரலும் விரிந்த கைகளும் அலுப்பைத் தாராளமாகக் காட்டின.

"மதுரேலே ராவு பத்து மணிக்கு ஏறினவன் கோவில்பட்டி வாறது வரையிலும் ரெண்டு கையிலே ஏந்திக்கிட்டு நின்னுக்கிட்டே வந்திருக்கேன், அண்ணேய். நெனச்சுப் பாரு. பாவம் பாத்து ஒரு பொம்புளெ சித்த நாளி வெச்சுக்கிட்டிருந்தா. ஒரு சங்கு வென்னியும் குடுத்தா. 'மனுசா, கூட வாரும்'னு கெஞ்சாத வண்ணம் கெஞ்சினேம்லா. இப்பம் என்ன . . ."

"அப்பன் கொளந்தயெப் பார்க்கக் கூடாதுன்னு நாம சொல்லக் களியுமா? கேக்குதுக்கு நல்லாருக்குமா டேய்?"

"இப்பம் கேக்குதுக்கு நல்லாருக்கோவ்? என்ன அண்ணேய் நீ அவருக்கு வக்காலத்..."

"வக்காலத் இல்லேடேய், வக்காலத் இல்லே. எனக்கு ஒண்ணும் சொல்லத் தெரியலே . . ."

"இப்பம் ஏன் வாறான்னு கேக்கேன். அதுக்கு நீ பதில் சொல்லு."

உமைதாணு யோசிக்கும் பாவனை காட்டிவிட்டுத் தணிந்த குரலில் தயக்கத்துடன், "கொளந்தயெத் தேடுதோவ்?" என்றார்.

இல்லாத ஒன்று

“தேடும். நல்லாத் தேடும். அன்பு வளியற மனுஷன் பாரு. அண்ணைக்குத் தங்கச்சி ‘நா வரளுது, நா வரளுது’ன்னு ராமுச்சூடும் கத்தினா பாத்துக்க. தண்ணின்னு சொன்னா கொடம் கொடமாட்டுக் குடிச்சாச்சு, காலு ரெண்டும் ஐஸ் கட்டியா சில்லிட்டுப்போச்சு. மனுசா, சரேர்னு போயி ஒரு டாக்கிட்டரேக் கூட்டிக்கிட்டு வாய்யான்னு சொன்னா, எனக்கு யாரையும் தெரியாதேன்னு கம்பு கணக்கா நிக்கான். எனக்குப் புதுசா? அங்கென இங்கென அலைஞ்சு வீடு வீடாத் தட்டிக் கண்டுபிடிச்சுக் கூட்டிக்கிட்டு வாறதுக்குள்ளே . . .”

வெட்டுப்பட்ட மரம்போல் குபுக்கென்று உமைதாணுவின் கண்கள் பொங்கின. சில நிமிஷங்கள் மௌனமாக நின்றார். அப்புறம் தனக்குத்தானே கூறிக்கொள்வதுபோல், “விதி டேய்” என்றார்.

வேலு ஜன்னல் கம்பிகளைப் பிடித்தவாறு வெளியே பார்த்துக்கொண்டிருந்தான். உமைதாணு கொடியிலிருந்து காவிக் கதர் ஜிப்பாவை, அதன் இரு கைகளையும் பிடித்து பட் பட் என்று உதறி அணிந்துகொண்டு, ஜேபியிலிருந்து சிறு சீப்பை எடுத்து தலையை வெகு வேகமாகப் பின்பக்கம் வாரிவிட்டுக்கொண்டார். சில கணங்கள் வேலுவின் முதுகைப் பார்த்தபடி நின்றார். அப்புறம் டிபன் காரியரை எடுத்துக்கொண்டு படியிறங்கிச் சென்றார்.

வேலு பின்னால் திரும்பிப் பார்த்தான். அறை ஒரே சூன்யமாய் இருந்தது. தூளிக்குள் கண்ணோட்டமிட்டுவிட்டுப் பார்வையை மீண்டும் வெளியே திருப்பினான். பவ்வியத்தின் கூனலோடு அண்ணன் தெருவோரம் வேகமாக நடந்துசெல்வது தெரிந்தது. எப்போதும்போல் பாதங்களுக்கு மூன்றடி முன்னால் பார்வை பதித்துச் செல்கிறான் அவன். வேலுவின் கண்கள் கலங்கின.

அபாயச் சங்கு ஊதிவிட்டது போலிருந்தது தெரு. வெயிலின் உக்ரம் அப்படி. குழாயடி காய்ந்து கிடந்தது. பள்ளிக்கூட மணியடிக்க நேரம் கிட்டிவிட்டது போலவே இருந்தது. அந்த ஓசைக்குப் பயந்து ஓடிக்கொண்டிருந்தாள் ஒரு கூடைக்காரி ஆத்தாள். ஒரு குட்டி முள் குத்திய காலோடு அவள் பின்னால் ஓடிக்கொண்டிருந்தது. தோளிலும் முழங்கையிலும் செம்மண் பொடியோடும் இருள் புகுந்த முகத்தோடும் வேலையாட்கள் போய்க்கொண்டிருந்தனர். வெறுப்பு ஏற்படும்படியும் ஈவிரக்கமின்றியும் காய்ந்துகொண்டிருந்தது வெயில்.

முற்றம் வெறிச்சென்றிருந்தது. துளசி கருகிச் சரிந்து கிடந்தது. எப்போதோ மாடத்துக்குள் விழுந்து விட்ட காலி பவுடர் டப்பா துருப்பிடித்துக் கண்விழுந்து பொக்காகிக்கொண்டிருந்தது.

முற்றத்தில் கோலமில்லை. முன்னால் என்றால் உள்ளே வருகிற பெண்கள் அப்படியே நின்று, 'என்ன?' என்று கேட்பார்கள். இப்போது யார் கேட்கப்போகிறார்கள்? கேட்க யார்தான் வரப்போகிறார்கள்? எப்பொழுதாவது ஒரு தடவை எதிர்வீட்டு ஆத்தாள், "ஏட்டி வள்ளி, உனக்கு ஒம்போது வயசு ஆகுதில்லா? காணாதா, பொடியெடுத்து ரெண்டு இளுப்பு இளுக்குதுக்கு?" என்கிறாள். குழந்தைக்கு அதில் சிரத்தையில்லை. பாவாடையைத் தானே தோய்த்துக் கொள்ளவும், தலை பின்னிக்கொள்ளக் கையில் நாடாவுடன் வீடு வீடாக ஏறியிறங்கவும்தான் பொழுது சரியாக இருக்கிறதே! இப்போது கொஞ்ச நாட்களாகச் சொர்ணம் அந்தப் பொறுப்பை ஏற்றுக்கொண்டிருக்கிறாள். "வள்ளி, இன்னும் கொஞ்சம் நாளு அங்கே போயி பின்னிக்கிட்டு வா, அப்புறம் இங்கேயே பின்னிக்கிடலாம்" என்கிறான் அண்ணன்.

"ஏன் அப்பா?"

"சொர்ணம் இங்கே வந்துடுவால்லா?"

"சொர்ணமக்காளா?"

"அக்காளில்லே, சித்தி"

"எனக்கு?" என்று கேட்கிறான் சுபாஷ்.

"உனக்கும் சித்திதான்."

"எப்படி அப்பா?" என்று சுபாஷும் சேர்ந்து கொள்கிறான்.

அண்ணனுக்குச் சந்தோஷம் தாங்கவில்லை. கடகடவென்று வில்லன் சிரிப்புச் சிரிக்கிறான்.

மறுநாளும் குழந்தைகளிடம் இதே புதிர் போடுகிறான். கடகடவென்று சிரிக்கிறான்.

கோலப்பொடி, தகர டப்பாவில் சொர்ணத்தின் விரல்களை எதிர்பார்த்துக்கொண்டிருக்கிறது. சில்லிட்டுப் போய்விட்ட அடுப்பும் கதகதப்புக்குச் சொர்ணத்தை எதிர்பார்த்துக் கொண்டிருக்கிறது.

"சொர்ணம் சின்ன லெச்சுமியாட்டு வரப்போறா" என்கிறான் அண்ணன். "விடிஞ்சுட்டு டேய்!" என்கிறான். யாரோ சந்தேகம் கொண்டதுபோல், "நீ வேணாப் பாரேன். இனி நமக்கு வருதுக்கு ஒண்ணுமில்லேடேய்" என்கிறான்.

அண்ணன் மனசு சந்தோஷம் கொள்ள ஆரம்பித்துவிட்டது. கடைசித் தண்டனையும் அனுபவித்து முடிந்தாகிவிட்டது. அண்ணனுடைய 'கப்பல்' என்ற பாட்டு மாதிரிதான். வழி தப்பி எங்கோ சென்றுவிட்டது கப்பல். கையிலிருந்த உணவும்

கரைந்துவிட்டது. எண்ணெயும் ஆகிக்கொண்டிருந்தது. பலர் நோய்வாய்ப்பட்டுவிட்டார்கள். பசியால் இறந்து போகிறவர் களைக் கடலில் தூக்கிப்போட்டு விட்டு மேலே செல்கிறார்கள். ஒருநாள் விடிவெள்ளியில் விழித்த குழந்தை, சாளரம் வழி பார்த்துவிட்டு, "அம்மா வெளிச்சம்" என்கிறது. எல்லோரும் எழுந்து பார்க்கிறார்கள். கரும்பாறையில் வைர மணிகள் சிந்தியதுபோல் ஒளிவிளக்குகள் தெரிகின்றன. எல்லோரும் எழுந்திருந்து கூத்தாட ஆரம்பித்து விடுகிறார்கள்.

சொர்ணமும், மதனியைப்போல் வெளிச்சத்தோடு வரப்போகிறாள் என்கிறான் அண்ணன். மதனி ஆனந்தத்தை வாரி இறைத்துக்கொண்டிருந்தாள். மதனி எனும் தைரியம் – அப்போது யாரும் வாய்விட்டுச் சொல்லிக் கொள்ளாவிட்டாலும் – எதற்கும் தாங்கலாக நின்றிருக்கிறது. அவள் மறைவில் எல்லோரிடமும் கவிந்த பலஹீனத்தில்தான் ஒவ்வொருவருமே மதனியை உணர்ந்துகொண்டார்கள். அவள் இருக்கையில் எல்லோருக்கும் ஒவ்வொன்றிலுமே துணைப் பொறுப்புத்தான் இருந்தது என்பதே பின்னால்தான் தெரிந்துகொள்ள முடிந்தது. இப்போது மதனியின் நினைப்பு கண்களுக்குப் புலப்படாத தென்றலின் சுகம் போலிருக்கிறது. நிஜம் என்று நம்ப முடிய வில்லை. சொல்லப் போனால் இப்போது நினைவில் அரும்புவதே மதனி அல்ல; மதனியின் நிழல். அண்ணன் வடித்தெடுத்த நிழல். வேஷம் போட்டுக்கொண்டு நிற்கும் சரம காவியத்தின் கதாநாயகி. சொன்னால் தாங்கமாட்டான் அண்ணன். மனசு நொடிந்து போய்விடுவான். "அண்ணேய், உன்னைவிடக் கொஞ்சம் பெரியவன் – ஒரு சின்ன மேதை – தெரிஞ்சா? ஆளவேண்டிய விஷயம் பாத்துக்க. 'ஒருத்தி போனா, இந்தா ஆயிரம் மதனி'ன்னு சொல்லி, கூலிக்காரன் தலையிலேருந்து பொஸ்தகக் கட்டெத் தூக்கி, கூடம் பூரா மதனி படமாப் பரப்பிப் போட்டே. மறுபிறப்புக் கொடுத்துப்போட்டோம்னு தானே இந்தப் பேச்சுப் பேசினே? ஆனா உன் கையிலே மதனி திரும்பவும் பொறக்கணும்னா, கடவுள் இன்னும் உன்னை இறுக்க அணைச்சு உச்சி மோந்திருக்க வேண்டாம்? உன் பேரிலே தப்புல்லே. வார்த்தெ மணிமணியா வருது உனக்கு. தனித் தனியா வித்தை ஒவ்வொண்ணும் தெரியுது. ஆனா என்ன வித்தையின்னே தெரியாத இந்திர ஜாலமில்லே அண்ணேய், தொழில்படணும்? உன்னாலே அவ்வளவுதான் முடிஞ்சுது. அளுது கண்ணீர் வடிக்குதுக்கு அவ்வளவு போறும் உனக்கு. நல்லா அளு. நானும் கூட அளறேன்."

கீழே ஏதோ ஓசை கேட்டது. சரேரென்று ஏணிப்படியோரம் விரைந்து, "யாரு?" என்று கேட்டான் வேலு. எதிரொலி

எதிர்பார்த்ததற்கு மேல் கிளம்பி அவனைத் தாக்கிற்று. படிகள் பெரும் ஓசையெழுப்பத் தடதடவென்று கீழே வந்தான்.

கூடம் ஒரே இருட்டாக இருந்தது. கதவு வெளியே தாளிடப்பட்டிருந்தது. பாதி திறந்திருந்த ஜன்னல் வழியாக ஒளி, சரிந்து விழுந்துவிட்ட பளிங்குத் தூண் மாதிரி சதுரமாக உள்ளே வந்து புத்தகங்கள் பிதுங்கும் ஜாதிக்காய்ப் பெட்டிமேல் வந்து விழுகிறது.

“ஸார்.”

வேலு திடுக்கிட்டுத் திரும்பிப் பார்த்தான். ஜன்னல் விளிம்பில் இரண்டு சின்ன மண்டை உச்சிகள் தெரிந்தன.

“ஸார், பாடம் உண்டா ஸார்?”

வேலு ஜன்னல் அருகே நகர்ந்தான்.

ஒரு பெண் குழந்தையும் கீழ்ப்படியில் நின்றுகொண்டிருந்தது. இரண்டு குழந்தைகள் சிலேட்டுடன் துளசி மாடத்தைத் தொட்ட வண்ணம் முற்றத்தில் நின்றன.

“ஸார், பாடம் உண்டா ஸார்?”

“இல்லே.”

“ஸார், உங்க ஊட்டுக்குக் குஞ்சுப் பாப்பா வந்திருக்கா?”

“ம்.”

“யாரு ஸார் பாலு கொடுப்பா?”

“ம்.”

“ஸார், சாருக்குக் கல்யாணமா?”

“டேய்” என்று அக்கா தம்பியை அதட்டினாள். “வாடா இங்கே.”

“போங்க போங்க” என்று எல்லோரையும் வேலு விரட்டினான்.

குழந்தைகள் சந்து வழியாக ஒன்றன்பின் ஒன்றாக மறைந்தன.

நார்க்கட்டில் துளசிமாடத்தையொட்டிக் கிடந்தது. அதில்தான் மதனியைப் போட்டுக் குளிப்பாட்டினார்கள். அம்மை, சதை கரைந்து எலும்பு குறுகிய பின்பும் உயிர் பிரியாமல் நரகவேதனைப்பட்டுச் சீரழிந்ததும் இந்தக் கட்டிலில் கிடந்துதான். புலப்பமும் அரற்றலுமாகக் குளிப்பாட்டினார்கள், ஐந்தாறு பெண்களாகச் சுற்றிவர நின்றுகொண்டு. பழஞ்சீலைத் திரை நாற்புறமும் கட்டப்பட்டிருந்தது. ஒரு சிறு கிழிசல் வழியாக

மதனியின் முகம் பாதி தெரிந்தது. சாம்பலைக் குழைத்துப் பூசிய வெண்கலப் பானை போலிருந்தது முகம். உதடுகள் நாகப்பழம் போல் கறுத்து அடிபட்டவைபோல் வீங்கிக் குவிந்திருந்தன. விஷத்தைத் தின்றுவிட்ட சடைநாய்மாதிரி அம்மை படியில் விழுந்து புரண்டு கொண்டிருந்தாள். சிறு பெண்களால் அவளைத் தூக்க முடியவில்லை. பலவந்தமாக ஆண்பிள்ளைகள்தான் தூக்கி உள்ளே கொண்டுவந்து போட்டார்கள். குழந்தையைத் துண்டு துண்டாகப் பீங்கான் தட்டில் வெட்டிப் போட்டுவிட்டுச் சென்றுவிட்டார் டாக்டர். நஞ்சு ரத்த நாளத்தைப் பார்க்கத் திரும்பிவிட்டது. முகம் நீலம் பாரித்ததும், 'சுபாசு, சுபாசு" என்று கூப்பிட்டாள் மதனி. சுப்பையா அண்ணன் சுபாஷைத் தூக்கிக்கொண்டு அறைக்குள் நுழைந்து மதனியின் மார்புமேல் குழந்தையைப் போட்டான். மதனியின் தலை அம்மையின் கொழுத்து உயர்ந்திருந்த மடிமீது கழுத்து ஒடியும்படி வளைந்து கிடக்கிறது. "லெச்சுமி . . . லெச்சுமி . . . என்னைப்பாரு. என் ராசாட்டியில்லா?" என்று அழுதுகொண்டே மோவாயைத் திருப்பிக்கொண்டிருந்தாள் அம்மை. "வள்ளிக்கு அப்பா எங்கே?" என்று முனகினாள் மதனி. வீடுபூராத் தேடியும் அண்ணனைக் காணவில்லை. மச்சிலில் கவிழ்ந்து படுத்துக்கொண்டிருந்தான் அவன். சுப்பையா அண்ணனும் ஆத்தாளும் சென்று ஆனமட்டும் கையைப் பிடித்து இழுத்தார்கள். "உன்னைக் கடேசியாட்டுப் பாக்குதுக்குக் கூப்பிடுதா. சண்டாளா, இனிமே கிடைக்காது உனக்கு" என்று ஆத்தாள் கத்தினாள். அண்ணன் முகம் உருக்குலைந்து போயிருந்தது. சித்தப்பிரமை தட்டிவிட்டது போல் விழித்தான். அவனால் வர முடியவில்லை. "மாட்டேன்" என்று குழந்தைபோல் குழைந்து தரையில் விழுந்தான். எப்போதும் வேலு அப்படித்தான். வள்ளிக்கு மாந்தவலி வந்துவிட்டாலே மச்சிலுக்குச் சென்று கதவைக் கீழே தள்ளிவிட்டுக் கவிழ்ந்து படுத்துக்கொண்டு விடுவான். டாக்டரிடம் போகிறவர்கள் போக வேணும். மருந்து கொடுப்பவர்கள் கொடுக்க வேணும். பின்னால் மாடிக்கதவை உச்சி மண்டையால் தள்ளித் தூக்கிக்கொண்டு மதனி, "உங்களைத் தானே, வள்ளி முளிச்சுப் பேசிக்கிட்டு இருக்கு" என்பாள். "முளிச்சுட்டாளா?" என்று கேட்டுக்கொண்டே வாசற் கதவோரம் ஒட்டிக்கொண்டு எட்டிப் பார்ப்பான். குழந்தை சிரித்தாள் என்றால் தானும் பெரிதாகச் சிரித்துக் குழந்தையிடம் வந்து கொஞ்சுவான். அன்று பூராவும் அண்ணனை எல்லோரும் கேலி செய்வார்கள். நன்றாகப் பொறுத்துக் கொள்வான். அண்ணனால் மதனியை வழியனுப்ப வர முடியவில்லை. அம்மையை வழியனுப்பவும் அவனால் வர முடியவில்லை. அன்று கோயில் முகப்பில் போய்ப் படுத்துக்கொண்டுவிட்டான். மதனியின் நினைவில்

சில நாட்கள் வரையிலும் அவனும் அம்மையும் படுக்கையை விட்டு எழுந்திருக்கவில்லை. கூடியமட்டும் முயன்று அவர்களை உற்சாகப்படுத்தவோ, அவர்களுடைய கவனத்தை வேறு விஷயத்தில் திருப்பவோ முடியவில்லை. அண்ணன் பின்னால் எழுந்திருந்தான். பேசினான். சிரித்தான். அம்மை எழுந்திருக்கவே யில்லை.

குழந்தை சிணுங்குவது கேட்டு மாடிக்குச் சென்றான். குர்குர்ரென்று மெல்லிய குறட்டையொலி கேட்டுக்கொண் டிருந்தது. வேலுதூளிக்குள் எட்டிப்பார்த்தான். குழந்தை வாயைத் திறந்து சுவாசம் விட்டுக்கொண்டிருந்தது. "ரயில்லே காத்து என்னண்ணு அடிச்சு" என்று முணுமுணுத்தான்.

"சித்தப்பா" என்று கூப்பிட்டுக்கொண்டே படியேறி வந்தார்கள் வள்ளியும் சுபாஷும். புத்தகப் பைகளைத் தரையில் தொம்மென்று போட்டுவிட்டு இருவரும் ஒருவரை யொருவர் முந்தும் எண்ணத்தோடு ஓடிவந்து தூளிக்கு முன்னால் நின்றார்கள். தம் நினைவு அழிந்து போக, அங்க சேஷ்டைகள் ஏகமாகக் காட்டிக் குழந்தையிடம் கொஞ்ச ஆரம்பித்தார்கள்.

ஊமைதாணு டிபன் காரியரோடு மேலே வந்தார்.

"அப்பா வந்திருக்காரு" என்றார் உமைதாணு.

"எங்கே?"

"முக்குக் கடையிலே பளம் வாங்கிட்டு நிக்காரு, கொளந்தெங்களுக்கு."

"அழுதாரா?"

"ஊஹூம். கண்ணீரு வத்திப்போயிட்டு அவருக்கு. அதுக்கு விதி அவ்வளவுதான்னு சொல்லிப்போட்டார்."

"நான் கண்டேன் தாத்தாவே, வள்ளி காணலே" என்றான் சுபாஷ்.

"கையைக் காலெக் களுவிப்போட்டு வாங்கடா" என்றார் உமைதாணு. இலையைக் கிழித்து வரிசையாகப் போட்டார்.

"அப்பாவுக்கு?"

"சாப்புட்டாச்சாம்."

"எங்கிருந்து வாறாகளாம் இப்பம்?"

"பணவுடிலேருந்து. திருநா நேத்தோட முடிஞ்சாம். அடுத்தாலே கடை ஸ்ரீவில்லிபுத்தூருக்குப் போகுதாம். முன்னாலே

இல்லாத ஒன்று

போறாராம் முதலாளி. இவுரு தட்டுப்பட்ட சரக்குகளேக் கொள்முதலு பண்ணிக்கிட்டு, ராவு நின்னு, விடிய போறாரு போலிருக்கு.”

“அளலியா ?”

“என்னைக் கண்டதும் பொசுக்கன கண் நெறஞ்சுட்டு. பேசுதுக்கு வரலே. முகத்தே பக்கவாட்டிலே திருப்பிக்கிட்டு ஒரு அசட்டுச் சிரிப்புச் சிரிச்சுப்போட்டு நின்னாரு. பாவமாருந்து.”

குழந்தைகள் ஈரக் கையைப் பரஸ்பரம் முகங்களில் மாறி மாறி உதறிக்கொண்டே இலை முன்னால் வந்தார்கள்.

“என்னைக்கு முகூர்த்தம்னு கேட்டாரு.”

“அந்த வாயாலே இதையும் கேட்டுப்போட்டாரா ?”

உமைதாணு வேலுவின் முகத்தைக் கவனித்தார். பாதி திறந்த வாய் அப்படியே இருந்தது.

“இல்லே, கேட்டேன்” என்றான் வேலு தாழ்ந்த குரலில், அவர் பக்கம் திரும்பாமலே.

உமைதாணு சிறிது நேரம் தயங்கிவிட்டு, “இல்லே, நான்தான் பேச்சை ஆரம்பிச்சேன்னு நெனக்கேன். வாற வெள்ளிக்கிளமே வெச்சுப் போடலாம்னு இப்பம்தான் சொன்னாரு வேலாயுதப்பெருமாள் பிள்ளை; இருந்துபோட்டுப் போங்களேன் அப்படீன்னு சொன்னேன். இல்லே, நின்னுக்கிட முடியாது; வியாளக்கிளமே ராவு அந்த வளியாட்டுக் கன்யாகுமாரி வந்து சேருதேன்னு சொன்னாரு. நான்தான் ஒண்ணாப் பேசிப் போட்டேன்னு நெனக்கேன். தெரிஞ்சா ? நான்தான் ஏதோ நெனப்பிலே . . . தெரிஞ்சா . . .”

“சரி, கேட்டேன். அப்புறம் ?”

“சட்டுப்புட்ன முடிச்சுப்புட வேண்டியதுதான். அடுக்காளைக்கு ஆளில்லாம சீரளியக் கூடாதில்லா அப்படின்னாரு.”

“வீட்டு வேலைக்காகச் சுட்டித்தான் . . . இல்லியா ?”

“என்னடேய் நீ இண்ணைக்கு எடுத்ததுக்கெல்லாம் தப்பர்த்தம் பண்ணிக்கிடுதே ?”

வேலு பதில் சொல்லவில்லை.

“உன் மொகம் ஏண்டேய் இப்படிச் சுண்டிக்கெடக்கு ?”

“இல்லே, நீ இலை முன்னுக்கு இரி.”

வேலு ஒவ்வொரு இலையிலும் கறியும் சோறும் எடுத்து வைத்தான்.

வேலு கண்விழித்துப் பார்த்தான். பக்கத்தில் உமைதாணு மறுபக்கம் ஒருக்களித்து உறங்கிக்கொண்டிருந்தார். பெருமூச்சில் அண்ணன் உடல் உயர்ந்து தாழ்வதை ஒரு நிமிஷம் கவனித்து விட்டுத் தூளி சுருங்கிக் கிடப்பதைக் கண்டு எழுந்து நின்றபோது அண்ணன் பக்கத்தில் குழந்தைதூங்குவது தெரிந்தது. ஈரத்துணியைக் காலால் மூலைக்குத் தள்ளிவிட்டு, நார்ப் பெட்டியிலிருந்து துண்டுத் துணி எடுத்து, அதை நாலாக மடித்துக் குழந்தைக்கு விரித்தான்.

ஜன்னல் வழி வெளியே பார்த்தபோது பொழுதை நிதானிக்க முடியவில்லை. வெயிலின் கடுமை தணிந்திருப்பது போலவேபட்டது. செம்மான்குளத்தில் குளித்துவிட்டு எருமை மந்தை வீடு நோக்கித் திரும்பிக்கொண்டிருந்தது. சைக்கிள் பால்காரனின் இடைவிடாத மணியோசையை அது அலட்சியம் செய்த தோரணை வெகு ரஸமாய்த்தான் இருந்தது. இருந்தாலும் அவன் மந்தைக்குள் புகுந்து, வளைந்து திரும்பி, வெட்டி முறித்து வெளியேறி சுணக்கத்தை ஈடுகட்ட உயிரைவிட்டு மிதிக்க ஆரம்பித்தான். கொல்லைச் சுவர்களில் காகங்கள் கரைந்து கொண்டிருந்தன. வேலுவின் உதடுகளில் புன்னகை நெளிந்து முகம் மலர்ந்தது. அவசரமாகப் பின் சுவரண்டை சென்று ஆணியில் தொங்கிக்கொண்டிருந்த புகை படிந்த கைக்கடிகாரத்தைப் பார்த்தான். மணி இரண்டரைதான் ஆகியிருந்தது. சமயம் தாண்டி விடவில்லை.

படிகளை ஓசைப்படுத்தாது கீழே வந்து பின்கட்டை நோக்கி நகர்ந்தான். வாழைக் கூட்டத்தையொட்டி அவன் தகப்பனார் நார்க்கட்டிலுக்கு வெந்நீர் விட்டுக்கொண்டிருந்தார். பின்திண்ணையில் இடதுபக்கச் சுவரில் சாத்தப்பட்டிருந்த ஏணி, தகப்பனாரின் முதுகை இடுப்பிலிருந்து தோளுக்கு வெட்டிக் காண்பித்தது. நிலை தாண்டியதும் தலையைக் குனிந்து ஏணியின் மறுபக்கம் சென்று படிகள் ஏறி நடுப்படியில் சௌகரியமாக அமர்ந்துகொண்டான். எண்ணெய் படிந்த மேல்படியில் தலை சாய்ந்தது. கைகள், தலைக்கு மேல் சென்று மேல் படிகளைப் பிடித்துக்கொண்டன. முதுகு படிகளின் மேல் அழுத்தமாகச் சரிந்தது.

"வேலு, என்னா மூட்டை டேய்?"

வேலுவின் பார்வை பின்பக்கச் சந்தைத் தாண்டி, வாழைத் தோட்டத்தைத் தாண்டி, ஒரு சிறு வீட்டின் கொல்லைப்

படிகளில் படிந்தது. ஒற்றைக் காக்கையும் வந்து சுவர் மேல் உட்கார்ந்து விட்டது. இவ்வளவு துல்லியமாக ஓடும் கடிகாரம் யாரிடம்தான் இருக்கிறது!

"அநியாய மூட்டை டேய்!"

சிரட்டை அகப்பையைக் கீழே வைத்துவிட்டு இடுப்புத் துண்டை அவிழ்த்து, கழுத்தோடு வாயையும் மூக்கையும் சுற்றிக் கட்டி, மூக்குக்கோரியில் வெந்நீரை மொண்டுகொண்டு மீண்டும் கட்டிலண்டை சென்றார் கிழவர்.

பளிச்சென்று அரக்குக்கலர் புடவை பளபளத்துக்கொண்டு முன்னே வந்தது. கீற்று இலை, தளிர்ப் பச்சையாக மிக ஒயிலாய் உயர்ந்து, மடிப்பு விரிந்து கீழே இறங்கிய நிமிஷத்தில் அதை நோக்கி அஸ்திரம்போல் பாய்ந்து உள்ளே அமிழ்ந்தது காகம். படியில் நின்றவாறே வாழைத் தோட்டத்தைப் பார்த்தாள் சொர்ணம். அன்று அவளுடைய அலங்காரத்தில் விசேஷ கவனம் தெரிந்தது. புதுசாக உருவாகியிருந்த நெற்றிச் சுருள்களைப் பின்னால் தள்ளி விட்டுக்கொண்டாள். கண்கள் குதூகலம் குதூகலம் என்று கோஷித்தன. சொர்ணம் செம்பில் நீரை மொண்டு கையைக் கழுவினாள். குனிந்து பளபளத்துக்கொண்டிருந்த சேலையின் அடிப்பாகத்தை விலக்கி, பாவாடையின் ஓரம் தூக்கி, வாயையும் கைவிரல்களையும் நிதானமாகத் துடைத்துக் கொண்டாள்.

சொர்ணம் தலையைத் தூக்கி மேலே பார்த்தாள். கைகள் இரண்டையும் முன்னால் நீட்டி மடக்கினாள். கை விரல்களைச் சுருட்டிப் பெருமூச்சு இழுத்து உடம்பை உப்ப வைத்துக்கொண்டாள்.

வேலு நிமிர்ந்து உட்கார்ந்தான்.

எம்பிக் குதித்து அவள் மேலே மூங்கிலைப் பிடித்துக் கொண்டாள்.

"சபாஷ்!"

ஆட்டம் ஆரம்பமாகிவிட்டது.

"காணாது . . ."

வேகம் அதிகரித்தது. ஸாரியும் பாவாடையும் புஸ் புஸ்ஸென்று நெளிநெளியாய் ஆடி அசைந்தன. பின்னல் சவுக்கு மாதிரி மிதந்தது.

கீழே குதித்து, இரு கரங்களையும் பின்னால் வீசி அனாயாசமாய்த் துள்ளி எழுந்திருந்து உள்ளே சென்றாள்.

வேலு வாழைக் கூட்டத்தைப் பார்த்தான். அண்டா, மூலையில் துருப்பிடித்த பெட்பானுக்கு அருகில், கவிழ்த்து வைக்கப்பட்டிருந்தது. வேலுவின் கவனம் மூலையிலிருந்து நார்க்கட்டிலுக்குத் திரும்பியது. நார்க்கட்டில் சொட்டிக் கொண்டிருந்தது.

. . . கடைசியில் கோசலைகூட ஒரு தினுசாகக் கையைக் கழுவி விட்டுப் போய்விட்டாள். அவளுடைய யுக்தி பின்னால்தான் தெரிய வந்தது. "அம்மா, இப்படிக் கிடையிலே கிடத்திப் போட்டே. என்னை யாரு ரச்சிப்பான்னு சொல்லி நீ ஏங்காதே. கைக்கொளந்தே கணக்கா உன்னைப் பாக்கேன் . . ." என்று சொல்லிக்கொண்டிருந்தவள்தான் . . . சுப்பையா அண்ணனுக்கு வேலை கிடைத்துவிட்டது. வள்ளியூர் பஞ்சாயத்தில் அம்பர் சர்க்காவைப் பரப்ப வேண்டிய வேலை. அவன் புறப்பட்டான். மதனியும் பின்னால் போகவேண்டியவள் தானே? "இங்கிருந்து சட்டியெத் தூக்க வந்துபோச்சேன்னு நான் அளலே. நீங்க பாயும் படுக்கையுமாட்டு கெடக்கேலை உங்களை தாண்டிக்கிட்டு நான் போகலாமா? என் பெத்த தாய் கணக்க மூணு பேறு பார்த்துவிட்டேளே. போகலாமா நான்? அடுக்குமா கடவுளுக்கு?" என்று சுப்பையா மதனி அழுதாள். "ஏட்டி, என்ன இதூன்னு கேக்கேன். சின்னப் புள்ள கணக்க மொகத்தேக் கசக்கிட்டு நிக்கயா? காடோ மலையோ, புருஷனுக்கு பொறத்தாலெ போ. அது வெறும் துர்வாசர். இலையிலே போட்டதே ஒளுங்காத் திங்கத் தெரியாது. அதுக்கு உடம்பு வாடாம பாத்துக்க . . ." என்று அம்மையும் சொன்னாள். கடைசிவரையிலும் நாக்கைக் கொஞ்சமேனும் அசைக்க முடிந்தவரையிலும் அம்மை சுப்பையா மதனியைப் பற்றியும் கோசலை அக்காளைப் பற்றியும் அடிக்கடி சொல்லிக் கொண்டுதான் இருந்தாள் . . . அது சரி சுப்பையா மதனி, நான் ஒண்ணு கேக்கறேன் உங்கிட்டே, நெஞ்சிலே கை வெச்சுப் பதில் சொல்லுவயா? அண்ணைக்கு உன் கண்ணிலேருந்து வளிஞ்ச ஒவ்வொரு சொட்டும் கண்ணீர்தானோ? அதுக்கு முன்னுக்கு ஒரு நா, "இங்கே நின்னுக்கிட்டு பங்கோசம், பங்கோசம்னு கூப்பிட்டுக்கிட்டு இருக்கேளே. அங்னெ தோட்டிச்சி வேலை பாக்குதுக்கும் நான் ஒருத்திதான் உண்டும் எங்குது தெரியுதா உங்களுக்கு? இந்த வேலையை முனிசிபாலிட்டிலே செய்தாலும் நூறு ரூவா சம்பளம்போட்டுத் தருவானே" என்று சுப்பையா அண்ணனிடம் சொன்னதும், மதனி, நீதானே? . . . விடுதலை பெற்றுவிட்டதில் பொங்கி வழிந்த ஆனந்த பாஷ்பத்தையும் கண்ணீராகக் காட்டிவிட்டுப் போய்விட்டாயே, மதனி, உன் சமர்த்தியம் யாருக்கு வரும்? மதனி, உன்னைச் சொல்லக் குற்றமில்லை. அக்கா, உன் பேரிலும் தப்பு இல்லை. நீ மதினியை விடவும் கெட்டிக்காரி

என்பதையும் ஒத்துக்கொள்கிறேன். அத்தான் வெளியூர் போய் ஆறு மாசம் கழிந்த பிறகுதானே . . . அவர் ஒற்றைக் காலில் நின்று இடமாற்றம் கேட்டு வாங்கிக்கொண்டு போனார் என்பதே தெரிய வந்தது . . . அக்கா, அத்தானை ரொம்பவும் குடைஞ்சு எடுத்துப் போட்டியா நீ? அப்பாவி மனுசனாச்சே அவர் . . .

இல்லை. யாரையும் சொல்ல வேண்டிய அவசியமில்லை. அம்மையின் ஜீவன் தேவாங்குமாதிரி தேய்ந்துவிட்ட அந்த உடலில் எங்கேயோ ஒட்டிக்கொண்டு, எப்படியோ காற்றை உள்ளே இழுத்து வெளியே விட்டுக்கொண்டிருந்துவிட்டது. அரைச்சங்குப் பாலிலும் அரைச்சங்கு வெந்நீரிலும் எப்படி அது ஒரு வருஷம் வரையிலும் முணுக் முணுக்கென்று எரிந்துகொண்டிருந்தது? ஒரு கையும் காலும் துணியாய்த் தொங்க, படுக்கையில் விழுந்தாள். வலது கண் சிறுத்து பாதி மூடிக்கொண்டுவிட்டது. மறுவருஷம் முதுகு பூராவும் குங்குமத்தை வாரிப் பூசியதுமாதிரி படுக்கைப் புண். “வேலு, உன்னைத் தெனம் உசிரோட கொல்லுதேனே அப்போவ்? அடுக்குமா எனக்கு? ஆண் காரியம் பார்க்கலாம்டேய் நீ. பொண் காரியம் பாக்குதுக்கு உன்னெ விடலாமா? என்னெ இந்த மேனிக்குக் கொண்டு வெச்சுப் போட்டாலும் பாவம் கிடையாது டேய் உனக்கு . . .” பின்னால் வாயும் கட்டிவிட்டது; காதும் கேளாது. இருந்தாலும் உடம்பைத் துடைத்து, தலைமுடி ஒதுக்கி இரு கரங்களுக்குள் ஏந்தியெடுத்துப் படுக்கையில் போட்டுவிட்டுத் தலை நிமிர்ந்து அம்மையின் முகத்தைப் பார்த்ததும், வெள்ளி உருகி அருவியாய்ப் பாய்ந்தமாதிரி கடகடவென்று ஒரு சிரிப்புச் சிரிப்பாள். மயிர் கூச்செறியும். அப்போது அண்ணனும் அங்கு வருவான். அவன் கண்கள் கலங்கும்.

குழந்தைகள் படியேறி உள்ளே வந்தார்கள். கூடத்தில் நடமாட மட்டும் இடம்விட்டு அழகாய்ப் புள்ளி குத்திய செம்புப் பாத்திரங்கள் பரப்பப்பட்டிருந்தன. கைவண்டி மேல் நின்று ராகம் போட்டு எண்ணி, கூலியாள் தலையில் பாத்திரங்களை ஏற்றிவிட்டுக்கொண்டிருந்தார் கிழவர். சுபாஷும் வள்ளியும் பைகளை ஆணியில் தொங்க விட்டுவிட்டு, இரண்டு பெரிய அண்டாக்களில் ஏறி மறைந்துகொண்டார்கள். சுபாஷு தலை தூக்குகிறபோது வள்ளியைக் காணவில்லை. வள்ளி எழுந்திருக்கிறபோது சுபாஷைக் காணவில்லை. சிரிப்பு மட்டும் இரண்டு தினுசாக விட்டுவிட்டு எழுந்துகொண்டிருந்தது.

வேலு பெரிய அண்டாவை நோக்கி நகர்ந்தான்.

“வள்ளி, தலை பின்னிக்கிடப் போவாயில்லே, சித்தெப் பொறுத்து?”

“ஆமா.”

“அப்பம் சொர்ணத்துக்கிட்டே, சித்தப்பா ஒரு சர்க்கஸ் கம்பெனி ஆரம்பிக்கப் போறாராம் அப்டீன்னு சொல்லிப் போட்டு பொசுக்கன ஓடிவந்துபோடணும் என்னா ?”

“என்ன சொல்லுதிய சித்தப்பா ?”

“நீ சொல்லு; பெறவு சங்கதியெச் சொல்லுதேன்.”

“வேலூ !”

“ . . . ன்னா வந்துட்டேன், அண்ணேய்.” வேலு மச்சிலுக்குச் சென்றான்.

“வேலு, கொளந்தே ஒரு குப்பிப் பாலையும் மடமடான்னு குடிச்சுப்போட்டுடேய்! பய நல்ல உறிஞ்சுக் குடிக்கான் பாத்துக்க” என்றார் உமைதாணு.

வேலு குழந்தை முன்னால் குந்தி உட்கார்ந்துகொண்டான்.

காற்று சில்லென்று அடிக்க ஆரம்பித்துவிட்டது. தெருவில் முதல் காட்சி பார்த்துவிட்டு, தன்னை மறந்து கலை விமர்சனங்களைக் கத்திக்கொண்டு போகிறவர்களின் இரைச்சல் கேட்டது. நார்க்கட்டிலில் ஈரம் உலர்ந்துவிட்டது என்றாலும் வெகு சீதளமாக இருந்தது. சட்டை அணியாது படுக்க வெகு சுகமாக இருந்தது.

வேலு எழுந்திருந்து தூளிக்கு எதிரேயிருந்த வடக்கு ஜன்னலைச் சாத்தினான். வள்ளியும் சுபாஷும் கோரைப்பாயில் தூங்கிக்கொண்டிருந்தார்கள். அதற்குள் வள்ளி உருண்டு தரைக்கு வந்துவிட்டிருந்தாள். ஒரு மணி நேரத்திற்கு முன், “சித்தப்பா, இண்ணேலிருந்து ராவு கண்முளிச்சு நான்தான் கொளந்தையைப் பாத்துக்கிடப் போறேன்” என்று சொன்னவள் அவள்.

“ஏன் ?” என்று கேட்டான் வேலு.

“அப்பா சொல்லிட்டாரு. இனி எனக்குப் பொறுப்பாம் அது.”

“ஓஹோ !”

வேலு பாவாடையை இழுத்துச் சரி செய்துவிட்டு அவளைத் தூக்கமாட்டாமல் இழுத்துப் பாயில் போட்டான். அப்படியே அவள் முகத்தைப் பார்த்தபடி நின்றான்.

‘ஏட்டி, உங்கப்பன் எனக்காகச்சுட்டி ரொம்ப சிரமப்படுதான்.’

வேலு தனக்கும் அண்ணனுக்கும் ஜன்னலோரம் பாயை உதறி விரித்தான். அரிக்கன் லாந்தரை ஒளியைத் தணித்துத்

தலைமாட்டில் கைக்கு எட்டும் தூரத்தில் வைத்துவிட்டு, ஏணிப்படியோரம் நகர்ந்தான். கீழே இறங்கியதும் அப்படியே நின்றான்.

"உமைதாணு, என் மகட்டேயிருந்து கடுதாசி வருமட்டும் நான் இங்கே வந்து படுத்துக்கிடுதேன்டேய். இன்னா பாரு, நான் படுக்க மட்டும் கொளந்தை அளுதுன்னு சொல்லி ஒரு நாளாவது அவ எறங்கி வந்தாங்குது உண்டும்னா காதெ அறுத்துத் தாறேண்டேய். தட்டளியாம இரி."

"ஆத்தா, நான் எதுக்குச் சொல்லுதேன்னு . . ."

"நீ சொல்லித்தான் தெரிஞ்சிக்கிடணுமாக்கும்! சும்மா இரிடேய். சிறிசுக . . ."

"வேலு வாறானோவ்?"

பேச்சு நின்றது.

வேலு நிலைப்படியில் வந்து நின்றான். கோழி முட்டை விளக்கில் உருவங்களும் நிழல்களும் தெரிந்தனவே தவிர முகம் தெரியவில்லை.

"என்னடேய் வேலு?" என்று கேட்டார் உமைதாணு.

வேலு தலையை அசைத்தான்.

"என்னடேய்?"

"இது கொள்ளாமே. அவன் வந்து நிக்கான். என்னடேய், என்னடேய்னு கேட்டா என்ன பதில் சொல்லுவான்? சொர்ணத்தெ நெனச்சுக்கிட்டு நிக்கான், அவன் போக்கிலே" என்றாள் ஆத்தாள்.

மதுரை மாப்பிள்ளை கடகடவென்று சிரித்தார். அரும்பு மீசையும், புஸ்ஸென்று செங்குத்தாக மேலே சென்று கொண்டிருந்த சுருள்முடியும் மங்கலாகத் தெரிந்தன. கிழவருக்கும் சிரிப்பு வந்து விடவே அவர் தலையை உயர்த்தியவாறு திண்ணைக்குச் சென்று வெற்றிலையைத் துப்பிவிட்டுச் சிரிக்க ஆரம்பித்தார்.

"சின்ன உடுப்பே எடுத்துக் காட்டுடேய்" என்றாள் ஆத்தாள்.

"பாத்துட்டேன்" என்றான் வேலு.

"சிலுக்கு உடுப்பு. அளகா இருக்கு. நாளைக் காலையில் குளுப்பாட்டிப் போட்டுக் காட்டுதேன்" என்றாள் ஆத்தாள்.

"பயலுக்குத் தணுப்பு ஆகலே" என்றார் உமைதாணு.

“பாண்டிக்காரமில்லா. விறைக்கானோவ்?”

“என்ன வெச்சுக்கிட்டேக் கிண்டல் பண்றீங்களே” என்றார் மதுரை மாப்பிள்ளை.

“உள்ளதைச் சொன்னாக் கிண்டலா? வேலு சொன்னானே, கொளந்தயெ எடுத்துக்கிட்டுப் பொறப்படுகையிலே மாப்ளேயும் கூட வாறேன்னு சொன்னாரு. கடோசிலே வாடை ஆகாதுன்னு நின்னுக்கிட்டாரு அப்டீன்னு . . .” ஆத்தாளின் கை அண்ணனின் துடையைக் குத்தியதை வேலு கவனித்தான். மதுரை மாப்பிள்ளையின் முக பாவத்தை இருட்டில் வேலுவால் கண்டு கொள்ள முடியவில்லை.

“அவட்டெப் பேச்சுக்கொடுத்து மீள முடியுமா? கலெக்டரெ கிராஸு பண்ணிப்போடுவாளே” என்றார் கிழவர்.

“ஆமா, கிராஸு பண்ணிப் போடுவா! கேளுடேய் உமைதாணு, வேலாயுதப்பெருமாள் பிள்ளைக்கு மகளெ மூட்டை கடிச்சிரக்கூடாதாம்! உங்கப்பா இண்ணைக்கு வேர்க்க வேர்க்க வென்னி காச்சி ஊத்துதா, கண்டயா? மாமனாரு இப்படி வாய்க்குதுக்குக் கொடுத்து வைக்கணுமே” என்றாள் ஆத்தாள்.

“அம்மாடி! என்னாலெ உனக்குப் பதில் சொல்லக் களியுமா. நான் போறேன்.”

கிழவர் சரேலென்று எழுந்திருந்து திண்ணைக்குச் சென்று துண்டால் தூசியைத் தட்ட ஆரம்பித்தார்.

“ஏண்டேய், மேலே போறியா?” என்று கேட்டார் உமைதாணு.

“ம்” என்றான் வேலு.

“குஷியெக் காணமே” என்றார் மதுரை மாப்பிள்ளை.

“ஒண்ணுமில்லே. தங்கக்கிளி மனசிலே நுழைஞ்சுட்டால்லா? அந்த நெனப்பு” என்றாள் ஆத்தாள்.

“நில்லு. நானும் வாறேன்” என்றார் உமைதாணு.

“நீங்களும் படுங்களேன்” என்றார் மதுரை மாப்பிள்ளை.

“மாப்ளே?”

“நான் இங்கேயே படுக்கறேன்.”

“பாயும் தலையாணையும் எடுத்துப் போடுடேய்” என்றார் உமைதாணு.

வேலு ஒற்றைக்கை நாற்காலியில் ஏறிக் கோரைப் பாயையும் தலையணையையும் இழுத்துக் கீழே போட்டான்.

“யெம்மா . . . யெம்மா . . .” முட்டைத் தடவியவாறு ஆத்தாளும் எழுந்தாள்.

உமைதாணு வேலு பின்னால் மாடியேறிச் சென்றார்.

“ஆத்தாளுக்கு உஜாரு உண்டும். பளய காலத்து மனுசிகளே தனி. என்னத்தான் காத்தடிச்சாலும் சரியாம, இலையைக் கிளிய விட்டுக்கிட்டு நிப்பாங்க, வாளைமரம் கணக்க. நம்மை மாதிரி அவங்க இடிஞ்சு போயுடறதில்லே. முக்கியமாட்டு அதுதாண்டேய் தெரியணும்.”

“ம்.”

“அவுங்களைப் பாத்து நாம சமாதானப்படணும் டேய். மனுசன் ஜென்மம் எடுத்துட்டான்னு உண்டும்னா நல்லதும் பொல்லாததும் மாறிமாறி வந்து . . . என்ன நான் சொல்லுது?”

“சரிதான்.”

வேலு படுத்துக் கொண்டான். உமைதாணு தன் படுக்கையில் அமர்ந்து இடது கையூன்றி முட்டிக்கால் மடக்கிக்கொண்டார்.

“உறக்கம் வந்துட்டாடேய்?”

“ஊஹூம்.”

“நாளைக்குக் காலையிலே தாலிக்குப் பவுன் கொடுக்கணும்.”

வேலு ஒருக்களித்துப் படுத்துக்கொண்டான்.

“பின்ன எனக்கு ஒரு சின்ன வருத்தம் உண்டும் . . .”

“என்ன?”

“உன் மதனி இருந்தா . . .”

“ஆமா . . .”

“தரையிலே நின்னுக்கிட மாட்டா. உன் பேரிலே அவளுக்கு ரொம்பப் பச்சமில்லா?”

“ஆமா.”

“என்ன நான் சொல்லுது?”

“சரிதான் அண்ணேய். இன்னிக்குப் பூரா எனக்கும் நெனப்புத் தட்டிக்கிட்டே இருந்தது . . .”

"நான் நெனச்சால . . . நீயும் . . . ?"

"அது இல்லே.. மதனி இருந்ததும் வெச்சதும் ஞாபகம் வந்துட்டு."

"ஏண்டேய்?"

"ஏனோ."

"என்ன நெனச்சே?"

"எனக்கு வயசும் அப்பம் கொறவுதானே? இருந்தாலும் நல்ல ஞாபகம்தான் அண்ணேய். உனக்குக் கல்யாணம் களிஞ்சதும், மதனி ஊட்டுக்குள்ளே வளைய வந்துக்கிட்டு இருந்ததும், நீ அவளெப் பரிகாசம் பண்ணுதும், சில சமயம் அவ உன்னை நைஸாக் கிண்டலுப் பண்ணிப்போடுதும் . . ."

உமைதாணு உரக்கச் சிரித்தார்.

"அண்ணேய், நீயும் மதனியும் இருந்தாலே இனிமே கண்டுக்கிட முடியுமா?"

"அதேண்டேய் அப்படிக் கேட்டுப் போட்டே?"

"இல்லே, கேக்கேன்."

"நான் இனி பார்க்கப் போறேம்லா."

மீண்டும் உரத்த குரலில் சிரித்தார் அவர்.

"அது சரி அண்ணேய். கேட்டதுக்குப் பதில் சொல்லு."

"அமைஞ்சுக்கிட்டா அவ்வளவுதான்டேய்."

"நீ சொல்லுது சரி. இருந்தாலும் . . ."

"அது சரி, அது சரி."

"ஆனா ஆம்புளையும் அதே கணக்கிலே வந்து அமையணுமில்லா? ராவும் பகலும் ஒரே நெனப்பாக் கட்டினவளெ நெனச்சுக்கிட்டு . . ."

"ம்."

"சீ'னு ஒரு வார்த்தை சொல்லாம . . ."

"ம்."

"அந்த விஷயத்திலே மதனியும் அதிர்ஷ்டசாலின்னுதான் சொல்லணும் . . ."

"ம்."

இல்லாத ஒன்று

"என்ன அண்ணேய்?"

"நேரம் ரொம்ப இருக்குமாடேய்?"

"பன்னெண்டு இருக்காது?"

"இருக்கும். அதுக்கு மேலேயே இருக்கும்."

உமைதாணுவும் தலை சாய்த்தார். அப்போது அமைதி பரிபூர்ண நிலையை எட்டியிருந்தது. காற்றும் நின்றிருந்தது. அறைக்குள் இருள் தன்னைத் தவிர எதையும் காட்டுவதாய் இல்லை. இடதுபக்க ஜன்னல் விளிம்பில் மட்டும் கையகலம் இருள் வெளிறிக் கிடந்தது. ராந்தலில் ஒளியைக் கூட்டித் தூளியையும் குழந்தைகளையும் பார்த்த போது ஓரக்கண் போட்டு அண்ணன் கண்களையும் கவனித்தான் வேலு.

"உறங்கு அண்ணேய், நேரமாயிட்டு."

வேலு ஒளியைத் தணித்துவிட்டுத் தூங்கப்போகும் முடிவை ஒரு பெருமூச்சுவிட்டு உணர்த்தியவாறு திரும்பிப் படுத்துக்கொண்டான்.

"வேலூ."

"என்ன அண்ணேய்?"

"நானும் உன் மதனியும் மூணு வருஷம் விலகி இருந்தோம்டேய்."

"என்ன?"

"மூணு வருஷம்."

வேலு அண்ணன் பக்கம் திரும்பினான்.

"பொதுவா வேலைவெட்டி பார்க்காம நான் எளுதிக்கிட்டு இருக்குது இளப்பம்தானே . . .?"

"ம்."

"அப்படீன்னுதானே எல்லாரும் எடுத்த வாய்க்குக் கேக்குதா? நம்ம ஊட்டுக்குள்ளேயும் அவ புருஷன் மட்டும் கொண்ணாந்து போடாம, கொட்டிக்கிட்டுப் போலாமோவ்னு புகைச்சல். லெச்சுமி ஒரு வார்த்தை சொன்னது கிடையாது. நான் வலியப் பேச்செடுத்தாலும் அதெ என் பொறுப்பிலே விட்டுடுங்க. ஒரு பால் மாடு வாங்கிக் கட்டிக்கிடுதேன். இல்லேன்னு சொன்னா ஒரு பத்துக் கோளி வாங்கி விட்டுக்கிடுதேன்னு சொல்லி வாயை அடக்கிப் போடுவா. அதெ ஒண்ணெ நெனச்சே பூரிச்சுக்கிட்டு இருந்தேன்டேய் நான் . . . அவ அண்ணனுக்குக் கொளந்தே பிறந்ததும், தலைக் கொளந்தே, பத்து ரூபா அனுப்பணும்னு

சொன்னா. சரீன்னு சொல்லிப் போட்டேன். என் சீருதான் தெரியுமே? எப்படியோ உருட்டி புரட்டி அவளே பத்து ரூபாக்காசு சேத்துப் போட்டா. ஒரு நாக் காலையிலே, மணியார்டர் பண்ணிப் போட்டு வந்திருங்களேன்னு சொன்னா. பிரஸ்ஸு பாக்கிக்குக் கொடுத்துப் போட்டேனே அப்டீன்னு சொன்னேன். அந்தாலை பொசுக்கன, நீங்க பாட்டு எழுதிக் கிளிச்சது போதும். உங்களெக் கட்டிக்கிட்டு யாராலே மாரடிக்கக் களியும்னு சொல்லிப் போட்டா ... விர்ர்னு பொருத்திலே புடிச்சுட்டுடேய் எனக்கு. கைவிஷம் தின்னவன் கணக்க தெருத்தெருவா அலைஞ்சுட்டே இருந்தேன். ராவு பன்னெண்டு மணிக்கு வந்து படுக்கையைச் சுருட்டினதும், கையை ஏறிப்புடிச்சா. சீ போன்னு உதறிப்போட்டு திண்ணெயிலே வந்து படுத்தேன். மூணு வருஷம் . . .”

“அப்புறம்?”

“அம்மை சாடை மாடையாச் சொல்லிப் பாத்தா. அளுதா. நான் அசையலே. ஒரு நா ராவு. நடு நிசி. படுக்கேலே வந்து உக்காந்து என் தாடையைத் தாங்கிக்கிட்டு, உமைதாணு, ரொம்பப் படுதாடேய் அவ, கண் கொண்டு பாக்க முடியலேடேய். கொண்ணு போடாத டேய் அவளை. அவ வேதனைப்பட்டா இந்தக் குடும்பம் கட்ட மண்ணாட்டுப் போயிரும்டேய் . . . அப்டீன்னு சொல்லி அள ஆரம்பிச்சா . . . மறந்துபோட்டு ஒட்டணும்னுதான் நானும் பாத்தேன். ஒட்டலேடேய், ஒட்டலே. கலைக்கக் கலைக்க உள்ளேயிருந்து விஷம் தான் கலங்கிக் கலங்கி வந்துக்கிட்டு இருந்து. பெறவு அந்த வருசம் பிரசவத்திலே . . .”

அறை அமைதியில் ஆழ்ந்துவிட்டது.

ஒரு மணி நேரமோ, ஒன்றரை மணி நேரமோ வேலு கவிழ்ந்து படுத்துக்கொண்டிருந்தான். மனசின் புகைப்போக்கிகள் அடைபட்டுவிட்டன என்றே தோன்றியது. புகை சூழ்ந்த இருளில் எண்ணங்கள் பரஸ்பரம் இனம் கண்டுகொள்ள முடியாத படியும், இணைப்புக் கொள்ள முடியாதபடியும் குமைந்து போக்கிடம் தேடிக்கொண்டிருந்தன. வளைய வளைய வந்து குமைந்தன. மனசு இடைவிடாது புகைந்துகொண்டிருந்தது. குறியற்று, ஓய்வற்று, கடலில் வீசியெறியப்பட்ட இயந்திரம் உப்பை உற்பத்தி செய்வதுபோல், மனசு எண்ணங்களை உற்பத்தி செய்து தள்ளுகிறது. மனசு முடங்காதவரையிலும் ஓய்வேது, நிம்மதியேது? சிந்தனையை ஒருமுனைப்படுத்தவும் முடியவில்லை. உத்தரவுகளின் தும்பை அறுத்துக்கொண்டு ஓடுவதில்தான் அவற்றுக்கு என்ன உற்சாகம்!

இரவு, தற்காலிகமாகவேனும் அழிந்து ஒழிந்துவிடுமென்று அப்போது நம்ப முடியவில்லை.

எழுந்து மணி பார்த்தபோது மணி மூன்றுதான் ஆகியிருந்தது. படுக்கையில் திரும்பவும் உட்கார்ந்தான். திரும்பவும் சுவரில் தலையணை வைத்துச் சாய்ந்துகொண்டிருந்தான் கொஞ்ச நேரம். எழுந்தான். நடந்தான். கொஞ்ச நேரம் ஜன்னல் வழி வெளியே பார்த்துக்கொண்டிருந்தான்.

உடம்பிலிருந்து வெளியே குதித்துத் தாவி ஓடிவிட வேண்டும் என்று ஒரு ஆசை அப்போது அவன் மனசில் மூண்டது. 'போதும் போதும் ரொம்ப சந்தோஷம்' என்று அவன் மனசு முணுமுணுத்தது.

அரிக்கன் ராந்தலைத் தூக்கிப் பிடித்து அண்ணன் முகத்தைப் பார்த்தான். அவனுடைய காதோரம் நரை கண்டிருந்தது. பழைய போட்டோ ஒன்றில் அவனுடைய முகம் எவ்வளவு இளமையாக இருக்கும்! வெகு நாட்களுக்கு முன் எடுத்தது அல்ல அது. ஐந்து வருஷங்கள், ஆறு வருஷங்கள் இருக்கலாம். ஒன்றுக்கு ஐந்தாக வருஷங்களை விழுங்கிக்கொண்டு ஓடுகிறான் அண்ணன். அண்ணியைச் சந்தித்து அவள் காலில் விழவா, அண்ணியின் கன்ன ஸ்பரிசத்தைப் பாதங்களில் ஏற்றுக் கொள்ளவா. அண்ணனுக்கும் கிட்டிக்கொண்டிருக்கிறது எனத் திடீரென்று அவனுக்குப் பட்டது. அப்போது அவனால் அணைத்துக்கொள்ளப்பட வேண்டும் என்று அவன் மனசு ஏங்கியது.

காலத்தைக் காகிதத்தில் கட்டிப்போட வந்தேன் என்பான் அண்ணன், முன்னெல்லாம். இளமையில் அவனும் கர்ஜித்துக் கொண்டிருந்தான். சபைக் கூச்சம் பாராது தன்னை யுகக் கவிஞன் என்று சொல்லிக் கொள்வான். தன் நெஞ்சில் கை வைத்தபடி, 'இது வெறும் உருவம் அல்ல: உதாரணம்' என்பான். எவ்வளவோ சொன்னவன் அவனும். அர்த்தப்பட்டுவிட அரும்பாடு பட்டான் அவனும்.

கீழே லேசாக அரவம் கேட்டது. செருப்போசையும் கேட்டது.

"வேலு."

வேலு ராந்தலை ஜன்னல் முன் தூக்கிப்பிடித்தான்.

"நான் போறேண்டேய்."

"சரி அப்பா."

"வந்து சேந்துருதேன்டேய்."

"ம்."

"மாடக்குழியிலே முழு ரூபா வெச்சிருந்தேன். போற பாதையிலே சுசீந்திரத்திலே இறங்கிக் காணிக்கை போட்டிருங்கடேய்."

"ம்."

அப்போது மணி நாலு.

வேலு, பிளாஸ்கிலிருந்து வெந்நீரைக் குப்பியில் அடைத்து, குழந்தையைத் தூக்கி மடியில் கிடத்திக்கொண்டான். வழக்கத்திற்கு மாறாகக் கனத்தது குழந்தை. குழந்தையின் முகத்தைக் கூர்ந்து பார்த்தான். வெந்நீர் கன்னம் வழி வழிவதைப் பார்த்ததும் மனசு துணுக்கென்றது.

விளக்கைத் தூக்கி முகத்தைப் பார்த்தான். இடது உள்ளங்கையைக் குழந்தையின் உச்சியில் அழுத்தினான். குழிக்குள் துடிப்பைக் காணோம். அவன் வாய், "அண்ணேய்" என்று கத்திற்று. உமைதாணு வந்து பார்த்தார். குழந்தை முகத்தைப் பார்த்தார். அவருடைய முகம் பயங்கரமாக மாறிற்று. மிகுந்த பயம் அடைந்தவர்போல் தடதடவென்று படியிறங்கினார்.

"அண்ணேய், போகாதே அண்ணேய்."

எதிர்வீட்டுக் கதவைத் தட்டும் ஓசை கேட்டது.

"ஆத்தா . . . ஆத்தா . . ."

ஆத்தாள் குழந்தையை முந்தானையில் இழுத்துக் கட்டிக்கொண்டு ஏணிப்படிகளில் இறங்கினாள். மடி கொளகொளத்து இருபக்கமும் விகாரமாக ஆடியது. நிலைப்படியோரம் நின்றுகொண்டிருந்த உமைதாணு "மாப்ளையைக் காணலே" என்றார். அவருக்கு வாய் உளறியது. அவர் முகத்தை ஏறிட்டுப் பார்த்த ஆத்தாள் "நீ சிவனேனு போயி திண்ணையிலே இரி" என்று அதட்டினாள்.

முனிசிபல் பூங்கா சங்கு ஐந்து ஊதி ஓய்ந்தது. வீடுகளில் பின்கட்டுகளில் கூரைக்கும் சுவருக்குமுள்ள இடுக்கு வழியாக மங்கிய ஒளி ஓணான் மாதிரி எட்டிப்பார்க்க ஆரம்பித்து விட்டிருந்தது. தணுப்பில் கரகரத்துப்போன பெண்களின் பேச்சில் ஒன்றிரண்டு சொற்கள் தெளிவாகக் காதில் விழுந்தன. பின்பக்கத் தெரு மலையாளி வீட்டிலிருந்து குழந்தைகள் ஏற்ற இறக்கத்தோடு ராம நாமம் ஜெபிப்பது உரக்கக் கேட்டது.

ஆத்தாள் ஏணியை ஒட்டி உட்கார்ந்திருந்தாள். அவள் அருகே கவிழ்த்துப் போடப்பட்டிருந்த வெந்நீர் அண்டா மேல் ராந்தல் வைக்கப்பட்டிருந்தது. குழந்தையின் தலை ஆத்தாளின்

மடிக்கு வெளியே மல்லாந்து பூமயிர் தரையைத் தொடும்படி தொங்கியது. இடதுகை தரையில் ஊன்றியிருக்க, ஆத்தாளின் வலதுகை விரல்கள் குழந்தையின் கணுக்கால்களை இணைத்து முரட்டுத்தனமாய்ப் பிடித்துக்கொண்டிருந்தன. ஆத்தாள் தூக்கக் கிறக்கத்தில் ஆடியாடி ஏணியில் சாய்ந்தாள்.

வேலு குழி எடுத்துக்கொண்டிருந்தான். சதையைக் குதறி எறிவது மாதிரி புசுபுசுவென்று செம்மண் வெளியே வந்துகொண்டிருந்தது.

ஆத்தாள் எழுந்து வந்து பார்த்தாள். "போதும் டேய்" என்றாள். குழந்தையை உள்ளே வைத்துவிட்டு, "மண்ணைத் தள்ளு" என்றாள்.

வேலு குழந்தையைப் பார்த்தான். அதன் விழிகள் பாதி திறந்திருந்தன. தூங்குகிறபோதுகூட அப்படியேதான் தூங்கும் அது. குருவியின் நாக்குப்போன்ற உதடுகளும் லேசாக விரிந்திருந்தன.

கீழேயிருந்து இரண்டு பழுத்த பலா இலைகளைப் பொறுக்கி இருகண்கள் மீதும் வைத்துவிட்டு வேலு மண்ணைத் தள்ளினான்.

கொல்லைக் கதவைத் திறந்துகொண்டு இருவரும் குளத்தை நோக்கிச் சென்றார்கள்.

வெயில் ஏறிக்கொண்டிருந்தது.

வேலு ஜன்னல் வழி முற்றத்தைப் பார்த்துக்கொண்டிருந்தான். அண்ணன் ஈர வேட்டியையும் துண்டையும் கொடியில் தூக்கிப் போட்டு, கம்பால் விரித்துக்கொண்டிருந்தான்.

தாழ்ப்பாள் ஓசை கேட்டது. ஆத்தாள் வெளிப்பட்டாள்.

"உமைதாணு, கேட்டியா கதையே! மதுரைக்காரன் அடுத்த தெருவிலே பொண்ணு பாக்குதுக்குல்லா வந்திருக்கானாம்!"

"ம்."

அண்ணன் பாதி திறந்த வாயோடு ஆத்தாள் முகத்தையே பார்த்தபடி நின்றான். சந்தில் வேலாயுதப்பெருமாள் பிள்ளை நுழைவது தெரிந்தது. வேலு நார்க்கட்டிலில் சென்று படுத்துக் கொண்டான். இமைகளை மூடினான். அடைமழைக்குப் பின் வானம்போல் மனம் வெம்பரப்பாய் மாசு மறுவின்றி விரிந்து கிடந்தது. தூக்கம் கண்ணைச் செருகியது.

மாடிப்படி கிறீச்சிட்டது.

"வேலூ."

உமைதாணு கட்டில் அருகே நின்றுகொண்டிருந்தார்.

"அடுத்த முகூர்த்தம் பாக்குதுக்குச் சொல்லிப்போட்டேன் டேய்."

"வேண்டாம்" என்றான் வேலு.

"ஏண்டேய்?"

"பெறவு பாத்துக்கிடலாம்."

"ஏன்னு கேக்கேன்?"

"அண்ணேய், என்னைக் கேக்காதே. வேண்டாம்."

"வேலு!"

வேலு மறுபக்கம் திரும்பிப் படுத்துக்கொண்டான்.

சுதேசமித்திரன் தீபாவளி மலர், 1964

தற்கொலை

தற்கொலை செய்துகொண்டுவிடும் உத்தேசத்தில் பலதடவை நான் கன்னியாகுமரி சென்றிருக்கிறேன். போகிற பொழுதே அவ்வாறு செய்துவிடத் துணிந்து விட மாட்டேன் என்பது என் அடி மனசுக்குக் கொஞ்சம் தெரிந்திருக்கும். இந்தப் பிரக்ஞை உள்ளூர இருந்தபடியால் தான் புறப்பட்டுச் செல்வதே சாத்தியமாக இருந்தது என்றும் சொல்லலாம். இருந்தாலும் மெய்யாகத் தற்கொலை செய்துகொள்ளுகிறவன் போகிற தோரணைக்குப் பழுதில்லாமல் போவேன். கால் ஜோடுகள் கிடையாது. தலை பரட்டையாக இருக்கும். கைக்கடிகாரம் கட்டிக் கொள்வதில்லை.

தாங்க முடியாத துக்கம் இரண்டு மூன்று நாட்கள் பிடுங்கித் தின்கிறபொழுது, காரணம் தெரியாத கவலைக்கு நிவர்த்தி மார்க்கமும் இல்லாத நிலையில்தான் கடலின் நினைவு வரும். அந்நாட்களில் சவரம் செய்துகொள்ள அக்கறைப் பட்டிருக்க மாட்டேன். ஆதலால் கரியைப் பூசியதுபோல் தாடியும் இலேசாக இருக்கும். மேலும், பெண்களைக் கூர்ந்து பார்க்க விரும்ப மாட்டேன். அகஸ்மாத்தாகப் பார்வை படிந்துவிட்டாலோ அல்லது அபூர்வ தினுசுகள் தலையைச் சொடுக்கி இழுத்து விட்டாலோ 'இவள் நம் சோதரிதானே' என்று முணுமுணுத்துக் கொள்ளுவேன். ராமகிருஷ்ண பரமஹம்சர் நினைவு வரும். அரை நிமிஷம் பார்வையால் அவளைத் தின்றுவிட்டுத் தலையை மறுபக்கம் திருப்பிக்கொண்டேன் என்றால், பின்னால் எக்காரணம் கொண்டும் அந்தத்

திசையில் திரும்ப மாட்டேன். என் விழிகளைச் சந்திக்கலாம் என்று அவள் என்னையே பார்த்துக்கொண்டிருந்தாள் என்றால் பார்த்துக்கொண்டிருக்க வேண்டியதுதான்! ஏமாற்றம்தான் மிஞ்சும்.

இதுபோன்ற சந்தர்ப்பங்களில் வீட்டுப் படியிறங்கி, காம்பௌண்டுக் கதவைச் சாத்துகிறபொழுது, உள்ளேயிருக்கும் என் ரத்த பந்தங்களுடன் மானசீக விடைபெற்றுக்கொள்வேன். 'என்னை என்ன பாடு படுத்தினீர்கள். நன்றாகக் கண்ணீர் விடுங்கள். நாங்கள் தான் குற்றவாளிகள்; நாங்கள்தான் அவனைக் கொன்றோம் என்று கதறிக் கதறி அழுங்கள்!' என்று மனசுக்குள் சொல்லிக்கொண்டே ரோட்டில் கால் வைப்பேன். பின்னால் அந்த நிமிஷத்திலிருந்து கன்னியாகுமரி கடற்கரை சென்று சேருவது வரையிலும் 'ராம ராம' என்று ஜெபித்துக்கொண்டேயிருப்பேன். சில சமயம் என்னை அறியாமலே ஜெபம் நடுவில் நின்றுவிடும். மீண்டும் நினைவு வருகிற வேளையில் எப்பொழுது அறுப்பட்டுப் போயிற்று என்பதே தெரிய வராது. ஆனால் நினைவு திரும்பிய மாத்திரத்திலிருந்து மீண்டும் முன்னைவிட அழுத்தமாகவும் அட்சர சுத்தமாகவும் ஜெபிக்க ஆரம்பிப்பேன்.

இவ்வாறு பலதடவை சென்றிருக்கிறேன்.

சொல்ல வந்தது கடைசியாக சென்ற ஞாயிற்றுக்கிழமை சென்றதைப் பற்றித்தான்.

வழக்கம்போல் அன்றும் நான் தற்கொலை செய்துகொண்டு விடவில்லை. மூன்று இடங்களையும் பார்த்துவிட்டு வந்தேன். ஒன்று, மணற்குன்று தாண்டி சிறிது தூரத்திற்கு அப்பால். மற்றொன்று, நீச்சல் குளத்தை ஒட்டி. இன்னொன்று சிலுவைப் பாறை. மூன்றுமே அருமையான இடங்கள்தாம். காரியம் பலிக்கிற இடங்கள். மூச்சுத் திணறுகிறபொழுது ஏற்படுகிற சபலத்தால் தப்பித்துக்கொள்ள முடியாத இடங்கள். இருள் படர்ந்து ஆள் நடமாட்டமும் இல்லையென்றால் வெளிக்குவெளி தெரியாமல் சிவபதம் நிச்சயம்.

நான் வழக்கமாகவே இந்த மூன்று இடங்களுக்கும் போவேன். ஒவ்வொரு இடத்திலும் சிறிது நேரம் நின்று தண்ணீரைப் பார்த்துக்கொண்டிருப்பேன். தண்ணீர் பாறையில் மோதி, கட்டித் தயிராய் உடைந்து சிதறும். அப்புறம் தலையைத் திருப்பி அக்கம் பக்கம் பார்ப்பேன். கையைப் பின்னால் கட்டிக் கொள்வேன். கால் விரல்களை ஊன்றி பாதத்தை லேசாக உயர்த்தி முன்பின்னாக இரண்டு மூன்று தடவை லேசாக ஆடுவேன். அப்பொழுது உண்மையாகவே தற்கொலை செய்து கொண்டுவிட நினைக்கிறேனோ என்ற பீதி மனசைக் கவ்வும்.

'செய்துகொள்ள வேண்டியது தானே' என்று சொல்லிக்கொள்வேன். 'இந்த உலகில் பிறந்து என்ன சுகத்தைக் கண்டோம்...துக்கம்... துக்கம்... நினைவு தெரிந்த நாளிலிருந்து... ஓய்வில்லை ஒழிச்சலில்லை... ஒன்றன் பின் ஒன்றாக...' 'ராம ராம' என்று மீண்டும் ஜெபிப்பேன்... இதற்குமேல் கற்பனையில் காட்சிகள் ஓடும். என் உடம்பு நீச்சல் குளத்து நீச்சலாளி மாதிரி தலை குப்புற விழுகிறது. சில்லறை அவஸ்தைகள். அலை ஓங்கி பாறையோடு அறைவதில் சில்லறைக் காயங்கள். விழுந்திருக்க வேண்டாமே என்ற எண்ணம். மனசு 'ஓ' வென்று கதறி அழுகிறது. சடலம் அடிமட்டத்தை நோக்கி இறங்குகிறது. இரண்டு மூன்று குமிழிகள் நீரின் மேற்பரப்பில் உடைகின்றன. இவ்வாறு மூன்று இடங்களுக்கும் முறையே சென்றுவிட்டு வருவேன். திரும்பி வருகிறபொழுது வந்த வேலை முடிந்த மாதிரித்தான் இருக்கும். குறையுணர்ச்சி இராது. மனசு கழுவிவிட்டது போலிருக்கும். இலேசாக இருக்கும். சந்தோஷமாகக்கூட இருக்கும்.

சென்ற ஞாயிற்றுக் கிழமை சென்றபோது தீர்மானமாகத்தான் சென்றேன். காரியத்தை முடித்துவிடுகிற வைராக்கியத்தோடு சென்றேன். மனக்கஷ்டம் என்னால் தாங்கக்கூடியதாய் இருக்கவில்லை. எப்படியேனும் விடுதலை பெற்றால் போதுமென்றாகிவிட்டது. மலையில் பெய்த மழை அடிவாரத்து அணைக்கட்டில் தேங்குவது மாதிரி துக்கம் இடைவிடாமல் தேங்கித் தேங்கி மனசு வெடித்துவிடும் நிலையை அடைந்து விட்டேன். நானும் எவ்வளவோ ஆசைப்பட்டவன்; எவ்வளவோ கனவுகள் கண்டவன். கடைசியில் எல்லாம் இப்படியா முடியப் போகிறது என்று எண்ணியபொழுது எனக்கே என்மீது இரக்கம் கவிந்தது. ஆனால் என் கடந்த கால வாழ்வை எண்ணிப் பார்க்கிறபொழுது இம்முடிவே பொருத்தமானது என்றும் தோன்றிற்று. ஒரு துன்ப நாடகத்தின் கடைசிக் காட்சிதான் இது. மிகவும் பொருத்தமான அமைப்புத்தான்.

வீட்டை விட்டுக் கிளம்பினேன்.

மீனாட்சிபுரம் பஸ் நிலையத்தில் எனக்கு முன்னால் அவள் ஏறினாள். அவளை எனக்குத் தெரியும். வீட்டு வாசலில் சபலம் காரணமாக நான் நின்றுகொண்டிருந்த சந்தர்ப்பங்களில், பல தடவை அவள் ரேஷன் வாங்கப் பையைத் தூக்கிக்கொண்டு போவதைப் பார்த்திருக்கிறேன். பெரிய சாவியை இடுப்பில் சொருகிக்கொண்டிருப்பாள். வயிற்றுச் சதையில் சாவி அழுந்தியிருக்கும். சாவியின் கைப்பிடித் துவாரம் வழி சதை பிதுங்கிக்கொண்டிருக்கும். சிலசமயம் எட்டு ஒன்பது வயசுப் பெண் ஒன்று கூடவரும். அவள் ஒரு மாதிரி என்பது எனக்கு எப்படியோ தெரியும். நானும் அப்படித்தான் என்பது அவளுக்கும்

தெரியும். அர்த்த புஷ்டியோடு பார்த்துவிட்டுப் போவாள். ரேஷன் கடைக்குத் திரும்புகிற சந்தில் நுழைகிற பொழுது கடைசியாக மீண்டும் பார்ப்பாள். எப்போதும் அப்படித்தான்.

அவளை அங்கு பார்த்ததும் ஒரு சந்தோஷம் எனக்கு. நாட்கணக்கில் நினைத்துக்கொண்டிருந்தது கூடிவந்துவிட்ட மாதிரி. இன்று பலிக்கும் என்று எண்ண ஆரம்பித்துவிட்டேன். பஸ் புறப்பட்டது. அவள் முகத்தைக் கவனித்தேன். வழக்கத்திற்கு மாறாக அன்று அவளுடைய முகம் வெறிச்சென்றிருந்தது. கடுமையாக வைத்துக்கொள்கிறாள் என்றுகூடப் பட்டது. தெரிந்த பாவம் காட்டிக்கொண்டாள் என்றாலும் முகத்தில் புன்சிரிப்பின் சாயல்கூட இல்லை. ஆச்சரியம்தான்! ஆண்பிள்ளைகள் யாரேனும் உடன் வந்திருப்பார்களோ என்றால் அப்படியும் தோன்றவில்லை. என்னுடன் பெண்கள் யாரேனும் வந்திருப்பதாகத் தவறாகக்கூட நினைத்துக்கொள்ள முகாந்திரமும் இல்லை. கடைசி சீட்டில் இடது ஓரம் மூலையில் உட்கார்ந்திருந்த காய்கறிக்காரக் கிழவி எனக்கு யாராகவும் இருக்க முடியாது என்பதை அவளால் வெகு சுலபமாகவே ஊகித்துக்கொள்ள முடியும். நான் அவள் முகத்தையே விடாமல் பார்த்துக்கொண்டிருந்தேன். அவளோ நான் உட்கார்ந்து கொண்டிருந்த திசைக்கு எதிர்த் திசையில் பார்வையை ஓட்டிக் கொண்டிருந்தாள். யாராவது ஏற இறங்க, பஸ் நின்று மீண்டும் புறப்படுகிற நிமிஷத்தில் மட்டும் ஒரு மின்னல் பார்வை என் பக்கம் – சாமான் வைத்த இடத்தில் இருக்கிறதா என்று கண்காணிப்பது மாதிரி. அந்தக் கணத்தில் சில அர்த்தங்களை அவள்பால் தள்ளிவிட நான் முயன்றேன். என்றாலும், அவள் அதையெல்லாம் வாங்கிக்கொள்ளும் மனநிலையில் இல்லாததால் ஒன்றும் பலிக்கவில்லை.

கன்னியாகுமரி சேருவது வரையிலும் விசேஷமாக எதுவும் நிகழ்ந்துவிடவில்லை. பஸ் கடல் முன்னால் நின்றதும், பக்கத்துக் கடையோரம் நின்றுகொண்டிருந்த ஒரு கிழவன் விரைந்து வந்து வண்டியின் வாசலையொட்டி நின்று தலையைத் தூக்கி உள்ளே பார்த்தான். நான் அவசரமாக வெளியே இறங்கினேன். மடமடவென்று கடலைப் பார்க்க நடந்து சென்றேன். சிறிது தூரம் சென்று திரும்பிப் பார்த்தபோது அவள் கிழவனுடன் பேசிக்கொண்டிருந்தாள். என்னைப் பார்த்து அவள் கையைக் காட்டுவதாகக்கூடத் தோன்றிற்று. வேகமாக நடந்து சென்றேன்.

எதற்கோ புறப்பட்டு வந்துவிட்டு அதை அறவே மறந்து, ஏதேதோ அற்பக் காரியங்களில் மனசைச் செலுத்துகிறோமே என்று எண்ணி விசனம் அடைந்தேன். மீண்டும் மீண்டும் இப்படியே இருந்து வருகிறோமே என்று எண்ணிப் பார்த்த

இல்லாத ஒன்று

பொழுது ஒரு சுய வெறுப்பும், தாங்கமுடியாத மனக்கசப்பும் ஏற்பட்டன. இன்று வந்த காரியத்தை முடித்துவிடுவது என்று வெகு உறுதியாகத் தீர்மானம் செய்துகொண்டேன். காரண காரியத்தையும், பலாபலன்களையும் பற்றிச் சிந்தனை செய்ய ஆரம்பித்தோமென்றால் பின் நழுவிச் சென்று விடுவோமோ என்று பயந்து, எதைப் பற்றியும் அலட்டிக் கொள்ளாமல் முடிவைத் தேடிக்கொண்டு விடுவது என்று உறுதி செய்து கொண்டேன். ஏதாவது ஒரு இடத்தைத் தேர்ந்தெடுத்து அங்கேயே விழுந்து விடுவது என்று எண்ணினேன். மணற்குன்றுக்கு அப்பாலுள்ள இடமே சௌகரியமான இடமாகப் பட்டது. அங்குதான் முதலில் வெறிச்சோடும். சூரியன் மறைந்ததும் புசுபுசுவென்று கூட்டம் கலைந்து கோவிலைப் பார்க்க நகரும். இப்படியெல்லாம் நினைத்தேன் என்றாலும் பழக்கத்தோஷத்தால் ஒவ்வொரு இடமாகப் போக ஆரம்பித்தேன். நீச்சல் குளத்தைத் தாண்டுகிறபொழுது மணற்குன்றில் ஏகக் கூட்டமும், அடிவாரத்தில் ஏகக் கார்களும் தெரிந்தன. கூட்டம் கலைவது வரையிலும் மறைவாக இருக்க எண்ணி நீச்சல் குளத்தின் மதிற்சுவரையொட்டி கீழே இறங்கி, சுவர் கடலுக்குள் இறங்கும் இடத்தில் சுவர்மீதேறி கடலைப் பார்க்கச் சம்மணங்கூட்டி அமர்ந்து, 'ராம, ராம' என்று ஜெபிக்க ஆரம்பித்தேன்.

ஒரு மனசு ஜெபித்துக்கொண்டிருந்தது. ஒரு மனசு கடவுளிடம் பேசிக்கொண்டிருந்தது . . . கடைசியில் இப்படி முடிகிறது . . . தாங்க முடியவில்லை . . . எவ்வளவோ பொறுத்துப் பார்த்தேன் . . . முடியவில்லை . . . முடிவு வர வேண்டும், வரவழைக்கக் கூடாது என்பது தெரியும் . . . மகா பாவம் . . . முடியவில்லை. நினைப்பு ஒன்றாகவும், நிஜம் ஒன்றாகவும் இருக்கிற அவலத்தைத் தாங்க முடியவில்லை . . . எதற்கு ஒவ்வொரு மனிதனுக்குள்ளும் ஒரு நீதிபதி . . . ? மனச்சாட்சி இட்டுச்செல்லவும் தெரியாத, பின் தொடர்ந்து வரவும் தெரியாத நாய் . . . எதற்கு அது? . . . பாப புண்ணியங்களைப் பற்றிய எண்ணங்களை எதற்குத் தோன்ற வைத்தாய் . . . ? போகிறேன் . . . முடித்துக் கொண்டு விடுகிறேன் . . . அலுத்து விட்டது . . . இனிமேல் எதுவும் கூடிவரப் போவதில்லை . . .

என்னை அறியாமலே கண்ணீர் விட ஆரம்பித்தேன். கேவிக்கேவி அழ ஆரம்பித்தேன். பழைய நினைவுகள், தோல்விகள், துன்பங்கள், பிறர் வெறுத்த வெறுப்பு, முகத்தெதிரே வீசிய நெருப்புத் துண்டுகள், பட்ட அவமானம், செய்த பாவங்கள், சிதறிப்போன கனவுகள் ஒவ்வொன்றையும் நினைத்து நினைத்து வெகுநேரம் அழுதேன்.

இருள் கவிய ஆரம்பித்து விட்டது.

எழுந்து நின்று கரம்கூப்பி முதுகை வளைத்துத் தொழுதேன். 'எனக்கு யார்மீதும் கோபமில்லை. எல்லோரும் என்னை மன்னித்து விடுங்கள்' என்று மனசுக்குள் சொல்லிக்கொண்டேன்.

கீழே இறங்கி, மனசையும் மூளையையும் சூன்யமாக்கிக் கொண்டு வெகு வேகமாக மணற்குன்றைப் பார்க்க நடந்தேன்.

சிறிது ஆச்சரியமாகவே இருந்தது. என்னுடைய முனையில் ஒரு பெண்ணுருவம் நின்றுகொண்டிருப்பது தெரிந்தது. கூர்ந்து கவனித்தேன். சந்தேகமில்லை, அவள்தான்!

எனக்குப் புரிந்துவிட்டது. நெஞ்சு துணுக்கென்றது. பீதி பிடித்து ஆட்ட ஆரம்பித்தது. பஸ்ஸில் பார்த்த அவளுடைய முகம் நினைவுக்கு வந்தது. சந்தேகமேயில்லை. அடி பாவி! என்னை அறியாமலே பின்திரும்பி ஓட்டமும் நடையுமாகச் சென்றேன். திரும்பிப் பார்க்கக்கூட மனசு வரவில்லை. நீச்சல் குளத்தருகே வந்தேன். பிறர் என்னைப் பார்ப்பதே பயத்தை ஊட்டிற்று. வம்பில் மாட்டிக்கொள்ள நேருமோ என்றும், சாட்சிக்காக அகப்பட்டுக்கொண்டு அல்லற்படும்படி ஆகிவிடுமோ என்றும் பயந்தேன். திரும்பிப் பார்த்தபோது நிலவொளியில் மணற்குன்றுதான் தெரிந்தது. முனை தெரியவில்லை. கதை இதற்குள் முடிந்திருக்குமென்று நினைத்துக்கொண்டேன். கடைசி அவஸ்தையைக் கற்பனை செய்து பார்த்தபொழுது வயிற்றைக் கலக்கிற்று. ஒரு நிமிஷத்தில் துணிந்து விட்டாளே! விரலைக் கடித்து கையை உதறிக்கொண்டே வேகமாக நடந்தேன். இருளில் நிற்பது விவேகமல்ல என்று தோன்றிற்று. காந்திஜி நினைவுச் சின்னத்தை ஒட்டி ஒரு பெஞ்சில் வந்து உட்கார்ந்தேன். கடைகளிலிருந்து ட்யூப்லைட் ஒளி லேசாக பெஞ்சுகளின்மீது விழுந்துகொண்டிருந்தது. ஏதேதோ யோசனைகளில் மனசை அலையவிட்டு, எவ்வளவு நேரம் அப்படியே இருந்தேன் என்பது எனக்கே தெரியாது.

"இன்னும் போகலியா நீங்க" என்ற குரல் கேட்டது.

திரும்பிப் பார்த்தேன். பெஞ்சோரத்தில் அவள் நின்று கொண்டிருந்தாள்.

"என்ன அப்படிப் பாக்கிறீங்க?" என்று கேட்டாள்.

"மணல்குன்றில் உன்னைப் பார்த்தேனே!"

"அங்கெ வந்திருந்தீங்களா?"

"ம்."

"என்னப் பாத்து பயந்து திரும்பிட்டீங்களா?"

"பயந்துதான்... ஆனால் உன்னை..."

இல்லாத ஒன்று

“நியாயம்தான். தப்பு இல்லை” என்றாள்.

“உனக்கு இருட்டில் பயமா இராதா?”

“நான் இருட்டுக்குப் பயந்தா முடியுமா?”

பலே கைக்காரிதான் என்று மனசுக்குள் முணுமுணுத்துக் கொண்டேன்.

“இப்படி பெஞ்சில் உட்காரலாமே” என்றேன்.

“உங்களுக்கு ஆட்சேபணை இல்லைன்னா சரிதான்” என்று கூறிக்கொண்டே, குனிந்து உட்காரும் இடத்தை ஊதிவிட்டு அமர்ந்துகொண்டாள்.

“கிழவனிடம் என்னைக் காட்டி எதையோ . . . என்னைக் காட்டித் தானா?”

“நீங்க சொல்றது சரிதான். ஒரு ஆளுக்காக நான் வந்தேன். அம்மாவுக்கு உடம்பு சரியில்லைன்னு செய்தி வந்து அந்த ஆளு ஓடிப்போயிட்டான். அதுதான் உங்ககிட்டே வேணும்னா கேட்டுப் பாக்கலாமேனு கிழவன்கிட்டே சொன்னேன் . . . ”

“கிழவன் வரலியே.”

“இல்லை, வந்தான். திரும்பி வந்து வேண்டாம்னு சொல்லிட்டான். அவன் சொன்ன காரணத்தைச் சொன்னா நீங்க கோபப்பட மாட்டீங்களே?”

“ஊஹூம். சும்மாச் சொல்லு.”

“உங்களுக்குப் பைத்தியம். வேண்டாம். சிரமப்படுவாய்னு சொன்னான்.”

சிரிக்க வேண்டுமே என்பதற்காக நானும் சிரித்தேன். நெஞ்சில் ஓங்கி உதைத்தது போலிருந்தது.

“அந்த ஆளுக்கு ஏன் தோணிச்சாம் அப்படி?”

“தனக்குத்தானே பேசிக்கிறாரு. அழறாரு. என்னன்னமோ கோணாங்கி எல்லாம் காட்டுறார்னு சொன்னான்.”

“அவன் சொன்னது சரிதான். உனக்கும் நான் பைத்தியம்னுதான் நினைப்பா?”

“இல்லை. நான் அந்த மனுஷன்கிட்டே சொன்னேன், அப்படியொண்ணும் இல்லையேன்னு. திரும்பவும் போய்ப் பாக்கட்டுமான்னு கேட்டான். அழுதுக்கிட்டிருக்கிறபோது குறுக்கிடறது நல்லாருக்காது, வேண்டாம்னு சொல்லிப்பிட்டேன்.”

“நேரா மணல் குன்றுக்குத்தான் வந்தயா?”

"இல்லை. வந்த காரியம் பலிக்கலை. கோவிலுக்குப் போயிட்டு வருவோம்னு போனேன். என்ன அற்புதமான அலங்காரம்! நின்னு பார்த்துக்கிட்டே இருக்கலாம். சுய ஞாபகமே அத்துப் போகுது."

"இப்பத்தான் முதல் தடவையாப் பாக்கறியா?"

"இல்லை . . . இல்லை . . . பாத்து ரொம்ப வருஷம் ஆச்சு. எத்தனையோ தடவை வந்துட்டுப் போயிருக்கேன். வேற ஜோலியா வந்தா கோவிலுக்குப் போறதெ வெச்சுக்கறது கிடையாது."

"ஓஹோ" என்றேன்.

என்னைப்பற்றி ஏதாவது அவள் விசாரிக்கக்கூடுமென்று எதிர்பார்த்தேன். ஊஹூம். கிழவனிடம் கேட்டுவிட்டதை இப்பொழுது நேரிலேயே என்னிடம் அடிபோட்டுப் பார்க்கலாம் அல்லவா? எதற்கு அழுதுகொண்டிருந்தேன் என்று தெரிந்து கொள்ளவுமா ஆவல் இராது?

"எதற்காக மணல் குன்று முனையில் போய் நிற்கிறாய்?"

"சும்மாதான்."

"பொய்."

"பொய்யா? ஏன்? எதுக்குப் பொய் சொல்லணும். சூர்யாஸ்தமனத்தைப் பார்க்கணும்னு கோவிலிலேருந்து அவசர அவசரமாக வந்தேன். நான் வந்து சேர்ரதுக்குள்ளே முக்காப் பங்கு மறைஞ்சு போச்சு. நின்னு பாத்துக்கிட்டே இருந்தேன். என்ன அற்புதமா இருக்கு. சொல்லவே வாய்வர மாட்டேன் என்குது. அப்புறம் அப்படியே நடந்து அந்த முனை வரையிலும் போனேன். இருட்டினதும், எல்லோரும் போனதும் எனக்குத் தெரியவே தெரியாது. அங்கேயே நின்னுக்கிட்டு இருந்தேன். எனக்கு முழுசா மூணு பாட்டுத்தான் தெரியும். மூணுமே சின்ன வயசிலே எங்க அம்மா சொல்லித் தந்தது. அந்த மூணையும் ஒவ்வொண்ணாப் பாடினேன். அவ்வளவுதான் . . ."

"நான் என்ன என்னவோ சந்தேகப்பட்டேன்."

"வேறெ யாராவது எங்கூட . . ."

"அப்படியில்லை. கடலிலே குதிக்கப் போறியோன்னு நெனச்சேன்."

"சீச்சீ!" என்றாள் அவள்.

ஏதோ செத்துப்போய் அழுகிக்கொண்டிருந்த பிராணியைப் பார்ப்பது மாதிரி முகத்தை வைத்துக்கொண்டாள்.

“ரொம்ப லேசாச் சொல்லிட்டீங்களே.”

“நினைச்சு நினைச்சு ரொம்ப லேசாப் போச்சு எனக்கு” என்றேன்.

“அந்த மாதிரி எண்ணம் உண்டா உங்களுக்கு?”

“ரொம்ப உண்டு. அநேகமா ஒவ்வொரு நாளுமே . . .”

“ஏன்?”

“கவலை.”

“என்ன காரணம்?”

“எனக்கேத் தெரியாது.”

“பணக் கஷ்டமா?”

“ஊஹூம். அப்படி ஒண்ணுமில்லே. வீடு, வாசல், வயல் எல்லாம் இருக்கு. எனக்கே ஏன்னு தெரியலே . . .”

“தெரியாம இருக்காது. சொல்ல முடியாம இருக்கும்.”

“சொல்லவும் சொல்லலாம். ரொம்பக் கஷ்டம். சின்ன வயசிலேருந்து சொல்லிண்டே வரணும். நெனச்சதையும் நடந்ததையும் ஒண்ணுவிடாமச் சொல்லணும். இப்பொ ரொம்ப சுமை சேர்ந்து போச்சு. ஒண்ணாத் தாங்க முடியலை.”

“நடந்து போனதை மறந்துடணும்.”

“முடியலையே. மறக்க வேண்டியதை ஒண்ணைக்கூட மறக்க முடியலையே.”

“கஷ்டம்தான். ஒவ்வொருத்தருக்கும் ஒவ்வொரு விதி” என்றாள்.

“ஹோட்டல் அறை ஏதாவது தெரியுமா?”

“அவனுக்காக எடுத்துப் போட்டது இருக்கே . . .”

“போலாமா?”

“காசு இருக்கா?”

அதை அவள் வெடுக்கென்று கேட்ட தோரணை என்னை ஒருகணம் அதிரவைத்தது.

என் கையில் பணம் இருக்கவில்லை. நான் வேண்டுமென்றே அன்று கொண்டுவரவில்லை. வந்து சேருவதற்கான பஸ் கட்டணத்தை மட்டும் எண்ணி எடுத்துக்கொண்டு வந்திருந்தேன். எவ்வளவு வைராக்கியத்துடன் தீர்மானித்துக்கொண்டு வந்தேன்!

“இல்லை, பணம் இல்லை” என்றேன்.

"வேண்டாம்" என்றாள் அவள்.

நான் அவள் முகத்தைப் பார்த்தேன். அவள் முந்தானை ஓரத்தில் நூலிழைகளை விரல்களால் முறுக்கிக்கொண்டிருந்தாள்.

"திரும்பிப்போக டிக்கெட்டுக்குக்கூடக் காசு இல்லை" என்றேன்.

"கொண்டு வரலியா?"

"வேணும்னு எடுத்துக்காம வந்தேன்."

"ஏன்?"

"திரும்பிப் போறதுக்காக வரலை. கடலிலே விழுந்துடலாம்னு வந்தேன்."

"ஏன் விழலே?"

"உனக்குக் கொஞ்சம்கூட நெஞ்சிலே ஈரம் கிடையாது போலிருக்கே" என்று சொல்லிவிட்டு அவள் முகத்தைப் பார்த்தேன்.

"இந்த ரகம் எனக்கு ரொம்பத் தெரிஞ்ச ரகம். என் தொழிலிலே அடிக்கடி தட்டுபடற ரகம். ஆசை இருக்கும்; சாமர்த்தியம் இராது. சும்மா சுத்திச் சுத்தி வந்து பல்லைக் காட்டும். நெருங்கிக் கேட்டா ஒண்ணுமில்லேன்னு சிரிச்சு மழுப்பும். எதை ஆசைப்படறதுன்னு தெரியணும். ஆசைப்படறதை நிறைவேத்திக்கிற துணிச்சல் இருக்கணும். இல்லேன்னா கஷ்டம்தான்."

"உனக்குக் கஷ்டமே கிடையாதா?"

"நிறைய உண்டே."

"நீ அழறதுண்டா?"

"அழுதது உண்டு. ஆனா அதை ஒரு வேலையா வெச்சுக்கிற வழக்கம் கிடையாது. ஒருதவா ஒருத்தன் கிட்டே கஷ்டத்தின் பேரிலே கூட ஒரு ரூபாய் கேட்டேன். வெடுக்குனு, உன் குரங்கு மூஞ்சிக்குக் காணாதோன்னு கேட்டுப்புட்டான். அறைஞ்சுடுவோமானு தோணிச்சு. அடக்கிட்டேன். கதவைச் சாத்திப்புட்டு அவன் தந்திருந்த அஞ்சு ரூபாய் நோட்டை சுக்குநூறாகக் கிழிச்சு எறிஞ்சேன். ரொம்ப நேரம் ஏங்கி ஏங்கி அழுதேன். என்கூட வருமே ஒரு பெண் ... அவனுடையதுதான். சந்தேகமே இல்லை. குரங்கு மூஞ்சியைப் பார்த்தாலே தெரியும்; அவன் சாடைதான்."

"நீ நல்ல அழகுதானே?"

"சரி சரி, சும்மா அலட்டிக்கிட வேண்டாம். நான் வரட்டுமா?"

இல்லாத ஒன்று

அவள் பெஞ்சைவிட்டு எழுந்தாள். "பஸ்ஸு சார்ஜு வேணும்னா தந்துவிட்டுப் போறேன்" என்று சொல்லிவிட்டு நின்றாள்.

கூச்சமாக இருந்தது. அவளிடமிருந்து பெற்றுக்கொள்வதில் தவறு இல்லை என்றும் தோன்றிற்று.

"காசு இருக்கா?" என்று கேட்டேன்.

"ம். கிழவன் அஞ்சு ரூபாய் தந்தான். அவன் கொடுத்து விட்டுப் போயிருக்கான். கோவிலிலே அம்மன் பேருக்கு ஒரு அர்ச்சனை பண்ணினேன். மீதி அப்படியே இருக்கே" என்று சொல்லிக்கொண்டே முந்தானை முடிச்சை மிகச் சிரமப்பட்டு அவிழ்த்து அரை ரூபாய் நாணயத்தைத் தூக்கித் தந்தாள்.

"திருப்பித் தந்துவிடுகிறேன்" என்று சொல்லி வாங்கிக் கொண்டேன்.

"திருப்பித்தரதுன்னு சொன்னா நான் வட்டியோடதானே வாங்கிக்க முடியும். வேண்டாம். இல்லை கடன்பட்டுட்டோம் என்கிற நெனப்பு உண்டாயுடும்னா ஏதாவது கோயிலிலே உண்டியல் பெட்டியிலே போட்டுடுங்க" என்றாள்.

"சரி" என்றேன்.

அவள் புறப்பட்டாள்.

"என்னைப் பத்தி என்ன நினைக்கிறாய்?" என்று கேட்டேன்.

அதற்கு அவள் பதில் சொல்லாமல் என் முகத்தைப் பார்த்து இலேசாகச் சிரித்தாள்.

இரண்டு எட்டு எடுத்துவைத்தவள், மீண்டும் நின்று என் பக்கம் தலையைத் திருப்பி "இடங்கெட்ட இடத்திலே பாத்தா சிரிப்பேன்னு நினைக்காதீங்க. அப்படி ஒருநாளும் செய்ய மாட்டேன்" என்று சொல்லிவிட்டுச் சென்றாள்.

கடைசி பஸ்ஸில் நானும் ஊர் வந்து சேர்ந்தேன்.

தற்கொலை சுபாவம் என்னை விட்டு அவ்வளவு எளிதில் கழன்றுவிடுமோ என்பது சந்தேகம்தான். ஆனால் இனிமேல் அந்த நினைப்போடு கன்னியாகுமரி செல்வது சாத்தியமில்லையென்றே தோன்றுகிறது.

கதிர், 1965

முட்டைக்காரி

ஏழுகரம் நாராயண அய்யருக்கு ஆஸ்பத்திரியிலிருந்து டவுண் பஸ் ஸ்டாண்டுக்கு வந்து சேருவதற்குள் மூச்சுமுட்டித் திணற ஆரம்பித்துவிட்டது. முதற்படியில் கால் வைத்ததும் கை விரல்கள் முன் நீண்டு சிமிண்டுத் தூணைத் தொட, மேல் படியேறியதும் தூணோடு சாய்ந்துகொண்டார். இடது கை நழுவவிட்ட விரிந்த குடை காலடியில் கவிழ்ந்து சரிந்தது. கம்பிகளில் அவருடைய வேஷ்டி நுனி மாட்டி இழுபட்டுக்கொண்டது.

தலையை உயர்த்தி அட்டவணை போர்டில் பார்வையைப் பதிக்க முயன்றார். ஏதோ இருட்டில் வெள்ளைப் பூச்சிகள் வட்டமிடுவது போலிருந்தது. கண்களை வெகு இறுக்கமாக மூடி ஒரு நிமிஷம் தலையைத் தூணோடு ஆயாசத்துடன் சாய்த்தபடி நின்று விட்டு, மீண்டும் போர்டை வெறித்துப் பார்க்கலானார். வெள்ளை எண்கள் கருமையிலிருந்து விடுபட்டு முன் நகர்ந்து அந்தரத்தில் ஸ்தம்பித்துவிட்ட தோற்றம் அளித்தது. தானும், தான் காலூன்றி நிற்கும் பூமியும், தூணும் மெதுவாகச் சுழன்றுவர, இன்னும் சில கணங்களுக்குள் சுழற்சியின் வேகம் பயங்கரமாக அதிகரித்து, தூண் தனது பிடிப்பை முற்றிலும் தளர்த்தி, தன்னை வெகு தூரத்தில் விட்டெறிந்து விடுமென அவருக்குத் தோன்றிற்று. பஸ் புறப்படும் வேளையை அறிந்து கொள்வதும் தன்னால் ஆகக்கூடிய காரியமாகப் படவில்லை.

விரிந்த குடை இழுபட்டுப் பின் நகர, சுவரைத் தொட்டவாறே எதிர் அறைக்குள் புகுந்து சிமிண்டு

பெஞ்சியில் உடலைச் சரித்தார். தலை முன்னை விடவும் இப்பொழுது கன வேகமாகச் சுழன்றது. கண்டத்தில் சுருக்கு இறுக்கப்படுவது போல் குருதி முகத்தில் விண் விண்ணெனத் தெறித்தது. அது ஸ்திரீகள் அறை. அங்கு அப்பொழுது சில முதிய யுவதிகளும் சில கிழவிகளும்தான். கன்னிப் பெண்களின் நடமாட்ட வேளையுமல்ல அது. அங்கிருந்த ஸ்திரீகளின் கண்களில் ஒரு ரோகிக்கான அனுதாபம் தவிர வேறு எதுவும் வெளிப்படவில்லை. முற்றிய ரோகி லிங்க பேதமற்றது போலும்! இடம் மாற்றிக்கொள்ளும் சிரமத்திற்கு அவசியமில்லையென்று பட்டது அவருக்கு.

உதட்டிலிருந்து தொண்டைக் குழி வரையிலும் உலர்ந்து விட்டது. மெல்லிய துணியில் கூழ் வற்றல் மாதிரி ஒட்டிக் கொண்டு விட்ட நாவை இனி உரித்துத்தான் எடுக்க இயலும் போலும். தொண்டை ஈரத்துக்கு இரண்டு சொட்டு நீர் ஊற்றப்படுமானால் பிராணன் சற்றுக் குளிரக்கூடும். கையில் எதையோ ஏந்தி விசித்திரமாகக் கூவி விற்றுக்கொண்டிருந்த சிறுவனின் முகத்தை ஏறிட்டுப் பார்த்தார் அவர். அவனுடைய பார்வையில் வெளிப்பட்ட அருவருப்பு அவரை வலுவாகத் தாக்கிற்று. நழுவி அப்பால் அவன் சென்று விடுவானோ என்ற பீதியில் தலை சரித்து முகத்தில் கெஞ்சல் காட்டி ஏதேதோ சொன்னார். அவருடைய குமுறல் அவனுக்கு அர்த்தமாக வில்லை. எதிர் பெஞ்சுக் கிழவியின் ஆண்மை அதட்டலுக்கு உட்பட்டு சிறுவன் சோடா வாங்கிவர எதிர்சாரியை நோக்கி ஓடினான்.

அப்பொழுது பஸ்ஸும் வந்து நின்றது.

அவர் பரபரப்படைந்து எழுந்து குடையைச் சுருக்கினார். குடை ஏறி குதிரையில் விழவில்லை. இருந்தும் அவசரத்துடன் தொள தொளவென்று அதை மார்போடு அணைத்தவாறு, வலது கையில் மருந்துக் குப்பியுடன் திண்ணையைப் பார்க்க நகர்ந்தபோது அரை வேஷ்டி நெகிழ்ந்தது. குடையைத் தூணில் சாய்த்தார்.

பஸ்ஸிலும் வெளியிலும் ஜன நெரிசல். மேல் கம்பியில் கடைசிவரையிலும் கை கையாக காய்த்துத் தொங்கிக்கொண் டிருந்தது. கூட்டம் சீட்டின் இடைவெளியில் காலூன்றிவிட முண்டியடித்துக்கொண்டிருந்தது. இப்பொழுது அவரால் முண்டியடிக்க ஏலாது. ஒரு நிறைமாத முஸ்லீம் யுவதி இடுப்புக் குழந்தையுடன் சற்று விலகி நின்றிருந்தாள். கடைசியில் அவருக்கு காட்டப்படும் உதார செளஜன்யத்தில் ஒண்டிக் கொள்ளலாமென எண்ணி அவள் பின் நகர்ந்து நின்றார் அவர். மோதிச் சாயும்

கூட்டத்தை மேலும் முடுக்க, இஞ்சினை டிரைவர் குப்பென்று அலற வைத்து கையெடுக்காமல் ஹார்னையும் பிழிய ஆரம்பித்தான். மோதலும் தள்ளலும் அதி உக்கிரம் அடைந்தன. எப்படியோ எல்லோரும் உள்ளே திணித்துக்கொண்டு விட்டார்கள். அவர் பஸ்ஸின் முன் படியில் நின்றுகொண்டிருந்தார். கையில் வாங்கிய சோடாவை நிம்மதியாக வாயில் ஊற்றிக் கொள்ளவொட்டாமல் அனைவரும் ஆளுக்கொரு விதமாய்ப் பரபரப்புக் காட்டினார்கள். பஸ் அதிர்விலும், அவசரத்திலும் சோடா தாடையிலும் கன்னத்திலுமாக வழிந்தது. விரல் நடுக்கத்தைக் கட்டுப்படுத்த முயல முயல, அம்முயற்சி காரணமாகவே அவை மேலும் நிதானமிழந்து அதிக நடுக்கம்கொண்டன. பஸ்ஸுக்குள் எங்கும் ஏளன பாவம் வழிந்தது. இனி பொறுப்பது அவமானம் என கண்டக்டர் முகபாவம் காட்டி மறுபக்கம் திரும்பி விசிலை அழுத்தமாக ஊதினான். பஸ் நகர்ந்தது. அவர் எவ்வாறோ உள்ளே சாய்ந்து மேல் கம்பியைப் பற்றிக்கொண்டார். உடல் தள்ளாடி சகப் பிரயாணி ஒருவர் மேல் மோதியது. இது அவருக்கு ஒரு பாதுகாப்பான இடமே. இங்கு அவர் சரிந்து விழுந்துவிடுவது சிறிதும் சாத்யமில்லை.

புளியமர ஜங்ஷனைத் தாண்டி பஸ் சிறிது தூரம்கூட சென்றிராது. அவர் திடீரென்று அக்கம்பக்கம் திரும்பி வெறித்தபடி, ‘குடை, குடை’ என அரற்ற ஆரம்பித்தார். கண்டக்டரோ அவ்வார்த்தைகள் காதில் விழுந்த பாவமே காட்டிக்கொள்ள வில்லை. வண்டி முதல் நிறுத்தத்தில் நிற்கவும் அவர் கீழே இறங்கும் வேளையில், கண்டக்டர் அவரை வார்த்தைகளால் பின் நின்று தாக்க, பஸ்ஸே கொல்லென்று நகைத்தது.

அப்பொழுது மணி பதினொன்று தாண்டியிருக்கக்கூடும். வெயில் அதி உக்ரமாகக் கொளுத்திக்கொண்டிருந்தது. கொல்லனின் உலை இரும்பாய்ப் பழுத்துக்கிடந்த சிமிண்டு ரோடு அனல் அலைகளை உமிழ்ந்த வண்ணமாய் இருந்தது. எதிர்பாராத உஷ்ணத்தின் தாக்குதலால் அவர் ஒருகணம் ஸ்தம்பித்து நின்றார். எவ்வாறு பஸ் நிலையத்தை அடையப் போகிறோம் என மலைப்புத் தட்டியது. ஆனால் தூணில் சாய்த்த குடையின் நினைவு எழுந்து, பறி போவதற்குள் அதை கைவசப்படுத்திவிட வேண்டுமென்ற ஆசை மூண்டு விடவே வெகு வேகமாக விரைய மனத் தயாரிப்புகளில் ஆழ்ந்தார்.

இதற்குள் குடை பறிபோயிருக்கக்கூடுமோ என்ற சந்தேகமும் தோன்றி வலுப்பெற்றது. சிமிண்டு ரோட்டைத் தாண்டினால் எதிரே பூங்கா மதிலோரம், வெள்ளை வேட்டியின் கறுப்புக்கரை போன்ற நிழலில் ஒண்டியபடியே சென்று விடலாம். அந்நிழலும் இன்னும் சில நிமிஷங்களில் சுவரின்

அடித்தளதில் புதையுண்டு போய்விடக்கூடும். அதற்குள் பஸ் நிலையத்தை அடைந்துவிட வேண்டுமென எண்ணி அவர் சிமிண்டு ரோட்டைத் தாண்டி இப்பால் வந்தார்.

பூங்காப் பூவரசு ஒன்று குடைவட்ட நிழலை வெளியே நடை பாதையில் பரப்பிக்கொண்டிருந்தது. அந்நிழலின் குளுமை இவ்வுலகை இழந்தும் அங்கு விழுந்து கிடக்கும் பேரானந்தத்தில் லயிக்கத் தக்கது என்று பட்டது. எனினும் அதற்குள் தோல்விகளின் உருவகமாக மனசில் திரண்டுவிட்ட குடையை எப்படியும் மீட்டு விடுவது என்று ஒரு சவால் மூண்டு விடவே, வைராக்கியத்தால் உடல் சோர்வையும் மனச்சோர்வையும் ஒடுக்கி இரண்டு மூன்று எட்டுக்கள் வெகு வேகமாக எடுத்து வைக்கலானார்.

அப்போது அசைப்பில் பூங்காவிற்குள் அசைந்தாடி நகரும் அவளுடைய பிம்பம் அவருடைய பார்வையில் விழுந்தது. நின்று, மரஞ்செடிகளூடே கூர்ந்து பார்க்கலானார். இலைக்கூட்டங்களின் வெளியினூடே அவளுடைய உடல் துணுக்குகள் தெரிவதும் மறைவதுமாக இருந்தன. தலைமீது நார்ப்பெட்டியை இடது கை பற்றியிருக்க, வலது கையை அதி லாவகத்துடன் உடலசைவுக்கு அனுசரணையாக வீசியபடி, தன்னிகரில்லையென நெளிந்து அசைந்தாடிச் சென்றுகொண் டிருந்தாள் அவள்.

பூங்காவிற்குள் பார்வையைச் செலுத்தியவாறே அடியெடுத்து வைத்தார். தலையும் கையும் அதிக அவசரம் காட்டின. ஆனால் அதற்கு ஏற்பக் கால்களில் துரிசம் கூடவில்லை. கை அசைவில் புட்டியின் கழுத்து வழியே மருந்து வழிந்தது. புட்டியை இடது கைக்கு மாற்றி வலது கையை விரித்து ஒரு முறை பார்த்துவிட்டு மிகுந்த அருவருப்புடன் வேஷ்டியில் துடைமீது பிசைந்து துடைத்தார். ஆயாசமூண்டு மூச்சுத்திணறத் தொடங்கிவிட்டதென்றாலும் இப்பொழுது எதையும் பொருட்படுத்தாமல் கொஞ்சம் துரிதமாக நடந்துவிட்டால் பூங்கா முன் வாசலில் அவளைப் பிடித்துவிடலாமென்ற நம்பிக்கை ஏற்பட்டது. பார்வையில் மறைந்துவிட்ட அவள் அப்பொழுது பூங்கா நூல் நிலையக் கட்டிடத்தின் முன்னால் அசைந்தாடி சென்றுகொண்டிருக்கக் கூடும் எனக் கற்பனை செய்து, முன் வாசலை அடைய அவள் தாண்ட வேண்டிய தூரத்தை மனசால் அளந்தபடி அசைந்துகொண்டிருந்தார். சற்று விரைந்து செல்வது சாத்தியமாயின் அவள் முன்வாசலை எட்டுவதற்குமுன், எதிர் நின்று மறித்துவிடலாமென்ற நம்பிக்கை ஏற்படவே, மிகுந்த பிரயாசையுடன் கால்களை அதிக வேகத்துடன் இழுத்துப் போடலானார். நடை பயிலும் குழந்தைக்குத் தன்

பொறுப்பின்றிச் சில எட்டுக்களில் வேகம் கூடுவது போலவே, படபடவென சில எட்டுக்கள் அவருக்கும் சாத்தியமாகிவிட்டன.

முன்னால் எனில் இச்சிறுதூரம் அவருக்கு ஒரு பொருட்டல்ல தான். சிபார்சுகளுக்கும் சிநேக தாட்சண்யத்துக்கும் அவர் அலைந்திருக்கும் அலைச்சல் ஒரு தெரு நாய் அலைந்திருக்கக் கூடியதல்ல. புது அறிமுகங்களைத் தேடியும், பரிச்சயங்களை அவ்வப்போது புதுப்பித்துக் கொள்ளவும் அவர் அலையாத வண்ணம் அலைந்திருப்பவர்தான். ஒரு தும்மல், தலைவலி தெரிந்தவர் அல்ல அவர். ஊளைச் சதையும் தொந்தி பெருத்தும் இருந்தென்ன? ஸ்தூலத்தை சதா வதைத்து ஏளனம் பண்ணும் சறுசுறுப்பு அவருடையது. வந்து நின்றால், பந்தயக் குதிரை பின்னங்காலில் எழுந்து நிற்பது மாதிரி ஆளை அசத்தும் கம்பீரம் எப்பேர்ப்பட்ட கோடீசுவரனையும் நாற்காலியைவிட்டு எழுப்பி அடித்துவிடும். இளைஞனாகத் தன்னைப் பாவித்து பஸ் புறப்பட்ட பின் தாவித் தொற்றுவதிலும், பின்னங்கை கட்டியபடி ஏணிப்படிகள் ஏறி இறங்குவதிலும் எவ்வளவு பெருமிதம் காட்டியவர் அவர். நாலு கம்பித் தூண்களுக்கு முன் நடந்து செல்கிறவனைக் குறி வைத்து, மேலும் இரு தூண்கள் அவன் தாண்டிவிடுவதற்குள் எட்டிப் பிடித்துவிடுவது அவருக்கு சுலப சாத்தியமாகத்தானே இருந்திருக்கிறது. இப்பொழுது கை தட்டினால் கேட்கும் பூங்கா வாசலை எட்டுவது, சித்ரவதைப்படும் காரியமாகப் போய்விட்டது.

முன்வாசலை அடைந்ததும் அவருடைய பார்வை நாலு திசையிலும் வட்டமிட்டுத் துழாவியது. எங்கும் அவளைக் காணோம். பூங்காவிற்குள்ளும் அவளுடைய தோற்றம் தென்படவில்லை. அக் குறுகிய நேரத்திற்குள் நின்ற நிலையில் அவள் மறைந்திருக்கக்கூடுமெனப் பட்டதே தவிர அடியெடுத்துத் தாண்டிச் சென்றிருக்கக் கூடுமென நம்பமுடியவில்லை. அவள் நடந்து வந்த பூங்கா பாதை செப்பிடு வித்தைக்காரன் கை தட்டிக் காட்டியதுபோல வெறிச் சென்றிருந்தது.

க்ஷணப்பொழுதில் அவள் அவ்விடம் தாண்டி மறைந்திருந் தாலும் ஆச்சயப்படுவதற்கில்லைதான். ஆரோக்கியம் திமிர் பிடித்து உருளும் உடற்கட்டு அவளுக்கு. வில்லிலிருந்து புறப்பட்ட அஸ்திரம்போல் காரியம் நோக்கி விரையத் தெரியுமே தவிர அவள் பராக்கு பார்க்கிறவளும் அல்ல. அனுதினமும் சுற்றி வரும் இப்பாதையில் அவளுக்கு ஒரு இசைவு கூடியிருக்கும். மேலும் அவள் சீக்காளியும் அல்ல. ரத்த அழுத்தம், நீரிழிவு கிடையாது. சோகை இல்லை. அண்ணாந்து பார்த்தால் தலை சுற்றாது அவளுக்கு. அவள் பாக்கியவாட்டி.

பூங்காவின் முன்வாசல் ஒரு முச்சந்தி. மூன்று வழிகளும் கண்ணெட்டும் தூரம் அவருக்குக் காட்சி தந்துகொண்டிருந்தன. எப்பாதையில் அவள் முன்னேறியிருக்கக்கூடும் என்பதும் அவருடைய அனுமானத்திற்கு அப்பாற்பட்டதல்ல. ஏனெனில் அவளுடைய அன்றாட சஞ்சார மார்க்கத்தை ஒன்பது வருஷங்களுக்கு முன்னாலேயே அவருடைய மனசு தொகுத்து வைத்திருக்கிறது.

அன்றாடம் காலை புனித சவேரியார் கோயில் வாசல் முன்னின்று வெளிப்படும் அவள், பூங்கா தாண்டி டவுனுக்குள் நுழைந்து பங்களாத் தெருக்கள் சுற்றி மண்டபம் வழி பொழுது சாயும் வேளையில் வடசேரி மேட்டில் தன் கூடு அடைய விரைந்து செல்வதைக் காணலாம்.

இப்பொழுது பின் தொடர்ந்து சென்று அவளை எட்டுவது ஆகாத காரியமாகப்பட்டது அவருக்கு. அவள் சிறகு முளைத்தவள். குறுக்கு வழியில் இறங்கி நேராக மண்டபம் சென்றுவிட்டால் பிற்பகலில் அவளை அங்கே சந்தித்து விடலாம். அங்கு கொஞ்ச நேரம் காத்திருக்க நேர்ந்தால் அதுவும் இளைப்பாறலாக அமையும். ஆனால் மண்டபம் கூப்பிடு தூரமல்ல. ஒன்றரை மைல். இல்லையெனில் நிச்சயம் ஒரு மைலுக்குக் குறைவில்லை.

தனக்குத்தானே கிளப்பி விட்டுக்கொண்ட ஒரு மூர்க்கவெறியுடன் அவர் நடக்கலானார். உடலும் சிறு தெம்புகொண்டு விட்டது போல் தோன்றிற்று. தலைச்சுற்றல் சிறிதுமில்லை. மனச்சோர்வு, அதுகாறும் உடல் உபாதையை மிகைப்படுத்தி உணரச் செய்து கவலை கொள்ள வைத்துவிட்டதை எண்ணியதும் அவருக்குச் சிறிது நாணமாகக்கூடப்பட்டது. அன்று காலையிலும் அதிகத் தெம்போடு இருந்திருக்கக்கூடுமே என எண்ணினார். உடல் உபாதையைவிட, அது காரணமாகப் பிறரிடம் அதிக இரக்கம் பெற வேண்டுமென்ற ஆசையே ஓரளவு நடிப்புக்கும் தன்னை ஆளாக்கிவிட்டதாகப்பட்டது. இப்பொழுது அவர் நடையில் இவ்வளவு விசை கூடிவிட்டது அவரிடமே ஒரு ஹாஸ்ய உணர்வை ஏற்படுத்தியது. மண்டபத்திற்கு இட்டுச் செல்லும் குறுக்குப் பாதைத் திருப்பத்தில் க்ஷணப் பொழுதில் மிதந்து வந்துவிட்ட மாதிரி ஒரு மயக்கம்கூட ஏற்படலாயிற்று.

அவர் குறுக்குப் பாதையில் திரும்பும் நிமிஷத்தில் எதிர் வீதியில் ஒரு வீட்டுக் கொல்லை மதிற் சுவரோடு ஒரு நார்ப்பெட்டி மறு கொல்லையைத் தாண்டுவது அவருடைய பார்வைக்கு இலக்காயிற்று. அப்படியென்றால் மேலும் சில நிமிஷங்களில் அவள் அவ்வீட்டிலிருந்து வெளிப்படக்கூடும். பார்வை அப்படியே அவ்வீட்டு வாசலில் படிந்துவிட, கால்கள் முன்

நோக்கித் தானாக அசைய ஆரம்பித்தன. அவ்வீட்டு முன்வாசலில் ஒரு படுதா, வயசுப்பெண் சுற்றிக்கொண்ட ஏறிப்போன பாவாடை மாதிரி தொங்கிக் கொண்டிருந்தது. படுதாவின் அடியில் பாதங்கள் குறுக்கும் மறுக்கும் சுறுசுறுப்பாய் இயங்கிக்கொண்டிருந்தன. வெகு நேரம் அப்படுதாவில் திருஷ்டி பதித்தபடியே, எதிர் வீட்டின் துளியூண்டு நிழலில், சுவரில் சாய்ந்தபடி வேர்த்து வழிய நின்றுகொண்டிருந்தார்.

ஒரு சிறுவன் குரோட்டன்ஸின் மறைவிலிருந்து வெளிப்பட்டான். திருட்டு விழிகளோடு வாயைப் புறங்கையால் துடைத்துக்கொண்டே வந்தான் அவன். அவனருகே நகர்ந்து அக்கம் பக்கம் உணர்ந்தபடி, "முட்டைக்காரி இங்கு வந்தாளா?" எனக் கேட்டார் அவர்.

"அன்னா போறாளே" என்றான் சிறுவன்.

"எங்கே? எங்கே?"

"அன்னா . . . அன்னா."

சிறுவன் ஆள்காட்டி விரலால் சுட்டிக் காட்டினான். 'அன்னா, அன்னா' வென அவன் வாய் முணுமுணுத்தபடி இருந்தது. தட்டெழுத்துப் பள்ளியிலிருந்து புஸ்புஸ்ஸென வர்ணக் காகிதங்களை வாரியிறைத்தது போல் பெண்கள் வெளிப்பட்டுத் தெரு அடைத்து நிறைந்துகொண்டிருந்தனர்.

'அன்னா . . . அன்னா . . .'

அவர் சுயப் பிரக்ஞையிழந்து விறுவிறுவென முன்நோக்கி நகர்ந்தார். கும்பல் தாண்டி கண்முன் தெரு வெறிச்சிட்ட பின்பும் அவர் பார்வைக்குப் புலனாகவில்லை. நின்று பின் திரும்பியும் வீடுகளின் சுற்றுப் புறங்களில் நோட்டமிட்ட படியும் அவர் நகர்ந்துகொண்டிருந்தார். மீண்டும் பின் திரும்பி குறுக்கு வழி தேடிச் செல்வது அவருக்கு ஆயாச வேலையாகப்பட்டது. அவ்வளவு தூரம் முன்னால் சென்று விட்டால் மிஷன் பள்ளிக் காம்பௌண்டை அடைந்து, அங்கு புன்னை மரச்சோலையில் இளைப்பாறிக்கொண்டிருக்கலாம். பங்களாத் தெருவுக்குள் நுழைய எப்படியும் அவள் அந்த இடம் தாண்டித்தானே ஆக வேண்டும். வார்த்தையாடவும் அது மிகவும் தோதான இடம்.

அவளிடம் எப்படி ஆரம்பிப்பது என்பது பற்றிய கற்பனையில் அவர் ஆழ்ந்தார். ஒன்பது வருஷங்களுக்கு முன் அவளுக்கு அளித்த வாக்குறுதியைக் காப்பாற்ற முடியாமல் போனது பற்றித் தற்போது பிரஸ்தாபிக்காமலிருப்பதே

விவேகம் என எண்ணிக்கொண்டார். அதை நினைவுறுத்துவது போல் மோசமான துவக்கம் வேறு இல்லை. அன்று அவள் அழைப்பை அலக்ஷியம் செய்து உதறி விட்டதை எண்ணிய பொழுது அவருக்கு துக்கமும் ஆழ்ந்த பச்சாதாபமும் ஏற்பட்டன. அதற்கு முழுப்பொறுப்பும் தான் அல்ல; ஈசுவர சித்தம் அவ்வாறு அமைந்தது என ஒருவித சமாதானம் அடைந்தார்.

ஒன்பது வருஷங்களுக்கு முன் முனிசிபல் தலைவரின் வீட்டு வாசலில் அச்சம்பவம் நிகழ்ந்தது. சிபார்சுக்காக உடன் வந்தவர்கள் உள்ளே சென்றிருக்க, காரில் தன்னந்தனியாக அமர்ந்திருந்தார் அவர். வெகு நேரமாகியும் நண்பர்கள் வந்து சேராததில் சலிப்படைந்து இருக்கை கொள்ளாமல் பட்டுக் கொண்டிருந்த பொழுது, எதிரே தலையில் நார்ப் பெட்டியுடன் அவள் அசைந்தாடி வரும் தோற்றம் அவர் பார்வையில் விழுந்தது. அக்கணமே அவர் ஒரு மனப் பதட்டத்துக்கு ஆளாகிப் போனார். வெகு காலம் எதிர்பார்த்து நின்ற வேளை அன்று கூடிவிட்டது.

அவளுடைய தோற்றம் அங்குமிங்குமாக அதற்கு முன்பும் அவர் கவனத்தில் விழுந்ததுண்டு. அப்பொழுது பார்வை வட்டத்திற்குள் அவள் விழுந்து, தூரத்தால் மறைவுற்று விடுவது வரையிலுமோ, கூட்டத்தில் கரைந்துபோய் விடுவது வரையிலுமோ வெற்றுடல் நின்ற இடம் நின்றிருக்க அவருடைய மனமும் பிராணனும் அவளைப் பின்தொடர்ந்து ஓடிக்கொண்டிருக்கும். அவளுடைய பின்னழகு அவரை மூர்க்க வெறிகொள்ளச் செய்துவிடும். அந்நாட்களிலிருந்தே ஒரு சந்தர்ப்பத்திற்காகத் தவம் செய்துகொண்டிருந்தார் அவர்.

ஒரு ராக்ஷசச் செடி முனிசிபல் தலைவரின் வீட்டு காம்பௌண்டுச் சுவரேறி கொடி படர்த்தி காடாய் மண்டிக் கிடந்தது. முட்கொடிகள் வெகு அடர்த்தியாய் வெளியே தொங்கிக் கிடந்தன. காருக்கும் சுவருக்குமான அந்த இடைவெளியில் வந்து நின்றாள் அவள். ஒரு நிமிஷம் அவருடைய விழிகளை அவள் கூர்ந்து நோக்குவதுபோல் பட்டது. மறுகணம் அவள் உதட்டோரம் ஒரு புன்முறுவல் நெளிந்தது. அது ரொம்பவும் வேதாந்தபரமாகத் தொனித்தது அவருக்கு. லீலா வினோதங்களின் விசாரணை முடிவில் வெளிப்பட்ட தாத்பரியம் போல் ஒரு மயக்கம் ஏற்பட்டது. ஆனால் அவருடைய ஆச்சரியமோ திக்பிரமையோ அடைந்த தன்மை சிறிதும் அவள் முகத்தில் வெளிப்படவில்லை. தனது உடன்பாடு அவளுக்கு விழுந்த அதிருஷ்டப் பரிசு என எண்ணிய மமதையை அடிநுனியில் கத்தரிக்கும் முகத் தோற்றம் அது. அவளுடைய முகபாவம் பள்ளத்தைப் பார்க்க வழியும் ஜலத்தை ஒரு குழந்தை வேடிக்கை பார்ப்பது போலிருந்தது.

“அபிப்பிராயமுண்டோ?” என்று மட்டும் அவள் கேட்டாள்.

அவர் தலையை அசைத்தார்.

இடமும் வேளையும் குறிப்பிட்டுவிட்டு அவள் அப்பால் நகர்ந்து சென்றாள்.

நினைத்துப் பார்க்கையில் இப்போது நம்ப முடியவில்லை. மறுநாள் வேளை வந்த பொழுது ஏனோ ஒரு விசித்திரமான அசிரத்தைத் தோன்ற, சோம்பி முடங்கிவிட்டார் அவர். உடன்படுமென ஏற்பட்டு விட்டதிலேயே அவருக்குத் திருப்தி பிறந்து விட்டதுதான் பூராவும் காரணமெனச் சொல்வதற் கில்லை. மேலும் எங்கே எங்கேயெனக் கொட்டாவி விட்டுக் கொண்டிருந்த நாட்கள் அல்ல அவை. இன்பங்கள் சூழ்ந்து வந்து தாக்குகிற தினுசுகளுக்குப் பதில் சொல்ல அவகாசப்படாமல் திணறிக்கொண்டிருந்த நாட்கள். தலைக்கு நாள் நண்பர்களுடன் வெளியூர் சென்றிருந்தவர் அங்கு வழக்கமான கேளிக்கைகளில் ஈடுபட்டு நடுநிசி தாண்டிய பின்னர்தான் வீடு வந்து சேர்ந்தார். விளக்கை அணைத்ததும் அவருடைய மனைவி அவர் படுக்கையில் வந்து தொம்மென்று சரிந்து அவர் முகத்தை தன் மார்போடு இழுத்து அணைத்துக்கொண்டாள். தன் முகம் தவிரப் பிறர் முகம் நோக்காப் பேராண்மை தனது கணவர் ஒருவருக்குத்தான் சொந்தமெனக் கருதும் அவளுடைய பேதைமையை எண்ணுகிற போதெல்லாம் அவர் மனசு தழுதழுக்கும். அவ்வாறு மனம் நெகிழும் வேளைகளில் அவளையும் ஒரு வேசியாகப் பாவித்து தன்னால் இயன்ற சந்தோஷங்களை அவளுக்கு வழங்குவது அவருக்கு சுபாவமாகப் படிந்திருந்தது. அன்றும் அவ்வாறே நடந்தது. விடிவது வரையிலும் அவளைப் பலவாறு தீவிரமாகச் சந்தோஷப்படுத்தலானார்.

காலையில் கண் விழித்தபோது வெயிலேறிவிட்டது. முதல் நினைவாக முளைத்தது முந்தைய நாள் சம்பவம்தான். அவள் குறித்த வேளை அப்போது நெருங்கிக்கொண்டிருந்தது. ஆனால் உடலும் மனசும் ஆயாசப்பட்டுக்கொண்டு வந்தது அவருக்கு. கை கால் துவண்டு தொய்ந்தன. அப்படியே மீண்டும் படுக்கையில் சரிந்தார். மனமோ பலவிதமான கற்பனைகளில் லயிக்க ஆரம்பித்துவிட்டது. சர்வ அலங்காரங்களோடும் அசைந்து செல்லும் அவள், பெந்தக்கொஸ்தே சங்க போர்டில் இடது பக்கம் பள்ளத்தாக்கு போன்ற சரிவில் இறங்குவது போலவும், சுமைதாங்கியில் நார்ப்பெட்டியை அடையாளம் காட்டி வைத்துவிட்டு, மேலும் கிடுகிடு பள்ளத்தில் இறங்கிப் புறம்போக்குக் குடிசைகள் தாண்டி ஓடு வேய்ந்த ஒரு ஒற்றைக் கட்டிடத்தினுள் நுழைவதுபோலவும், சுவரில் மாட்டப்

பட்டிருக்கும் சிறு கண்ணாடியில் தன் முகம் பார்த்துக் கொண்டை தட்டி முடிந்துகொள்வது போலவும், அவள் திருஷ்டி சிமிண்டுப் பாதையிலேயே படிந்துவிட்டது போலவும் பலவாறு கற்பனைகள் செய்து ஒரு விசித்திரமான சந்தோஷத்துக்கு ஆட்பட்டுக் கிடந்தார். காரியத்தைவிடவும் கனவே அப்பொழுது அவருக்கு இதமாக இருந்தது. ஆனால் அன்று மாலை இழப்பின் பச்சாதாபம் அவர் மனசில் கனிய ஆரம்பித்தது. கடந்த ஒன்பது ஆண்டுகளிலும் அந்த நஷ்டத்தின் பாதிப்பு அவர் மனசில் வளர்ந்ததே தவிரக் குறையவில்லை.

மிஷன் பள்ளிக் காம்பௌண்டில் புன்னை மரத்தடியில் தலை சாய்த்தபடி ரோட்டையே வெறித்துப் பார்த்துக்கொண் டிருந்தார் அவர். அவள் வாடைகூட அடிக்கக் காணோம். மணி அடித்தது. பச்சை மாணவிகள் வெளிப்பட்டு எங்கும் நிறைந்து கொண்டிருந்தனர். முதல் வகுப்பைச் சேர்ந்த ஐந்தாறு குழந்தைகள் சற்று எட்ட வந்து நின்று கண் கொட்டாமல் அவரைப் பார்த்துக் கொண்டிருந்தன. அவரைப் பார்த்தபடியே ஒன்றுக்கொன்று குசுகுசுத்துக்கொண்டன. அவருடைய கோலம் அக்குழந்தைகள் மனசில் ஒரு வேடிக்கை உணர்வையும் சிறு பீதியையும் ஏற்படுத்தின எனத் தோன்றிற்று. அவர் இதை உணர்ந்து குழந்தை களைப் பார்த்து ஒரு அருமை பாவத்துடன் சிரிக்க முயன்றார். அவர் எதிர்பார்த்தது போலவே குழந்தைகள் மேலும் பயந்து பின் நகர்ந்தன. அவர் இரு கையூன்றி எழுந்திருந்து பள்ளியை விட்டு வெளியே வந்தார்.

எப்படியும் நடந்து சென்று மண்டபத்தை அடைந்து விடுவது என்ற எண்ணம் இப்போது அவரிடம் வலுப்பெற்றது. இம்முடிவுக்கு மாற்றமில்லையென திடசங்கல்பம் கொண்டார். பங்களாத் தெருக்களுக்கு இட்டுச் செல்லும் பாதை அதள பாதாளமாகக் கீழ் நோக்கிச் சென்றுகொண்டிருந்தது. அப்படியே நடந்து சென்றால் திரும்பி ஒரு பனை உயரம் செங்குத்தாய் ஏறும் மேட்டுப் பாதையின் உச்சியே மண்டபம். நடந்தும் ஒதுங்கி அமர்ந்து இளைப்பாறியும் அங்கு சென்று சேர்ந்துவிட முடியுமென்றே அவருக்குத் தோன்றியது. பள்ளத்தை நோக்கி அடியெடுத்து வைக்கலானார்.

பள்ளத்தில் இறங்குவது சற்று ஏந்தலாக இருந்தது. உடலை முடிந்த மட்டும் தொய்த்துத் தள்ளாட விட்டுக்கொண்டதில், தன்னுடலை இட்டுச் செல்லும் பொறுப்பை காற்றுக்கும் பாதையின் சரிவுக்கும் ஒப்படைத்து விட்டதுபோல் ஒரு மயக்கம் ஏற்படுத்திக்கொண்டார். இது மிகவும் அனுசரணையான புத்தியாகப்பட்டது. ஆனால் சிறிது தூரம்கூட அவ்வாறு நகர்ந்திருக்கவில்லை; அவருக்கு மூச்சுத்திணற ஆரம்பித்து

விட்டது. திறந்த வாயை மூட முடியவில்லை. உதடுகளை அசைத்தும் நாக்கைத் துருத்தியும் அவஸ்தையை வெளியேற்ற முயன்றார். தலையும் சுற்ற ஆரம்பித்தது. சரிவதற்குள் திண்ணையில் ஒதுங்கிவிடலாமென்ற எண்ணத்தில் சுற்று முற்றும் வெறித்தார். அந்த நண்பகல் வேளையில் முன் வாசல்கள் அடைத்துக் கிடந்தன. எதிரே குழாய் ஓரம் நகர்ந்து மின்சாரத் தூணை அணைத்துக்கொண்டார்.

தொண்டை வறட்சியும் தாங்க முடியவில்லை. முகத்தைக் கழுவி, இரண்டு மடக்குக் குடித்தால் ஒரு ஆசுவாசம் பிறக்குமென்று தோன்றிற்று. அவருடைய விரல்களால் குழாயை அழுத்த முடியவில்லை. அவர் மீண்டும் மீண்டும் பலனின்றி முயலுவதை கவனித்த ஒரு பெண் குடத்தைக் கீழேவைத்துவிட்டு அவருக்கு உதவி செய்தாள். வாயை குழாய் அருகே சரித்து, கையேந்தி இரண்டு மடக்கு குடித்தார். அதற்குள் வயிற்றை வாரிச் சுருட்டிக் குமட்ட ஆரம்பித்தது. மீண்டும் தலையைத் தூணோடு சாய்த்தபடி கண்களை மூடியவாறு நின்றார். அப்பொழுது ஒரு வயோதிகக் குரல் 'முட்டைக்காரி வந்தாளா?' எனக் கரகரக்கவும், ஒரு இளங்குரல், 'இப்பம் வந்து போட்டு, அன்னாப் போறாளே' என்று பதில் சொல்லிற்று. அவர் கண்களை விழித்துப் பார்த்தார்.

மண்டபத்தைப் பார்க்க அசுர வேகத்தில் புழுதி அலைகள் வாரிச்சுருட்டி ஏறிக்கொண்டிருந்தன. காட்சி செம்மண் திரையில் மங்கி விட்டது. அதன் நடுவே இடுப்புக்குமேல் ஒரு பெண்ணுருவம் புழுதி அலைகளால் ஏந்தப்பட்டுச் செல்வது போலிருந்தது. மீண்டும் கண்ணைக் கொட்டிவிட்டுப் பார்த்தபோது அது வெறும் மனமயக்கம்தான் என்பது புலனாயிற்று. தலைசுற்றல் மேலும் மேலும் அதிகரித்த வண்ணமாய் இருந்தது. பையிலிருந்து ஒரு மாத்திரையை எடுத்து வாயில் ஒதுக்கிக்கொண்டார். ஏதாவது குதிரைவண்டி காலியாக அந்த வேளையில் அங்கு வந்து சேராதா என்று அவர் மனசு ஏங்கியது. ஆனால் அவ்வாறு வாய்ப்புகள் தனக்கு ஏற்படக்கூடியதல்ல என்ற கசப்பும் உடன் எழுந்து, கொட்டும் மழையில் நனைந்ததுபோல் தலையும், முகமும், ஆடையும் ஈரம் சொட்ட அடியெடுத்து முன்னால் செல்ல முயன்றார்.

அன்று அந்தி சாய்வதற்குள் எப்படியும் அவளைச் சந்தித்து விடுவதுதான் நேரவிருக்கும் விதி என்பது அவருக்குத் தீர்மானப் பட்டுவிட்டது. தான் பின் தொடர்ந்து வருவது அறியாது, விலகியும் மறைந்தும் செல்லும் அவளுடைய அஞ்ஞானத்தை எண்ணியபோது அவருக்கு அவள்மீது இரக்கம் கவிழ்ந்தது. அவளைச் சந்தித்ததும், அவள் பொருட்டுத் தான் எடுத்துக் கொண்ட சிரமங்களைச் சொல்ல வேண்டுமென எண்ணினார்.

இல்லாத ஒன்று

கொஞ்சம் அழுத்தமாகவே சொல்லிவிட வேண்டியது அவசியம் என அவருக்குப்பட்டது. ஒரு பெண் ஜென்மத்திற்கு இதை விடவும் சந்தோஷம் அளிக்கும் விஷயம் எதுவும் இருக்க முடியாது என்றும் எண்ணிக்கொண்டார்.

ஒரு கணம் ஒதுங்கி விடுவோமா என்ற எண்ணம் ஏற்பட்டது. ஆயாசம் அதற்குள் அவ்வளவு அதிகமாகிவிட்டிருந்தது. ஆனால் அவ்வெண்ணத்தை ஒப்புக்கொள்ளவே நாணமாக இருந்தது அவருக்கு. நடுவில் சோர்ந்து, அறைகுறையாய் விட்டுக் காரியம் கெட்ட காரியங்கள் கொஞ்சமா அவர் வாழ்வில்? மீண்டும் இந்த வேளையிலும் அப்பேய் தன்னைப் பதம் பார்க்கப் பதுங்குவதை உணர்ந்தபொழுது அவர் மனசு ஆக்ரோஷம் கொண்டு நிமிர்ந்தது. தன்னை ஆயாசப்படுத்தி நல்வழியில் திருப்ப முயல்கிறது போலும். தான் பின்திரும்புவது கண்டு மறைந்திருந்து நகைக்க மீண்டும் அதற்கு ஆசை போலும்! அவ்வாறு கணக்கற்ற தடவை நகைத்தாயிற்று. மீண்டும் மீண்டும் விதியின் வெற்றிகண்டு மார்தட்ட எத்தனை ஆசை. சோர்வும் உபாதைகளும் ஏவிவிடப் பட்டவையே என்பது இப்பொழுது அவருக்குப் புரிந்துவிட்டது. கடைசிவரையிலும் தன்னைப் பின் திருப்புவதே சதியின் சூட்சுமம் என்பது அவருக்குத் தெரிந்தது.

இரு கரைகளிலும் இம்மி நிழல் கிடையாது. ரத்தம், வேக்காட்டில் சரும துவாரங்கள் வழி ஆவியாக வெளியேறிக் கொண்டிருப்பதுபோல் பட்டது. வாய் உலர்ந்து கசப்புத்தட்ட ஆரம்பித்துவிட்டது. மண்டபம் சமீபித்துக்கொண்டிருந்தது என்றாலும் தாண்டத் தாண்டப் பின் நகர்ந்து சிறுத்துக் கொண்டிருப்பது போல்தான் தெரிந்தது. நடக்க நடக்க நடைவழி யும் தீரக்கூடியதாய் இல்லை.

மண்டபத்தை அடைந்தபோது நின்று, தான் ஏறி வந்த பாதையைத் திரும்பிப் பார்த்தார். தன்னுடைய வைராக்கியத்தை அவரால் நம்ப முடியவில்லை. அதுகாறும் வீண் அலைச்சல் அலைந்துகொண்டிருந்த தனக்கு வைராக்கிய மார்க்கம் தட்டுப்பட்டு விட்டதை எண்ணி இந்த உணர்வுகளுக்கு ஆட்பட்டார். ரோட்டோரம் பெந்தகொஸ்தே போர்டு பார்வைக்கு இலக்காகி விட்டது. சற்றுக் கூர்ந்து கவனித்தபோது தன் பார்வைக்குப் பின் காட்டி நிற்கும் ஒரு கிழவர் ஒரு பெண்ணுருவத்தை மறைத்து நிற்பது தெரிந்தது. இருவரும் மிக நெருங்கி நிற்பதானது, நார்ப்பெட்டி யாருடைய தலையில் என்பது அவருக்கு மட்டுப்படவில்லை. மனம் மாற்றி மாற்றி வைத்து விளையாடுவதை எண்ணி அலுப்புற்று முகஞ்சுளித்தும் எதிர் வெயிலுக்கு இடது கையை நெற்றியில் பொருத்தியும் கூர்ந்து கவனிக்கலானார். கூர்ந்து பார்க்கப் பார்க்கப் பார்வை மங்கிக்கொண்டே வந்தது.

இரு கைகளையும் இடுப்பில் ஊன்றி காற்றில் கிளைபோல் அலையும் உடலாட்டத்தை லவலேசமும் பொருட்படுத்தாமல் நகர ஆரம்பித்தார். கற்பனைப் பெயரொன்று சொல்லிக் கத்தலாமா என்று வந்தது அவருக்கு. அப்போது அவருடைய மனக்கிலேசத்தில் எப்பெயரும் உதயமாகவுமில்லை. மனசை வைராக்கியத்துடன் குவித்து, கற்பனையில் உடலின் ஏதோ ஒரு மூலையில் மிஞ்சியிருக்கும் ஜீவசக்தியை உறிஞ்சியெடுத்து சரீரத்தை முன்னகர்த்த முயன்றார். அவள் தனது இடம் நோக்கி சென்றுகொண்டிருக்கிறாள் என்பதில் அவருக்குத் துளியும் சந்தேகமில்லை. தன் வருகை உணர்ந்து முன்சென்று ஆயத்தம் கொள்ளவே அவள் பின் திரும்பாது விரைந்து வந்திருக்கிறாள் என்பதும் இப்போது அவருக்குத் தெளிவாகவே புரிந்துவிட்டது. மீண்டும் ஒரு முறை அவளை ஏமாற்றத்தில் ஆழ்த்த தனக்கு எவ்வித உரிமையும் இல்லை என்பதையும் உணர்ந்தார். அக்கொடிய பாவத்தைச் செய்யக்கூடியவராக கணமும் தன்னை எண்ண முடியவில்லை அவருக்கு. தன்னுடைய அலைக்கழிப்பு வீணல்ல என உணர்ந்ததும் அவருக்கு மிதமிஞ்சிய மனசந்துஷ்டி ஏற்படலாயிற்று. இவ்வாறு மிகையாக அமையவே சற்றுத் திக்கு முக்காடுவது போன்ற பாவனை ஏற்பட்டது போலும்! கடவுளின் அனாதியான லீலைகள் எப்போதும் இவ்வாறுதானே என முணுமுணுத்துக்கொண்டார்.

ஓரடியும் எடுத்து வைப்பது சாத்தியமல்ல என்ற நிலைமை ஏற்பட்டுவிட்டது. கைக்கு எட்டும் நிலையில் வைராக்கியத்தைக் குறைக்கும் கடைசி சோதனை இது என்பது அவருக்குப் புரிந்து விட்டது. நெஞ்சில் ஒரு சம்மட்டி அடி விழுந்ததுபோல் அப்படியே ரோட்டோரம் புழுதியில் உட்கார்ந்தார். நெஞ்சுக்குள் இரு தூண்டில்கள் ஒன்றில் மற்றொன்று மாட்டிக்கொண்டு எதிர் திசைகளுக்கு இழுபடுவதுபோல் பட்டது. இரு கரங்களையும் முட்டில் ஊன்றி எழுந்தபோது முதுகு நிமிரவில்லை. பாதையைப் பாதத்தால் அளந்து திட்டப்படுத்த முற்பட்டதுபோல் கால்கள் பின்ன ஒவ்வொரு எட்டாக எடுத்து வைத்தார். ஒரு எட்டு வைத்து மறு எட்டு முன் நகர மிகுந்த பிரயாசை கொள்ள வேண்டி வந்துவிட்டது.

இப்பொழுது அவளுடைய மோகன உருவம் அவருடைய மனத்திரையில் தோன்றிற்று. மனக் கண்ணால் அவ்வுருவத்தைக் கண்ட மாத்திரத்தில் அவருக்கு ஒரு உற்சாகமும் எழுச்சியும் பிறந்தன. தான் பட்ட கஷ்டங்கள் அனைத்தும் ஒருமுறை அவள் முகத்தை ஏறிட்டுப் பார்த்ததும் பனிபோல் விலகிப் போய்விடுமென உணரலானார். தனது துயரங்கள் அப்பொழுது அவருக்கு அற்பமாகவே படும். அப்பேர்ப்பட்ட அழகுக்கு இந்த

அற்ப துன்பங்களின் காணிக்கையேனும் செலுத்திப் பெறாதவரை அதற்கு மவுஸு இல்லையென்று பட்டது. அந்தத் துன்பமும் அந்த அழகின் ஒரு பகுதியே என்றும் உணர்ந்தார். ஒன்றிலிருந்து மற்றொன்றைப் பிரிக்க இயலுமென்று அவருக்குத் தோன்றவில்லை.

மீண்டும் மனக்கண் முன் அவ்வுருவத்தைக்கொண்டு வந்து, அதைக் கண்ணாரக் காண ஒரு வேட்கை பிறந்தது. உருவம் கூடி வரவில்லை. அவ்வுருவம் உருண்டு திரளுகையிலேயே அதன் பின்னணியில் புகை மூட்டம் ஒன்று கவிய, அரைகுறையான அவ்வுருவமும் பின்னணி மூட்டத்தில் கரைந்து விடுவதாக இருந்தது. கடந்த பல ஆண்டுகளில் இந்த நிஜ உலகில் இங்கும் அங்கும் தட்டுப்பட்ட அவளுடைய உருவத்தை மீண்டும் நினைவுகூர ஆன மட்டும் முயன்று பார்த்தார். ஒரு நிறைமாத கர்ப்பிணி பிருஷ்டம் பிதுங்க அவலக்ஷண நடைபோட்டுச் செல்லும் சித்திரம் மனசில் எழுந்தது. அவ்வாறு அவர் அவளை ஒரு முறை பார்க்க நேர்ந்தது அவருடைய நினைவில் மின்னியது. அவ்விடத்தின் பின்னணியும் வேளையும்கூட இப்போது அவருடைய நினைவில் விரிந்தன. அப்பொழுது அவளுடைய தோற்றம் கொஞ்சம் ஆபாசமாகவே பட்டது. அடுத்து அடுத்துப் பல உயிர்கள் அவளிடம் காய்ந்து வெளிப்பட்டதில், உடலும் கட்டுவிட்டு இறகு உரித்த கோழி போல் ஆகிவிட்டிருந்தாள். இன விருத்தியின் கேவல உபயோகத்திற்கு அவளும் கருவியாகிப் போன அக்கிரமத்தை எண்ணிய பொழுது நெஞ்சு குமுறத்தான் செய்தது. முலைகள் வௌவால்கள் மாதிரி தொங்கிவிட்டிருந்தன. பிருஷ்டங்கள் வெயிலில் காய்ந்த நுங்கு போல் சுண்டிப்போயிருந்தன.

ஒன்பது வருடங்களுக்கு முன் தனது மனத்திரையில் பதிந்த சித்திரத்தைத் தேடியா உடல் வருந்திக் குலைய இவ்வளவு தூரம் வந்தோம் என எண்ணியபொழுது ஒரு ஏமாற்ற உணர்ச்சி பந்துபோல் மேலே கிளம்பி அவர் நெஞ்சை அடைத்தது. முன்னால் எனில் அவளுடைய அழகு சிகரத்தை எட்டியிருந்த கோலம். அப்பொழுது அவள் சொன்னபடி அவளுக்குக் கல்யாணமாகி சில நாட்களே ஆகியிருந்த ஆண் வாடையில் அது பூர்ணமாய் பொலிவுற்றிருந்த வேளை. காலம் இதற்குள் அவளுடைய ஜீவ சக்தியைப் பிழிந்து விட்டிருந்தது என்பதே இப்போதுதான் அவருக்குத் தட்டுப்பட்டது.

அன்று காலையில் பூங்காவுக்குள் காட்சி அளித்தது அவள் உருவம்தானா என்ற சந்தேகமும் இப்போது அவர் மனசில் இழைய ஆரம்பித்தது. தன் பார்வையில் விழுந்த பிம்பம் இன்றைய அவளா, அன்றைய அவளா என யோசித்துக் குமைய ஆரம்பித்தார். அவளுடைய இன்றைய தோற்றம் அவ்வாறு மதி மருள வைப்பதல்ல எனில் இன்றைய தோற்றத்திலே அன்றைய

அவளைப்போல் வேறு யாரையோ காண நேர்ந்துவிட்டதே தனக்கு ஏற்பட்டிருக்கக் கூடிய பிசகோ என சந்தேகம் கொண்டார்.

கண்ணுக்குப் புலனாகாத சக்தி ஒன்று திரும்பி வந்து தன்னை ஏந்தியெடுத்து தன் வீடு சேர்க்காதா என்ற ஆசை மனசைப் பிழிந்து வாட்ட ஆரம்பித்தது. வீட்டின் நடுக்கூடத்தில் அவரை ஒரு நொடியில் கிடத்த ஒரு திவ்விய சக்தி உதவி புரியாதா? அது ஒன்று மட்டும் தனக்கு லபித்துவிட்டால் போதுமென எண்ணினார்.

திடீரென்று மனசுக்குள் ஒரு அருவருப்பு மூண்டது. அவளுடைய நிர்வாணத் தோற்றம் அவர் மனசில் எழுந்தது. அம்மனக் காட்சியின் மேல் அவளுடைய பழைய தோற்றத்தைப் பதிக்க முயன்ற அவருடைய அத்தனை முயற்சிகளும் பாழ்பட்டுப் போயின. தலைவரின் வீட்டு முகப்பு வாசலும், தான் காரில் அமர்ந்திருக்கும் கற்பனையும், முட்கொடிகள் சுவர் மீது படிந்து கிடக்கும் கோலமும் மனசில் உருவான பின்பும், தோல் போர்த்த எலும்புருவமாய், அங்கங்கள் ஒவ்வொன்றும் அவலக்ஷணம் உமிழ முட்டுத் தட்டியபடி அவள் தள்ளாடி வரும் கோரச் சித்திரமே அவர் மனசில் மூண்டது.

தலை சுற்றி உடல் சரியவே பெந்தகோஸ்தே சங்க போர்டை எட்டிப் பிடித்துக்கொண்டார் அவர். அங்கிருந்து கீழே பார்த்த போது சுமைதாங்கியில் ஒரு நார்ப்பெட்டி தெரிந்தது. அதைக் கண்ணுற்றதும் அவருக்கு உடலில் ஒரு புளகாங்கிதம் பரவிற்று. சுய நினைவுகள் இழந்து மீண்டும் ஒரு வெறி அவர் உடலில் புகுந்து விளையாட ஆரம்பித்தது. கீழே முட்டுக்குத்தி உட்கார்ந்தபடி பள்ளத்தில் முளைத்திருந்த செடிகளை பிடித்துக்கொண்டே கால்களை ஆபாசமாக அகற்றி முன்னால் வைத்துக் கீழே இறங்கிச் சென்றார்.

சமதளத்தை எட்டியதும் மீண்டும் எழுந்து நடக்க முயன்றார். குடிசை வாசலில் பல பெண்கள் நின்று தன்னையே வெறிப்பதுபோல் அவருக்குப் பட்டது. அவர்கள் பக்கம் திரும்பாது நகர்ந்து முன்னால் சென்றார். அவள் நிலையின் மேல்சட்டத்தில் கரங்கள் தூக்கி, உடலை ஒயிலாய் சரித்து, வலது காலைப் படியில் ஏற்றி, தன் வருகை எதிர் நோக்கிக் காத்திருக்கும் மனச்சித்திரத்தை நோக்கி அவர் சென்றுகொண்டிருந்தார். அடர்ந்து கிளை பரப்பியிருந்த மரக்கிளைகளுக்குப் பின்னால் ஓடு வேய்ந்த ஒற்றைக்கூரை கண்களுக்குப் புலனானதும் உள்ளங்காலிலிருந்து பேரின்ப அலைகள் கிளம்பி அங்கங்கள் தோறும் பரவுவதாகத் தோன்றிற்று. அதற்கு ஈடான ஒரு பரவச உணர்ச்சிக்கு தான் எக்காலத்திலும் ஆளானது இல்லையென உணர்ந்ததும், கால காலமாகப் புதையுண்டு கிடந்த துயரங்கள் அலை அலையாய்

மேலே வந்து, மனசு கேவிக் கேவி மோனக் கண்ணீர் வடிக்க ஆரம்பித்தது.

முன்வாசல் சாத்தியிருந்தது. விரல்கள் நடுக்கமெடுத்தன. ஆவல் நெஞ்சைப் பிளந்துவிடக் கூடுமெனத் தோன்றிற்று. கதவை மெதுவாகத் திறந்தார்.

அறை வெறிச்சென்றிருந்தது. செங்கல் பாவியிருந்த தரை பெருக்கப்படாமல் தூசு படிந்து கிடந்தது. ஒரு மூலையில் ஒரு அழுக்குக் கோரம்பாய் சுருட்டி வைக்கப்பட்டிருந்தது. உள்ளே நுழைந்து தரையில் சாய்ந்தார்.

கண்களைத் திறக்க இயலவில்லை. திக்கென்று பார்வை மறைந்தது போலிருந்தது. மார்பில் மூச்சு சுருட்டிச் சுருட்டி அடைக்க ஆரம்பித்தது.

பின் பக்கத்தில் யாரோ பாய் முடைவதுபோல் ஓலைகளின் சலசலப்பு அவர் காதில் விழுந்தது. கவனம் திருப்ப எண்ணி, வாய் விட்டுக் கத்த முயன்றார். குரல் அவர் மனசுக்குள் எழுந்து மனசுக்குள்ளேயே அடங்கிவிட்டது. நாவரட்சியும் தாங்க முடியவில்லை. இரு கைகளையும் செங்கல் தரையில் சில கணங்கள் அடித்துத் தேய்த்தார்.

பார்வையில் மூட்டம் படர்ந்துகொண்டிருந்தது. ஜன்னல் வழி புலனாகிக்கொண்டிருந்த காட்சிகள் பின் நகர்ந்து, உருவம் நிறம் இழந்து, வானத்தின் மூட்டப் பின்னணியில் கரைந்து கொண்டிருப்பது தெரிந்தது. அதன் நடுவே சுமைதாங்கியில் நார்ப்பெட்டி மட்டும் தெளிவுறத் தெரிந்தது. நார்ப்பெட்டியின் பின்னலும் விடுபட்டுச் சிலிர்ப்பது மாதிரியே இருந்தது. ஆனால் முற்றிலும் விடுபட்டு அவிழ்வதற்குள் இரு கரங்கள் மேல் எழுந்து அப்பெட்டியை எடுத்து சிரசில் ஏந்திக்கொண்டன. நார்ப்பெட்டி, மேட்டில் கோணக் கோண ஏறிச் சென்றுகொண்டிருந்தது.

இதற்கு மேல் அவருக்கு எதுவும் புலனாகவில்லை. இமைகள் வெகு சாவதானமாய் மூடிக்கொண்டன.

தீபம், 1965

இல்லாத ஒன்று

ராஜசேகரன் ஓர் இலக்கிய ரசிகன். அவனுடைய ரஸாநுபவம் நிர்மலமானது; சுருதிபேதம் அனேகமாய்த் தட்டாதது. அவ்வாறு அமைவது வெகு அபூர்வம். இதில் சிறிதும் சந்தேகமில்லை.

அவன் தீக்ஷண்யமான பார்வைகொண்டவன். சம்பாஷணையில் ஈடுபட்டு நிற்கும்போது அறிவுச் சுடரைச் செம்மையாகத் தூண்டி, மனசைத் தேடித் துழாவி, எட்டாத கிளைகளுக்கு எம்பிக் குதித்து ஒரொரு சொற்களாய்க் கோத்துக் கோத்துப் பேசுவான். அவனுடைய மனக்கைகள், பற்றியதையே சதமெனக் கொள்ளாமல் அடைந்தவற்றையெல்லாம் திடுமெனத் திரஸ்கரித்து உச்சாணிக்கு மேலே வானவெளியைத் துழாவிப் பார்க்க அலையும் முனைப்புக்கொண்டவை. அவை கொடிகள்போல் அந்தரத்தில் துவள்வதும் பற்றுவதும், பற்றியதை விட்டு மீண்டும் துவள்வதும் தேடுவதும், அவன் வாய் வார்த்தைகளின் வழி வெளியாகும் விதத்தை அவனுடைய நண்பர்கள் மனசுக்குள் ரசிப்பதுண்டு. அவன் மிகுந்த தேட்டம்கொண்டவன். அவனை உணர்ந்துகொண்டவர்கள் அவனிடம் கவரப்பட இதுவும் ஒரு காரணம்.

இலக்கிய நூல்களை மெய்வருத்தம் பாராமல் அலைந்து கண்டெடுத்துப் படித்து மகிழும் பழக்கம் ஓரளவு சிறு வயதிலேயே அவனிடம் படிந்துவிட்டது எனலாம். எல்லோரையும்போல் இவனும் சிறு வயதில் பேதாபேதம் உணராமல் அச்சேறிவிட்ட கௌரவத்தை அர்த்தமற்று மதித்து

அகப்பட்டதையெல்லாம் கூசாது விழுங்கினான் என்றாலும், ரசனை எனும் விதை துளிர்த்து இரண்டு இலை விட்டதும் உண்மைக்கும் போலிக்குமான வேற்றுமை அவன் பிரக்ஞையில் படர்ந்து வரலாயிற்று. வாசகன் என்ற நிலையில் அவசியம் உணர்ந்துகொள்ள வேண்டியவற்றைக் காலம் தாழாமல் அவன் தெரிந்துகொண்டான் என்று சொல்ல வேண்டும். குப்பைகளை நிர்தாட்சண்யத்துடன் ஒதுக்கத் தைரியம் வந்தது அவனுக்கு. போகப் போகக் குப்பைகளே அதிகம் என்பதையும் அவன் புரிந்துகொண்டான்.

தன்னை மறந்து இலக்கிய இன்பத்தில் கரையும் வேளைகளே பயனுள்ள, ஜென்மம் சாபல்யம் பெறுகிற வேளைகளாக அவனுக்குப்படும். பிற யாவும் லௌகீக அர்த்தத்தில் – அவை எவ்வளவுதான் முக்கியமான காரியங்களாக இருக்கட்டும் – வெறும் பாழ் அவனுக்கு; ஆயுள் வீணே தேயும் பொழுது. எனவே உண்ணும்போதும் காரியாலயத்தில் டைப் அடிக்கும்போதும் தாயாரிடம் அவசியத்தை முன்னிட்டு இரண்டொரு வார்த்தைகள் பேசும்போதும் அவன் முகத்தில் ஒரு பொறுமையின்மை யும் அசுவாரசியமும் படரும். இதன் காரணமாகவே அக்கம் பக்கம் வேற்றுமை கற்பித்து அவனை ஒதுக்கியது. தேவையற்ற ஒன்றை எவ்வாறு அவன் இழக்க முடியும்? இதில் அவன் பெற்றது ஏகாந்தம் எனும் சௌகரியம்தான்.

தன்னுடைய நாட்களுக்காகக் காத்துக்கொண்டிருந்தான் அவன். தன் மனத்தில் பதிவாகியுள்ள வாழ்வின் கோலத்தை, அதன் ஜீவ ரசத்தை எழுத்தில் வடித்துவிட வேண்டுமென்ற கனவு அவனை அரித்துத் தின்றுகொண்டிருந்தது. தன் காலம் ஆரம்பமாகக் காலாவதியின்றி ஏன் பிந்துகிறது என்பது அவனுக்குத் தட்டுபடாமலே இருந்தது. தன்னைப் பற்றிய அவனுடைய மதிப்பீடு பட்டவர்த்தனப் படுத்தத் தகுந்தது அல்ல. அடக்கத்தின் வெளித்தோற்றத்துக்குள் அகங்காரத்தின் விசுவரூபமென யாருமே அதை எடுத்துக்கொண்டுவிடக்கூடும். எனினும், கலையின் ஜீவ ஊற்றில் அவனது மனக் குகையின் சுவர்கள் விம்முவதை அவனால் ஒவ்வொரு கணமும் உணர முடிந்தது. எதிலும் அவநம்பிக்கைப்படும் தனக்கு இந்த உணர்வில் மட்டும் சஞ்சலமற்ற உறுதி தோன்றியதால் மாயத் தோற்றமென அவனால் எண்ணவும் முடியவில்லை. தன்னுடைய பேனா சலிக்க முற்படும் போது அதன் பிரயாண மார்க்கம் உலக இலக்கியத்தில் சிகரம் விட்டுச் சிகரம் தாண்டும் காரியமாகவே அமையுமென எண்ணினான். இதற்குத் தணிந்த கனவுகள் கலைஞனுக்கு உரியன அல்ல என்றே அவனுக்குப்பட்டது.

கனவிலேயே காலம் கரைந்துகொண்டிருந்ததை எண்ணி அவஸ்தைப்பட ஆரம்பித்தான். மகத்தான சாதனை ஒரு மகத்தான ஆரம்பத்துக்காக ஏங்கி நிற்கிறது எனச் சில சமயம் சமாதானம் அடைவான். அனைத்தும் கூடிவரும் வேளை அருகணைந்துவிட்டது என எண்ணவும் ஆரம்பித்தான். தன்னுள் பேயுறக்கம் கொண்டிருக்கும் கலை ராட்சஸனை எழுப்பவல்ல மந்திரவாதியாக ஆத்மானந்த ஸாகரின் உருவம் அவன் மனத்தில் படிந்தது. அவருடைய விஜயம் அவனுக்காகவே நிகழ்வதுபோல் பட்டது. அவரைச் சந்திக்கும் வேளை ஓர் அபூர்வ வேளையாகப் பரிணமிக்கும் என்பதை அவன் உணர்ந்தான்.

அவர் எழுத்தில் தான் கவரப்பட்ட நாட்களின் நினைவுகள் இனித்தன. அரிக்கன் லாந்தரின் மஞ்சள் ஒளியில் அவர் கவிதைகளை மனம்விட்டு வாசித்த நாட்கள் – பரவசப்பட்டு, உறங்கும் தாயை எழுப்பி அவளையும் கேட்க வற்புறுத்தி வாய்விட்டு வாசித்து, தாயைக் கருதி மொழிபெயர்த்துச் சொல்ல முனைந்து, மறுகணம் சாத்தியமற்ற சாகசமென உணர்ந்து தனக்குள் ஏற்படும் இன்ப அனுபவங்களையெல்லாம் அவளிடம் வெளிப்படுத்த முடியாமல் திணறி – இரவு வந்ததும் போனதும் உணராமல் படித்த நவீனங்கள் – தன்னுடைய வேளை, வாசல் கதவைத் தட்ட வந்துவிட்டதை எண்ணி அவன் மனசு பரவசப்பட்டது. ஸாகரின் வருகை தெரியவந்த பின்னர் ஓடிய நாட்களை அவன் உடல் கரைந்துபோயிருந்த நாட்கள் என்று சொல்ல வேண்டும்.

மிகுந்த ஏமாற்றத்துடன் அவன் வீடு திரும்பிக்கொண்டிருந்தான். அவன் பறக்கப் பறக்கச் சென்றும் பிந்திவிட்டது. அவன் போய்ச் சேர்ந்த நிமிஷத்தில் கும்பல் கலைந்து வெளியே நகர ஆரம்பித்து விட்டிருந்தது. தேன் கூட்டைக் கலைத்தாற் போன்ற இரைச்சலை வாங்கிப் பிரக்ஞையில் நிறைத்தபடியே ஆவேசமாய் வெளியே வழியும் கூட்டத்தில் நசுக்குண்டு உள்ளே நுழைந்து சென்றான் அவன். மொத்தத்துக்கு எதிராய் ஊடுருவும் அவன் சோனித்தனம் பலரிடம் மிகுந்த எரிச்சலை ஏற்படுத்திற்று. பலர் கொச்சையாய் அலுத்துக் கொள்வதையும் அலட்சியம் செய்தபடி கையில் குடையுடன் கூட்டத்தில் நசுக்குண்டு அவன் மண்டபத்தைப் பார்க்க நகர்ந்துகொண்டிருந்தான். கார்கள் கிளம்பிக்கொண்டிருந்தன.

ரிஷீசுவரனுக்கு விலகும் நதிபோல் கும்பல் பிளவுண்டு ஒதுங்கியது. கப்பல் போன்ற கார் ஒன்று மிதந்து வந்துகொண்டிருந்தது. ரோஜா ஆரம் அணிந்த கார் அது. அதன் சாந்நித்தியத்தில் அங்குள்ள காற்றே மெய்சிலிர்ப்பது போலிருந்தது. இரு சக்கர

வண்டிகளில் கணவன்மார்களின் வயிற்றை இறுக்கியபடி பெண்கள் குறுக்கே பாய்ந்து வெளிப்பட்டுக் கொண்டிருந்தனர். கப்பல் போன்ற காரின் பின்சீட்டில் வியர்வை வழிந்த இரண்டு மூன்று திராவிட முகங்களுக்கு மத்தியில் உப்பிய கன்னத்துடன் ஒரு வடநாட்டு முகம் தெரிந்தது. பக்கவாட்டுப் பார்வையில் அந்த முகத்தின் மழுங்கல் தன்மை வெளியாகிக்கொண்டிருந்தது. நேர் பார்வைக்குக் கூரான முகமாகவே இருக்கலாம் – மாறான தன்மை மிகையாகவும் வெளிப்படலாம். அந்த உருவம் லாங் கோட்டு அணிந்துகொண்டிருந்தது. ராஜசேகரன் இந்த உருவத்தைப் பார்த்ததும், ‘அவர் தானா?’ என மனசுக்குள் உரக்கக் கேட்டுக் கொண்டான். கார் அவனைத் தாண்டி ஊர்ந்து சென்றது. ஒரு குழப்பமான நிலையில் கையில் குடையுடனும் படபடப்புடனும் மண்டபத்தைப் பார்க்க ஓட்டமும் நடையுமாகச் சென்றான் அவன்.

மண்டபம் ஒரு பெரிய கீற்றுக் கொட்டகைபோல் காட்சி தரக் கூடியது. கல்லும் மண்ணும் சிமிண்டும்தான் என்றாலும் மூங்கில் தூண்களும் அண்ணாந்து பார்த்தால் கூரையில் பிளந்த மூங்கில்களும் அலங்காரமாய்ப் பொருத்தப்பட்டிருப்பது தெரியும். மேடை முன்னால் காலி நாற்காலிகளின் முடிவில்லா வரிசை பார்வை எட்டும் வரையிலும். இக்காட்சி அவன் மனதுக்குப் பிரீதியாகவும் பீதி தரக்கூடியதுமாக இருந்தது. அதுபோன்ற ஓர் உணர்ச்சிக்கு அவன் அதுகாறும் இலக்கானதில்லை என்பதை உணர்ந்தான். அநுபவம் வகைப்படாமல் குமைந்தபடி நின்றான். இவ்வாறு அவன் ஸ்தம்பித்து, நாற்காலிகள் உமிழ்ந்துகொண்டிருந்த சூன்யத்துக்கு ஆட்பட்டு நிர் சீவனாய் நின்றிருந்தபோது தந்திரக்காட்சிபோல் நாலைந்து வேலையாட்கள் பக்கவாட்டிலிருந்து முளைத்துப் படபடவென்று நாற்காலிகளை மடக்கி அடுக்க ஆரம்பித்தனர். வெட்டாந்தரை வெடித்தெழுந்து வந்தது போலவே பட்டது. பின்பக்கத்திலிருந்து நாலைந்து வேலைக்காரிகள் அவர்கள் பின்னால் இறங்கிச் சர்சர்ரென்று பெருக்க ஆரம்பித்தனர். மேடையின் மீதிருந்த நாற்காலிகள் அரசர்களின் சரித்திர நாற்காலிகளாய் இருந்தன. ஒவ்வொன்றும் கிழடு தட்டிப் பளபளத்துக்கொண்டிருந்தது. ஒரு நாற்காலிமீது மட்டும் ரோஜா மாலை ஒன்று கிடந்தது. அது கசங்கி வாட ஆரம்பித்திருந்தது. முன்வரிசை நாற்காலி ஒன்றில் ஒருவர் ஒரு துண்டுப் பிரசுரத்தை விட்டுச் சென்றிருந்தார். அவன் அதை எடுத்துப் பார்த்தான். முகப்புப் படம் ஆத்மானந்த ஸாகருடையது. காருக்குள் காட்சி தந்த முகத்தை விட இளமையான முகத்தோற்றம். படத்தில் வழுக்கையின் ஆரம்ப தசை. காருக்குள் பலமான வழுக்கை. அவன் அவருடைய சிருஷ்டிகளை எண்ணியவாறு மனம்

அதில் தோயத் தோய, உடலில் படர்ந்த இன்பானுபவத்துடனும் குடையுடனும் தன் குடியிருப்பு நோக்கி நடக்க ஆரம்பித்தான்.

முன்தினம் தனக்கு ஏற்பட்ட ஏமாற்றத்தை மறுநாள் நூல் நிலையத்தில் அலமேலு இருந்த இடம் தேடிச்சென்று சொன்னான் அவன். பேச்சின் நடுவே அலமேலுவின் கல்லூரித் தோழன் – சட்ட மாணவன் – குறுக்கிட்டுப் பேச ஆரம்பித்து சம்பாஷணையை வேறு திசைக்குத் திருப்பிக்கொண்டு சென்றான். பரீட்சை முடிவுகள் மறுநாள் வெளிவரப் போவதாகவும், அலமேலுவின் வெற்றி உறுதி என்றும், அது போலவே தன்னுடைய தோல்வியும் நிச்சயம் என்றும் பலவாறு பேசிக்கொண்டு சென்றான் அவன். என்றாலும் ராஜசேகரனுடைய ஏமாற்றத்தை அலமேலு உணர்ந்துகொண்டாள் என்பதை அவள் தன்னுடைய பார்வைகளால் அவனுக்குக் காட்ட முயன்றுகொண்டிருந்தாள். இருவர் காதிலும் சட்ட மாணவனுடைய பேச்சு விழவில்லை. ராஜசேகரன் தன்னுடைய வழக்கமான மூலைக்கு வந்து குடையைப் பெஞ்சில் வைத்துவிட்டுப் புத்தக அலமாரியை நோக்கிச் சென்றபோது அலமேலு தன்மீது மிகுந்த பரிவு கொள்வதை எண்ணி சந்தோஷம் அடைந்தான். அவள் தரப்பிலும் இதற்கு மிகுந்த நியாயம் இருப்பதாக அவனுக்குப் பட்டது. பிறர் கண்களுக்குப் பட்டதெல்லாம் அவளுடைய தோற்றத்தின் அவலட்சணமாயிருக்க, அவளுடைய புத்தியின் தீட்சண்யத்தையும் மனசின் சாரலையும் அவன் உணர்ந்து அவற்றின் உன்னதத்தை அவளுக்கே மறைமுகமாகக் காட்டினான் அல்லவா? கடவுள்மீது அவன் கொண்டிருக்கும் கொடிய பகை தணிந்தது அவளால்தான். இருந்தாலும் தன்னை விடவும் வயதில் முதியவளான அலமேலுமீது தான் கொள்ளும் ரகசிய ஆசைகள் அவள் மனசுக்கு உகந்ததாய் இராது என்றே அவன் எண்ணினான். தன்னை எவ்வாறு சகோதரனாக எண்ண முடிகிறது அவளால்? கண்களுக்கு அவள் புலனாகாமல் இருக்கும் வேளைகளில் – அவ்வப்போதும் சில சமயம் அடிக்கடியும் – அவளைப் பற்றி எண்ணும் அவன், அவள் முன் தன் உருவம் மறைந்த நிமிஷத்திலேயே தன்னைப்பற்றி எண்ணுவதையும் அவள் கைவிட்டு விடுவாள் என எண்ணி மனக்கஷ்டம் அடைந்தான். இருந்தாலும் அந்தரங்கத்தில் அவளைப் பற்றிய மதிப்பீடு உயர்ந்துகொண்டேயிருந்தது.

மறுநாள் காரியாலயம் சென்றதும் அவன் மேஜைமீது ஒரு தபால் கார்டு கிடந்தது. ஆத்மானந்த ஸாகர் இன்ன ஹோட்டலில் தங்கியிருப்பதாயும் அவன் விரும்பினால் அவரை நேரில் சென்று சந்திக்கலாம் என்றும் இரண்டு வரிகளில் அலமேலு அதில் கிறுக்கியிருந்தாள்.

அவளுடைய கடிதம் கிடைப்பது வரையிலும் ஆத்மானந்த ஸாகரை நேரில் சென்று சந்திப்பது எனும் யோசனையே அவன் மனசுக்கு வரவில்லை. அப்போது அதுபற்றி வெகு தீவிரமாக எண்ண ஆரம்பித்தான். அவரை நேரில் சந்திக்க வேண்டுமென்ற ஆசை தனக்குத் தெரியாமல் தன்னுள் இருந்துவந்திருப்பது இப்போது அவனுக்குத் தெளிவுபட்டது. அது மிகவும் லகுவான காரியம், பிரமாதமல்ல என்ற தோரணையில் அவள் எழுதி யிருந்தது ஒன்றே அவனை வெகுவாகத் தூண்டிற்று. அன்று நண்பகலுக்குமேல் அரை நாள் லீவு பெற்று, கொளுத்தும் மே மாத வெயிலில் நடந்து சென்றான் அவன்.

வெளிவாசலைத் தாண்டி உள்ளே நுழைந்ததும் உலகமே வேறாகத் தெரிந்தது அவனுக்கு. ராட்சஸன் ஒருவன் தனது கடுந்தவத்தினால் பெற்றுவிட்ட வரத்தை துஷ்பிரயோகம் செய்து தனது கேளிக்கைக்காக எழுப்பிய இடம் போலவே அது இருந்தது. திரைகள் படபடத்த நூற்றுக்கணக்கான சன்னல்களை அண்ணாந்து பார்த்தபடி நின்றான் அவன். தட்டழிந்து அங்குமிங்கும் அலைந்த பின், கட்டடத்தின் நுழைவாயிலினுள் நுழைந்து படியேறி மேலே சென்றான். பக்கவாட்டில் அறைகள் வந்த வண்ணமாய் இருந்தன. ஆட்கள் அவ்வறைகளில் நுழைந்து மறைந்துகொண்டிருந்தனர். சன்னல் திரைகளுக்குப் பின்னால் பெண்களின் கெக்கிலி இடைவிட்டு எழுந்தவண்ணமாய் இருந்தது. முடிவற்றதாய்த் தோன்றிய பாதையில் மிகுந்த தயக்கத்துடன் முன்னால் சென்றான். அவன் நுழைந்து திரும்பி ஏறி வந்த பாதை அவன் நினைவில் குழம்பியது. சுயேச்சையாய்த் திரும்பி வெளியேறுவது சாத்தியமற்ற காரியமென எண்ணினான். இரண்டு பஞ்சாபிப் பெண்கள் கரங்களைப் பிணைத்து வீசி ஆட்டியபடி கொடிபோல் மனோரம்மியமாய்த் துவண்டு சென்றனர். அவர்களுடைய சம்பாஷணையில் ஆத்மானந்த ஸாகர் எனும் பெயர் அடிபட்டது. யாரிடமேனும் விசாரிக்க எண்ணியவன் விசாரிக்காமலேயே மேலே சென்றான்.

இப்போது முதன்முதலாக அவரிடம் என்ன பேசுவது என அவன் எண்ண ஆரம்பித்தான். திரும்பிச் சென்றுவிடுவது எனில் அதற்கான கடைசிச் சந்தர்ப்பம் அவனுக்கு இப்பொழுதே. எனவே, நின்று தீவிரமாகச் சிந்திக்க ஆரம்பித்தான். அரைகுறை மனசுடன் புறப்பட்டு வந்திருக்க வேண்டியதில்லை என்று அவனுக்கு அப்போது தோன்ற ஆரம்பித்தது. தன் மனசிலுள்ள எல்லையற்ற ஆர்வமே இவ்வாறு தன்னைச் சஞ்சலத்துக்கு ஆட்படுத்துவதாக எண்ணினான். இதில் பிசகு என்று எண்ண ஒன்றுமில்லை. வாசகன் என்ற நிலையில் அவன் அவரைப் பார்க்கப் பூரண யோக்கியதை உடையவன்தான். சிறிதும்

சந்தேகமில்லை. அவருடைய சிருஷ்டிகளைத் தொட்டே வெகுநேரம் பேச இருந்தது அவனுக்கு. அவருடைய கவிதைகளில் அவன் படிக்காதவை புத்தக உருவம் பெறாதவையே. எந்த ஆசிரியரும் கேட்ட மாத்திரத்தில் மனம் குளிர்ந்துபோகும் செய்தி ஒன்றும் அவனால் அவரிடம் சொல்ல முடியும். மொழிபெயர்ப்பில் அவருடைய நூல்களைப் படித்து மோகமுற்று மூலத்தைப் படித்துவிட வேண்டுமெனப் பொங்கிய ஆசையே ஹிந்திமொழி கற்றுக்கொள்ளக் காரணமாயிருந்தது என்று சொன்னால் அதற்குரிய கௌரவத்துடன் அவ்விஷயத்தை வாங்கிக் கொள்வாரா அவர்? தான் அவருடைய படைப்புகளில் கொண்டுள்ள காதலை எவ்வாறு வார்த்தைகளால் அவருக்கு உணர்த்த முடியும்? அவருடைய சமீப கால எழுத்துக்களில் அவன் அடைந்திருந்த ஏமாற்றத்தை வாய்விட்டுச் சொல்லக்கூடிய அளவுக்குச் சுதந்திரம் தந்து பழகக் கூடியவராக இருப்பாரா அவர்? இதற்குமேல் சமய சந்தர்ப்பம், மனநிலை என்றெல்லாம் இருக்கிறது. பல கூட்டங்களில் கலந்துகொண்டு பெரிய மனுஷ அந்தஸ்துகளுக்கெல்லாம் ஈடுகொடுத்துச் சமாளிக்க நேர்ந்ததில் உடலும் மனசும் ஆயாசமுற்றிருக்கலாம். அசட்டு வாசகர்களின் அசட்டு இளிப்புகளைக் கண்டும், அவர்கள் சலிப்பின்றித் தொடுக்கும் அசட்டுத்தனமான கேள்விகளுக்குப் பதில் சொல்லியும் பொறுமையிழந்து போயிருக்கலாம். அவருடைய சிருஷ்டிகளைப் பற்றித் தன் மனதிலுள்ள இலக்கிய ரீதியான சந்தேகங்களை விரிவாக எடுத்துச் சொல்ல முடியுமா அவனால்? உலக இலக்கியத்தில் யார் யாருடைய நூல்கள் அவருடைய மனத்தைக் கவர்ந்தனவாக இருக்கும்? சம கால இந்திய எழுத்தாளர்களைப் பற்றி என்ன கருதக்கூடும் அவர்? தனது தாய் மொழியில் உள்ள சிறந்த நூல்களையும் ஆசிரியர்களையும் தனக்குத் தெரிந்த வரையிலும் அவருடைய கவனத்துக்குக் கொண்டுவரும் வாய்ப்பு அவனுக்குக் கிடைக்குமா? அவருடைய 'தாட்சாயணி'யில் வரும் எழுத்தாளன்தான் எத்தனை இனிய பண்புகள் கொண்டவனாகக் காட்சி தருகிறான்! அப்படித்தானே எழுதுவார்கள்! எப்பொழுதுமே அப்படித்தான். வரிக்கு வரி உண்மை உண்மையெனப் புலம்பிக்கொண்டு பொய்யைச் சன்னமாகத் திரிக்கும் கூட்டம் தானே இது! ஆனால் இந்த மனோபாவத்தையும் தாண்டி அந்த நாவலின் கடைசிப் பகுதி களில் அபூர்வமான இலக்கிய அமைதி கூடிவிடுவது மனசுக்கு எத்தனை உவப்பாக இருக்கிறது! அவருடைய எதிர்காலக் கனவுகள் எப்படி இருக்கும்?

அறைக்கதவு சாத்தியிருந்தது. சஞ்சலத்துக்கு ஆட்பட்டு நிற்பதில் மிகுந்த வெறுப்படைந்து லேசாகக் கதவைத் தட்டினான்.

கதவு திறந்தது.

ராஜசேகரன் உள்ளே நுழைந்தான்.

மிகப் பெரிய அறை அது. எதிரே விசாலமான கட்டில். தரையிலிருந்து ஒன்றரை அடி உயரமே கொண்டது. சுத்தமான கொசுவலை மேலே சுருட்டிக் கட்டப்பட்டிருந்தது. தலையணை உறையும் படுக்கை விரிப்பும் பால் வெள்ளையாய்க் காட்சி தந்தன. அறையின் சுத்தம் மிகுந்த சந்தோஷத்தைத் தரக்கூடியதாய் இருந்தது.

கட்டிலுக்கு அப்பால் சுவரெல்லாம் சன்னல். கரடுமுரடான விலையுயர்ந்த துணி திரையாய்த் தொங்கிக்கொண்டிருந்தது. வாசலையொட்டிப் போட்டிருந்த மூன்று நாற்காலிகளில், இரண்டில் பெண்கள் உட்கார்ந்துகொண்டிருந்தனர். மத்திய வயதான ஸ்திரீ ஒருத்தி கட்டிலோரத்தில் அமர்ந்திருந்தாள். அவள் தலையில் ஒன்றிரண்டு நரை தெரிந்தது. அவள் சற்று ஸ்தூலம். பெண்களில் ஒருத்தி ஒல்லியாக இருந்தாள்; மற்றொருத்தி மிகவும் ஒல்லியாக இருந்தாள். ஒல்லிக்குச்சி கண்ணாடிக்காரி. அவளுக்குக் காசநோய் இருக்கலாகாதே என மனசுக்குள் பிரார்த்தனை உருவத்தில் கடவுளிடம் வேண்டிக்கொண்டான் ராஜசேகரன். உடம்பு தேறும் எதிர்காலம் அவளை அதிரூபவதியாகக் காட்டும் என்பதில் அவனுக்குத் துளியும் சந்தேகம் தோன்றவில்லை.

பாத்ரூம் கதவு சாத்தியிருந்தது. ஷவர் கொட்டும் ஓசையும் கேட்டுக்கொண்டிருந்தது. ராஜசேகரன் ஊகித்துவிட்டதை உணர்ந்து விட்டதுபோல் யாரும் எதுவும் சொல்லவில்லை.

அறையில் பூக்களின் நறுமணம் கமழ்ந்துகொண்டிருந்தது. பெண்கள் மூவர் தலையிலும் பூ இல்லை. மத்திய வயதான ஸ்திரீ மட்டும் நெற்றிக்கு இட்டுக்கொண்டிருந்தாள். வகிட்டிலும் குங்குமம் அப்பிக்கொண்டிருந்தாள். வளைகளும் அவளுடைய கையில்தான். அவளுடைய முந்தானைதான் எப்போதாவது ஒரு தடவை நழுவி விழுந்துகொண்டிருந்தது.

ராஜசேகரனின் கண்கள் அறையைத் துழாவின. சன்னலோரத்தில் ஒரு கூடை வழியப் பூ வைக்கப்பட்டிருந்தது. இதை மிகவும் ரசித்தான் அவன்.

“நான் வந்திருக்கும் வேளை அசௌகரியமான வேளையோ?” என்று கேட்டான் அவன்.

கண்ணாடி பதில் சொன்னாள் :

"அசௌகரியம் எதுவுமில்லை. குளியல் முடிந்ததும் பிரார்த்தனை. ஐந்து மணிக்குக் கவர்னர் மாளிகையில் விருந்து. நடுவில் வேறு புரோகிராம் எதுவும் இருப்பதாகத் தெரியவில்லை."

ராஜசேகரன் சன்னலை வெறித்தபடியிருந்தான்.

பெண்கள் இருவரும் ஏதோ ஒரு விஷயத்தைப்பற்றி ரகசியச் சாயலுடன் பேசிக்கொண்டிருந்தனர். வார்த்தைகள் எல்லாம் கால் வார்த்தை, அரை வார்த்தை. சில சமயம் ஒரு முனகல், ஓர் ஆமோதிப்பு, குறுநகை – இப்படியே பேச்சு.

பாத்ரூமில் துண்டை உதறும் ஓசை கேட்டது. உள்ளேயிருந்து வார்த்தைகள் புறப்பட்டு வெளிப்பட்டன. குழாய் நின்றதும் குரல் கனமேறித் தெளிவாய் ஒலித்தது. மத்திய வயதான ஸ்திரீ பதில் சொன்னாள். ஆனால் அது தனக்குத்தானே பேசிக்கொள்வதுபோல் இருந்தது.

கதவு படீரென்று திறந்தது. கவிஞர் பிரத்தியக்ஷப்பட்டார். மத்திய வயசான ஸ்திரீ எழுந்து சென்று அவர் கையிலிருந்து டவலையும் சோப்பையும் வாங்கிக்கொண்டாள்.

ஆத்மானந்த ஸாகர் அறைக்குள் நுழைந்ததும் ராஜசேகரன் இருந்த பக்கம் திரும்பி வெகுநாட்கள் பழக்கம்போல் சிரித்தார். ராஜசேகரன் எழுந்திருக்க முற்படுவதை உணர்ந்து இரு கரங்களையும் கூடம் ஒத்திக்கொள்வதுபோல் விரித்து "வேண்டாம், வேண்டாம். அப்படியே இருங்கள்" என்று கூறிவிட்டு, மீண்டும் ஒரு முறை முகத்தில் பிரகாசம் காட்டி, அறை மூலையில் போய்ச் சம்மணங் கூட்டி உட்கார்ந்தார். மத்திய வயசான ஸ்திரீ, "சீ, இந்தக் காற்று!" என முணுமுணுத்தவாறு மூலையிலிருந்த சிறிய குத்துவிளக்கை ஏற்றினாள்.

கவிஞர் கண்களை மூடிக்கொண்டார்.

நாற்காலியில் அமர்ந்திருந்த ஒல்லிகள் இரண்டும் உட்கார்ந்த மேனிக்குச் சிரம் தாழ்த்திக் கரம் கூப்பிப் பக்திப் பரவசத்துடன் கண்ணிமைகளை மூடி, பழையபடி நாற்காலியின் முதுகில் படிந்துகொண்டனர்.

ராஜசேகரன் எழுந்திருந்து அறைக்கு வெளியே வந்தான். அவனைப் பின் தொடர்ந்து கண்ணாடிக்காரியும் வந்தாள்.

அரைச்சுவரைப் பற்றியபடி கீழே பார்த்துக்கொண்டு நின்றனர் இருவரும்.

சுருள் சுருளாய் மேலே வந்துகொண்டிருந்த ஏணிப்படியின் அடித்தட்டில் கும்பல் கும்பலாய் ஆட்கள் புகுந்த வண்ணம்

இருந்தனர். என்றாலும் ஓரிருவரே மேலே வந்துசேர்ந்தனர். பிறர் நடு வழிகளில் மறைத்து விடுகிறார்கள் போலும்.

“நான் மிகுந்த ஆவலுடன் இவரைப் பார்க்க வந்திருக்கிறேன்” என்றான் ராஜசேகரன்.

அறைக்குள் சங்கீதம் எழுந்தது. ஓர் ஆண்குரலைத் தொடர்ந்து பெண்குரல் இசைக்கும் பஜன்.

“அது இயற்கைதான். அவருடைய நூல்களில் மனசைப் பறிகொடுத்தவர்களுக்கு அவரை நேரில் சந்திக்க வேண்டுமென்ற எண்ணம் ஏற்படத்தான் செய்யும்.”

ராஜசேகரன் குனிந்தபடி கீழே பார்த்துக்கொண்டிருந்தான். இசை நின்றது. உள்ளேயிருந்து ஆண் குரல் கேட்டது. கண்ணாடிக்காரி, “உள்ளே போகலாமே” என்றாள்.

ராஜசேகரன் அந்த அறைக்குள் நுழைந்தான்.

ஸாகர் கட்டிலில் படுத்துக்கொண்டிருந்தார். தலைமாட்டில் ஒரு முக்காலியில் அமர்ந்தபடி அவருடைய தலைமயிரைச் சிரத்தையுடன் சீவிக்கொண்டிருந்தாள் மத்திய வயசான ஸ்திரீ.

“ஆனந்த ஸபையில் நடந்த கூட்டத்துக்கு வரவேண்டு மென்றிருந்தேன். இல்லை; வந்தேன். வரும்போது கூட்டம் முடிந்துவிட்டது. ஏமாற்றத்துடன் திரும்பினேன்” என்றான் ராஜசேகரன்.

“நீங்கள் அவசியம் வந்திருக்க வேண்டிய கூட்டம் அது. அன்று உங்களுடைய அமைச்சர் எவ்வளவு அற்புதமாகப் பேசினார்! அவ்வளவு இலக்கியத்தரம் வாய்ந்த பேச்சை நான் சற்றும் எதிர்பார்க்கவில்லை. மதராஸிகள் . . .”

“கல்வி மந்திரி இலக்கியத் தரம் வாய்ந்த . . .”

“அவரல்ல. தில்லியிலிருந்து அன்று அவருக்கு அவசர அழைப்பு வந்துவிட்டதாம். நான் குறிப்பிடுவது மதுவிலக்கு மந்திரியை . . .” என்று கூறியபடியே “பிரதர், பிரதர்!” என்று உரக்கக் கூவினார் ஆத்மானந்த ஸாகர்.

கண்ணாடிக்காரி ராஜசேகரன் இருந்த பக்கம் திரும்பித் தணிந்த குரலில், கவிஞர் காதில் விழ வேண்டாம் என்ற பாவனையில் அவருடைய முகத்தையும் திருட்டுத்தனமாகக் கவனித்தபடி,“பிரதர் என்று கூப்பிடுவது குடும்ப வேலைக்காரனை. அப்படியே பழக்கம்” என்று கூறினாள்.

ஒரு ஜர்னலிஸ்டாக இருப்பான் என்றால் அவரைச் சந்தித்தது பற்றிக் கட்டுரை ஒன்று எழுத, ருசிகரமான ஆரம்பம் ஒன்றை அளித்து உதவுவோம் என எண்ணியது போலவே இருந்தது அவளுடைய பேச்சு.

'பிரத'ரைக் காணவில்லை.

ஆத்மானந்த ஸாகர், ராஜசேகரன் பக்கம் திரும்பிச் சந்தேக நிவிர்த்தி செய்துகொள்வதுபோல், "உங்கள் ஊர் மதுவிலக்குப் பிராந்தியம்தானே?" என்று கேட்டுவிட்டுச் சட்டென்று பெண்கள் பக்கம் திரும்பி "அப்படியானால் காப்பி குடிக்கத்தான் போயிருப்பான்" என்று சொன்னதும் இரண்டு பெண்களும் ஒரு ஹாஸ்யத்துக்குக் காத்துக் கொண்டிருந்ததுபோல் மிகுந்த ஆர்ப்பாட்டத்துடன் சில நிமிஷங்கள் வரையிலும் சிரித்து ஓய்ந்தார்கள். ராஜசேகரன் முகத்தை சந்தோஷமாக வைத்துக்கொள்ள வேண்டியவன் ஆனான். தலைசீவிக்கொண்டிருந்த அம்மாள் மட்டும் தன்னைக் கட்டுப்படுத்திக்கொண்டு உதடுகளை நெளித்துப் புன்முறுவல் பூத்தாள். தனக்கே முற்றிலும் சொந்தமான ஒன்றின் பிரதாபத்தைத் தானே எண்ணி மகிழ்வது உசிதமல்ல என எண்ணியது போலிருந்தது.

மதுவிலக்கு மந்திரியின் பேச்சைப் புகழ்ந்து பேச ஆரம்பித்தார் ஆத்மானந்த ஸாகர். அதைத் தொடர்ந்து தன்னுடைய உலகச் சுற்றுப் பிரயாணத்தில் நிகழ்ந்த சில சுவையான நிகழ்ச்சிகளைச் சொல்ல ஆரம்பித்தார். ரசமான சம்பவங்களைச் சங்கிலியாய் கோர்த்து வைத்திருந்தார் அவர். இடையிடையே விகடத் துணுக்குகளும் பளிச்சிட்டன. பெண்கள் வாயை மூட முடியாமல் நிமிஷத்துக்கு ஒருதரம் வெடித்துச் சிரித்தபடியே இருந்தனர்.

"அன்னதான் என்ற தங்களுடைய நாவலைத்தான் நான் முதன் முதலில் படித்தேன். அந்த நாவலில் ஓர் இடத்தில் . . ."

"அது என்னுடைய முதல் நாவல் அல்ல . . ."

"நான் அவ்வாறு சொல்லவில்லையே?"

"ஆமாம். அது என்னுடைய மூன்றாவது நாவல் – முதல் நாவல் அல்ல. காஷ்மீரில் தங்கியிருந்தபோது அந்த நாவலை எழுதினேன். அது ஒரு ருசிகரமான கதை!" என்று சொல்லித் தமக்குத்தாமே மகிழ்ந்து வாய்விட்டுச் சிரித்துவிட்டு, தலையை வெடுக்கெனப் பின்பக்கம் திருப்பி விழிகளை மேலே ஏற்றி, "நினைவிருக்கிறதா?" என்று கேட்டார்.

"ம்...ம்" என்றாள் அந்த அம்மாள். "அப்பொழுது பல்வலியால் நீங்கள் என்ன பாடுபட்டீர்கள்!" என்றாள்.

"ஆமாம். சொல்லப் போனால் பல் வைத்தியர் இல்லாத ஓர் இடத்தில் மாட்டிக்கொண்டு வேதனையைப் பொறுத்துக் கொள்ள வேறு வழி தெரியாமல் அதை எழுத ஆரம்பித்தேன்."

"அந்த நாவலில் என் மனசைக் கவர்ந்த இடம்... அதாவது..."

"உங்களை மட்டுமென்ன மேல்நாட்டிலும் நம்ப முடியாதபடி வரவேற்புப் பெற்ற நாவல் அது. இதுவரையிலும் அந்த நாவல்..." என்று இழுத்தபடி கண்ணாடிக்காரியின் முகத்தைப் பார்த்ததும் அவள் சுதாகரித்து எச்சில்கூட்டி விழுங்கிவிட்டுப் படபடப்புடன், "இருபத்தி மூன்று மொழிகளில் மொழி பெயர்க்கப்பட்டுவிட்டது. கிழக்கு ஐரோப்பாவில், கடந்த ஐந்து ஆண்டுகளில் அந்த நாவல்தான் வேறு எந்தக் கிழக்கு ஆசிய சிருஷ்டியையும்விட அதிக விற்பனையாகியிருக்கிறது என்று பாரீஸிலிருந்து எங்களுடைய விற்பனையாளர்கள் எழுதியிருக்கிறார்கள்" என்று சொல்லிவிட்டு, 'தொடரவா?' என்ற பாவனையில் ஸாகர் முகத்தை ஏறிட்டுப் பார்த்தாள்.

கவிஞர் தொடர்ந்தார் : "அது ஒன்றும் அவ்வளவு முக்கிய மல்ல. ஒரு நூல் விற்கும்; விற்காமலும் இருக்கும். படைப்பின் தரம். ஆமாம், தரம், அதுதான் முக்கியம்... அது சரி, சிறந்த சிருஷ்டிகளை மக்கள் ஏற்றுக்கொள்ளத்தான் செய்கிறார்கள். தோல்வி கண்ட கலைஞன் தன்னை எதிர்கால மனிதனாகக் கற்பனைசெய்து சந்தோஷப்பட்டுக் கொள்ளலாம். மனிதன் உயிரோடிருக்கிற காலத்தில்தான் வாழ முடியும். எதிர்கால வாழ்வு அவனுடையது அல்ல; பிறருடையது. இவன் வாழ்வு இவன் இல்லாத காலத்தில் நிகழ்கிறது என்பதற்கு அர்த்தம் என்னுடைய பசி ஆற நீங்கள் உண்பது என்பதே ஆகும். இதைக் கோபுரத்தின் மீது நின்று சொல்லத் தயாராக இருக்கிறேன் நான். பலருக்கு இப்படி உடைத்துப் பேசுவது பிடிப்பதில்லை. எனக்கு எதிராக இந்தியாவில் இப்போது ஓர் இலக்கிய கோஷ்டி உருவாகியிருக்கிறது தங்களுக்குத் தெரியுமோ?... சரி சரி. அது ஒன்றும் அவ்வளவு முக்கிய விஷயமல்ல" என்று கூறி, உணர்ச்சி வசப்பட்டு அதிகமாக வார்த்தைகளைக் கொட்டிவிட்டதுபோல் பட்டென்று வாயைக் கட்டிக்கொண்டார்.

ஆத்மானந்த ஸாகர் இவ்வாறு பேசியது அவர் மனைவிக்கு ருசிக்கவில்லை என்று தோன்றியது. முகத்தைச் சுளித்துக் கொண்டார் அவர்.

ராஜசேகரன் தன் மனசில் ஓடிக்கொண்டிருந்த எண்ணங்களை ஒருமுனைப்படுத்திப் பல கேள்விகளாகத் தயாரித்துக் கொண்டிருந்த போது டெலிபோன் மணி அடித்தது.

ஒல்லிப் பெண் ரிசீவரை எடுத்துக் காதில் வைத்துக் கொண்டாள். மறுகணம் ரிசீவரின் வாயை இறுகப்பற்றி மூடியபடி, “நீங்கள் இருக்கிறீர்களா என்று கேட்கிறார்கள் எஃப். எஃப். எஃப். டப்ளியூ. காரியதரிசி” என்றாள்.

கண்ணாடிக்காரி டயரியை அவசரமாகப் புரட்டினாள். அவள் தலை நிமிர்ந்து, ஆத்மானந்த ஸாகரைப் பார்த்ததும், “நாலுக்கு மேல் நாலரைக்குள் பார்க்கலாம் என்று சொல்லு” என்று தமது மனைவியின் மணிக்கட்டைத் திருப்பி அவளுடைய கைக்கடிகாரத்தைப் பார்த்தபடி சொன்னார் கவிஞர்.

கவிஞர் ராஜசேகரனைப் பார்த்துத் தொடர்ந்தார்:

“எஃப். எஃப். எஃப். டபிள்யூ. ஒரு சர்வதேச ஸ்தாபனம். ‘பேனா பிடிக்கும் கரத்தைப் பற்றாதே’ என்பது அவர்களுடைய முத்திரை வாக்கியம். அந்த சங்கத்தின் சார்பில் சென்ற வருஷம் எனக்கு இலக்கியப் பதக்கம் அளிக்கப்பட்டது தெரியுமா உங்களுக்கு? நான் என்னுடைய சிருஷ்டிகளில் எந்தக் கதையிலும் எந்தக் கதாபாத்திரமும் தற்கொலை செய்துகொண்டதாக எழுதியது இல்லையாம். பரிசு அளிக்கப்பட இதுவும் ஒரு காரணமென்று அறிவிக்கப்பட்டது. பெர்லினில் நடைபெற்ற கூட்டத்தில் இந்தத் தகவல் வாசிக்கப்பட்டதும் நான் வாய்விட்டுச் சிரித்துவிட்டேன். எனக்கே இந்த விஷயம் தெரியாது.”

ராஜசேகரன் எதுவும் சொல்லத் தெரியாமல் அவருடைய முகத்தையே பார்த்துக்கொண்டிருந்தான்.

“அந்த சங்கத்தாரின் கொள்கை இந்தியாவின் வெளிநாட்டுக் கொள்கைக்குப் பாதகமாக இருக்கிறது. அவர்களோ நான் எங்கே சென்றாலும் விடாமல் பிடித்துக்கொண்டு விடுகின்றனர். இது எனக்குத் தர்மசங்கடமான நிலை. பிலிப்பைன்சில் நடைபெற்ற மகாநாட்டில் அவர்களுடைய பிரதிநிதிகள் மிகவும் மோசமாக நடந்துகொண்டார்கள். நான் பரிசு பெற்ற நன்றியுணர்ச்சியை மௌனத்தில் காட்டுவேன் என்று எதிர்பார்த்திருக்கலாம். ஆனால் தக்க தருணம் வாய்த்தபோது பாரதத்தாய் என் உடம்பில் புகுந்துகொண்டு வீராவேசமாகப் பேசினாள். அன்று நான் சற்று மீறிப் பேசிவிட்டதாக என் சகோதர எழுத்தாளர்கள் – எனது அருமை நண்பர்கள் (இதைச் சற்று அழுத்தமாக உச்சரித்தார் அவர்) – குறைபட்டுக் கொண்டார்கள். புதுதில்லியும் என் பேச்சில் அதிருப்தியுற்றிருக்கிறது என்பதை

இங்கு வந்ததும் தெரிந்துகொண்டேன். இதற்காக நான் விசனப்படவில்லை. எனது அன்றைய பேச்சு இந்தியாவிடம் அமெரிக்காவின் கண்ணோட்டத்தை மறுபரிசீலனைக்கு வற்புறுத்தியது என்ற உண்மையை இன்று எல்லோருமே ஏகமனதாக ஒப்புக்கொள்கின்றனர். இதில் எனக்குப் பெருமைப்பட உரிமையுண்டு என்பதை அடக்கத்துடன் தெரிவித்துக்கொள்கிறேன் . . .”

வாசல் கதவு தட்டப்படும் ஓசை கேட்டது.

கண்ணாடிக்காரி கதவைத் திறந்தாள்.

இளம் தாடியுடன் எஃப். எஃப். எஃப். டப்ளியூ. காரியதரிசி உள்ளே நுழைந்தார். அவர் பின்னால் மூன்றுபேர் வந்தார்கள். உட்கார்ந்திருந்தவர்கள் எழுந்திருந்து நாற்காலிகளைக் காலிசெய்து கொடுத்தனர்.

‘கிளிக் கிளிக்’ எனக் காமிரா ஓசைப்பட ஒளிக்கற்றை கோணத்துக்குக் கோணம் ஓடியது.

ராஜசேகரன் விடைபெற்றுக்கொண்டு வெளியே வந்தான்.

மாடிப்படிச் சுரங்கத்தின் வழியாக வெளியே வந்ததும் மீண்டும் உலகத்தின் தலைவாசலுக்குள் நுழைந்தாற்போலிருந்தது. வெளியே தென்றல் அடக்கமாக வீசியது. வேனில் கால மாலை நேரங்களில் தான் கடற்காற்று எத்தனை அன்புணர்ச்சியுடன் சேவகம் செய்ய விரைந்தோடி வருகிறது! உடல்வலியைப் பல்லைக் கடித்துக்கொண்டு மௌனமாகப் பொறுத்துக்கொள்வது போலவே மனஉணர்ச்சிகளைத் தலையெடுத்து ஆடவிடாமல் அமுக்கியவாறு போர்ட்டிகோவைத் தாண்டி வெளியே வந்தான். விரும்பியதையும் அடைந்ததையும் எதிர்பார்த்ததையும் ஏமாற்றத்தையும் அவற்றிலிருந்து தப்பி வேறாக நின்று சாவதான மாய் அலச அவன் மனம் துடித்தது. அவன் அவ்வெண்ணத்தை வலுக்கட்டாயமாய் ஒத்திப்போட்டான். மனசு கம்மென்றிருந்தது. விடிவிளக்கின் திரியை இறக்கி ஒளியைத் தணிப்பது போலவே பிரக்ஞை நிலையை ஒரு தாழ்ந்த சுருதிக்குக் கொண்டுவந்து, ‘எதுவும் லட்சியமில்லை, எதுவும் நிகழ்ந்துவிடவில்லை, எப்படியும் தொலைந்து போகட்டும்’ என்றெல்லாம் தனக்குத்தானே முணு முணுத்தவாறே ஹோட்டலின் பின்பக்கம் சென்றான்.

பிரம்மாண்ட சொரூபத்துடன் மண்டபம் ஒன்று புலனாயிற்று. அதன் பிரம்மாண்டமான தூண்கள் திக்பிரமை ஊட்டின. காக்கி உடை அணிந்த குற்றேவல் ஜீவன்கள் தூணுக்குத் தூண் நின்றுகொண்டிருந்தன. ஊழியத்துக்கு விரைய ஏவல் வரும்

திசை தேடிப் பரபரக்க நின்றுகொண்டிருந்தன. கையிலிருந்து நழுவிப் பறந்தோடும் காகிதத்தைப் பிடித்துவிட ஒருவர் கோமாளித்தனமான வேகத்துடன் ஓடுவது தெரிந்தது. அவர் கை வைத்துப் பொத்தும் கணத்தில் அது நழுவி அப்பால் பறந்து விழுந்தது. அவர் பின்தொடர்ந்து ஓடி கை பொத்திப் பிடிக்க, மீண்டும் பறந்து போக்குக்காட்டி இழுத்துச் சென்றது அது. காகிதம் அப்பால் மறைந்தது. அவரும் அப்பால் மறைந்தார்.

மண்டபத்துக்குள் கிறிஸ்தவர்கள் கூட்டம் நடந்துகொண் டிருந்தது. மேல் நாட்டுப் பாதிரியார் யந்திர உணர்ச்சியுடனும் தங்கு தடையின்றியும் வார்த்தைகளைக் கொட்டிக்கொண்டிருந்தார். பக்கத்தில், அவர் பேசப்போவதை முன்கூட்டி அறிந்திருந்த ஓர் ஆத்மா அவர் பேசப்போவதையும் மொழிபெயர்த்து விடாதபடி மிகுந்த கவனத்துடன் அவர் பேசியதை மட்டும் மொழிபெயர்த்துக் கொண்டிருந்த ஹாலில் இடம் கிடைக்காத ஒரு நிறைமாத கர்ப்பிணி வராந்தாவில் நின்றபடி அவளுடைய பெரிய வயிற்றுக்கு மேலே விரல்களைக் கூட்டிக் கைகளை வசதியாய் வைத்தபடி கண்களை மூடியபடி நின்றிருந்தாள். அவள் கன்னத்தில் புளியங்கொட்டை போல் ஒரு மச்சம். அங்கு ரோமம் அடர்த்தி யாக முளைத்திருந்தது. மேனாட்டுப் பாதிரியாரின் பேச்சு அவளுடைய சுகப் பிரசவத்துக்கு அநுகூலமாக இருக்குமென்றால் அது எவ்வளவோ நல்லதே. அவள் நம்பினால் அவளுக்கு அநுகூலம் கிடைக்கத்தான் செய்யும். நம்பக்கூடியவளாகவே பட்டது அவளைப் பார்த்தபோது.

அழகு அழகாகப் பெண்கள் ஊர்ந்துகொண்டிருந்தனர். குழந்தைகள் ஆள்காட்டி விரல்களைப் பிடித்து இட்டுச் சென்று கொண்டிருந்தனர். ஆப்பிள்களாக இருந்தன குழந்தைகள். அஞ்ஞான சந்தோஷம் முகத்தில் கொப்பளித்துக்கொண்டிருந்தது. பல பாஷைகள் காதில் விழுந்தன. அநேக நடை உடை பாவனை களும் கண்களுக்குப் புலனாயிற்று. பாரதப் பெண்கள்தான் எத்தனை அழகாக இருக்கிறார்கள்! மகாராஷ்டிரப் பெண்கள் நாலைந்துபேர் உயரமாகவும் வாளிப்பாகவும் பெரிய திலகங்களைத் தீட்டிக்கொண்டு உலகத்தை விழுங்கும் கண்களுடன் கிலுகிலுவென எதையோ பேசியபடி நகர்ந்து சென்றனர். தெய்வங்களே எனக் கூவி அவர்களுடைய காலடியில் விழ வேண்டும் போலிருந்தது. அவர்களோ அவர்கள் எழுப்பும் கனத்த எண்ணங்களை உணராமலே காற்றில் சஞ்சரித்துக் கொண்டிருந்தனர்.

லாண்டரியும், தையல் கடையும், பூக்கடையும், பத்திரிகைக் கடையும் வந்தன. சுற்றுச்சூழ விருட்சங்கள் அடர்த்தியாய்க்

கவிந்த ஓர் இடத்தில் சுவரையொட்டி ஒரு சிறு கோயில்கூட தெரிந்தது. இங்கு இல்லாதது எதுவும் இருப்பதாகத் தெரியவில்லை. இரவில் பெண்களை அழைத்து வரவும் வைகறைப் பொழுதில் அவர்களை அழைத்துச் செல்லவும் ஆட்களும் டாக்சியும் இல்லாமலா இருக்கும்? குடும்ப ஸ்திரீகளின் பரவலான பலஹீனம் தாசிகளின் வம்சாவளியைக் குறுக்கிவிட்டது மிகுந்த வருத்தத்தை உண்டுபண்ணும் காரியமாகவே இருக்கலாம். எனினும் என்றும் இப்படியே இருந்து ஒவ்வொரு சமயம் இப்படி இல்லாமலும் இருந்து, இன்று வரையிலும் உலகம் நகர்ந்து வந்துவிட்டது எவ்வளவோ நல்ல விஷயம். நம் தயவை எதிர்பாராமல் நாளைக் காலையிலும் சூரியோதயம் ஆகுமென்றே எதிர்பார்க்கலாம். ஒருக்கால் அப்படி ஆகவில்லையென்றால் நாம் அவனை வரவழைக்கச் செய்யக் கூடியது எதுவுமில்லை.

இந்தியாதான் இது. இந்தியாவின் சிற்றுருவம் இது. இந்தியாவின் பரிபூர்ணத் தன்மை மிளிர இந்த இடம் அத்தனை சுத்தமாக இல்லாமல் இருப்பது அவசியம்தான். தண்ணீர் வசதியில்லாத பாத்ரூம்களுக்கும் அகண்ட சாக்கடைகளுக்கும் நினைத்த மாத்திரத்தில் எங்கே போவது? ஒரு மூலையில்,

தர்மக்ஷேத்ரே குருக்ஷேத்ரே

ஸமவேதா யுயுத்ஸவ

மாமகா பாண்டவாஸ்சைவ

கிமகுர்வத ஸஞ்ஜய

என்று ஆரம்பித்து கீதா பிரவசனம் செய்ய ஒரு சாஸ்திரியும் அவசியம்தானே? மகாத்மா காந்தியின் அவலட்சணமான சிலை ஒன்றை, பிரதிஷ்டைபண்ணிவிட வேண்டியதும் அவசியம்தான். இந்தியாவைச் சுற்றிப் பார்க்க வருபவர்கள் வீணே சுற்றி அலைய அவசியம் இராது என்றே தோன்றுகிறது. இந்த ஹோட்டலில் ஏறி இறங்கிவிட்டால் போதும். இத்தனையும் பார்த்த பின்னர் அவர் ஓர் இந்திய பிரஜையைப் பேட்டி காண விரும்பினால் 253ஆம் நம்பர் அறைக்கு அனுப்பி வைக்கலாம். மாபெரும் கவிஞரான ஓர் இந்தியப் பிரஜை அங்குதானே தங்கியிருக்கிறார்.

மறுநாள் நூல்நிலையத்தில் அலமேலுவைச் சந்தித்தபோது ராஜசேகரனால் முதலில் அவளுடன் வாய்திறந்து பேச முடியவில்லை. இரண்டு மூன்று தடவை விசாரித்துவிட்டு சம்பாஷணையை வேறு விஷயத்துக்குத் திருப்பிச் சமாளித்துக் கொண்டாள் அவள்.

இருவரும் வெளியேறிப் பூங்கா சிமிண்டுப் பெஞ்சில் அமர்ந்தனர்.

"என்ன பேச்சே காணோம்!"

ராஜசேகரன் சிரித்தான்.

எங்கிருந்து ஆரம்பிப்பது, எவ்வாறு சொல்வது என்பது மட்டுப்படாமல் திணறிக்கொண்டிருந்தான் அவன். சில நிமிஷங்களுக்குப் பின், முன்தினம் நடந்த சம்பவங்களின் மொத்த அனுபவத்தையும் ஒரே வரியில் சொன்னான். பின்னர் விஷயத்தைப் பிரித்துப் பகுதி பகுதியாகச் சொன்னான். கடைசியில் முதலிலிருந்து ஆரம்பித்துக் கடைசி வரையிலும் ஒரே மூச்சாகச் சொல்லி 'மறக்க முடியாத ஒருநாள்' என்று சொல்லிப் பேச்சை முடித்தான்.

"மறக்க முடியாத ஒரு நாளாக இருக்க வேண்டுமென்றுதானே நீயும் ஆசைப்பட்டாய்!" என்றாள் அலமேலு.

ராஜசேகரன் முகத்தில் ஒரு புன்னகை. சோகம் மண்டிய அப் புன்னகை அலமேலுவின் மனசை வாட்டியது.

அலமேலு தொலைவானத்தில் தெரிந்த ஒரு கரும் திட்டை வெறித்தபடியிருந்தாள். பின்னால் சட்டென்று ராஜசேகரன் பக்கம் திரும்பி, "உனக்கு விஷயம் தெரியுமா?... எனக்குப் பாஸாகிவிட்டது" என்றாள்.

ராஜசேகரனுக்கு ஏற்பட்ட அதிர்ச்சியை அவன் முகம் காட்டிக் கொடுத்து விட்டது. மறுகணம் மிகுந்த வெட்க உணர்ச்சி யுடன் சமாளித்தபடி, "அப்படியா! ரொம்ப சந்தோஷம்" என்றான்.

"வாசலில் போர்டை மாட்டிவிட்டேன்."

ஒரு நிமிஷ இடைவெளிக்குப்பின் ராஜசேகரன் சொன்னான் :

"உனக்கு வழி ஆரம்பமாகிவிட்டது."

அலமேலு சிரித்தபடி அவன் பக்கம் நெருங்கி அமர்ந்து, குரலில் கனிவுடன், "இதோ பார், இல்லாததைத் தேடி ஏன் அலைகிறாய்? உன் வாசல்களை நீதான் தட்டித் திறக்க வேண்டும். பேனாவில் மையை நிரப்பு. அதன் ஆரம்பம் அதுதான்" என்றாள்.

ராஜசேகரன் அவள் முகத்தைப் பரிவுடன் பார்த்தான்.

கல்கி வெள்ளிவிழா ஆண்டுமலர், 1966

சுந்தர ராமசாமி